दादासाहेब सहकारी जनता बँक

दादासाहेब सहकारी बँक

गॉंग्रीन

सहकारक्षेत्रातील एक जळजळीत सत्य

% व्याजदर

दिलीपराज प्रकाशनाची सर्व पुस्तके आता आपण Online खरेदी करू शकता. आमच्या website ला कृपया अवश्य भेट द्या.
www.diliprajprakashan.in

गँग्रीन

सहकारक्षेत्रातील एक जळजळीत सत्य

(कादंबरी)

डॉ. तानाजीराव चोरगे

दिलीपराज प्रकाशन प्रा. लि.

२५१ क, शनिवार पेठ, पुणे - ४११ ०३०

गँग्रीन -Gangrin

◆ **प्रकाशक**
राजीव दत्तात्रय बर्वे,
मॅनेजिंग डायरेक्टर,
दिलीपराज प्रकाशन प्रा. लि.,
२५१ क, शनिवार पेठ, पुणे - ४११ ०३०
दूरध्वनी (सर्व फॅक्ससहित)
२४४७१७२३, २४४८३९९५, २४४९५३१४
Email: diliprajprakashan@yahoo.in

◆ **प्रथमावृत्ती** - १५ जून २०१३

◆ **द्वितीय आवृत्ती** - २५ जुलै २०१३

◆ **तृतीयावृत्ती** - १५ जून २०१५

◆ **प्रकाशन क्रमांक** - २०२९

◆ **ISBN** - 978 - 93 - 82988 - 13 - 7

◆ **मुद्रक**
रेप्रो इंडिया लिमिटेड, मुंबई

◆ **टाईपसेटिंग**
प्रफुल्ल सुरवे, मांडकी पालवन,
ता. चिपळूण, जि. रत्नागिरी

◆ **मुद्रितशोधन** - मिलिंद बोरकर, पुणे

◆ **मुखपृष्ठ** - कैवल्य राम मशिदकर

महाराष्ट्रात ज्या थोर व्यक्तींनी सहकार रूजवला व ऊर्जीत अवस्थेमध्ये आणला, त्या सहकारामुळे महाराष्ट्रातील शेतकऱ्याची अर्थव्यवस्था बदलली. महाराष्ट्र सुजलाम् सुफलाम् करण्यास मदत केली, त्या सर्व थोर सहकार नेत्यांना माझी ही 'गँग्रीन' कादंबरी अर्पण

— डॉ. तानाजीराव चोरगे

मनोगत

शेतकऱ्याची आर्थिक प्रगती व सर्वांगीण विकासासाठी सहकार चळवळ रुजवण्याकरिता व फुलवण्याकरिता अनेक थोर व्यक्तींनी आपले आयुष्य खर्ची घातले. शेतकऱ्यांचा उत्कर्ष तोच देशाचा उत्कर्ष मानून काम करणाऱ्या या पिढीने गरिबांच्या हातांना काम आणि त्याच्या संसाराला आर्थिक बळ दिले. गाव व ग्रामीण भाग सुजलाम्-सुफलाम् होऊ लागला. गावागावात सहकार चळवळ फोफावली आणि या चळवळीच्या फायद्याबरोबरच तिचे दुष्परिणाम दिसू लागले. ज्या उद्देशासाठी सहकार चळवळ जन्माला आली, तो म्हणजे समाजसुधारणा, समाजकारण व गरीब शेतकऱ्यांची आर्थिक उन्नती या गोष्टी बाजूला पडल्या आणि यामध्ये राजकारणाने शिरकाव केला. राजकारण व राजकारणी या दोन्ही गोष्टी कोणत्याही स्तराला जाऊ शकतात, हे या देशातील लोकांनी अनेकदा पाहिले आहे. त्याचप्रमाणे अनेक चांगल्या योजना, पद्धती व अनेक विकासाच्या चांगल्या दिशा यांची प्रशासन व प्रशासनात काम करणाऱ्या प्रत्येकाने दशा करून टाकली, याचाही अनुभव घेतला आहे.

ग्रामीण भागात नेतृत्व वाढावे म्हणून सहकार

चळवळीकडे बघत असताना केवळ राजकारणासाठी तिचा उपयोग व्हावा, शिडी म्हणून तिचा वापर करावा– या उद्देशाने आलेल्या तरुण पिढीने व राजकारणामध्ये मोठी अपेक्षा बाळगणाऱ्यांनी भ्रष्टाचाराच्या माध्यमातून सहकारी चळवळीचे पूर्ण वाटोळे केले. याला जशी राजकीय मंडळी जबाबदार आहेत, तसाच अधिकारी वर्गही जबाबदार आहे. देशामध्ये भ्रष्टाचाराने शिष्टाचाराची जागा बळकावल्याने देशातून भ्रष्टाचार निघून जाईल असा कोणी समज करून घेतला, तर तो भ्रम आहे. भ्रष्टाचाराच्या दलदलीत देशाची सर्व यंत्रणा पूर्णपणे फसली असून, त्यातलीच एक सहकार चळवळ आहे. आता लोकांनी ती कितीही सुधारण्याचा प्रयत्न केला तरी प्रचलित कायदे, शासनाची प्रचलित धोरणे आणि राजकीय पद्धती व मानसिकता यामध्ये कोणत्याही प्रकारे हस्तक्षेप न करता जर कडक सुधारणा करून त्या अमलात आणल्या, तरच ही सहकार चळवळ सुदृढ होऊ शकते; अन्यथा शेतकरी व गरीब ग्रामीण जनतेवर परत एकदा गुलामगिरीची कुऱ्हाड कोसळल्याशिवाय राहणार नाही.

'माझ्या कार्यकर्त्याला सांभाळणे' हा जो मंत्र आहे, तो सहकार चळवळीचा घात करीत आला आहे. सहकारात काम करणारे नेते-कार्यकर्ते अशिक्षित, अल्पशिक्षित आहेत. जे स्वतःला सुशिक्षित समजतात, ते केवळ शिक्षित आहेत. मध्यंतरीच्या काळात सहकारात जो भयानक स्वैराचार झाला, भ्रष्टाचाराने थैमान घातले व स्वाहाकार पाहावयास मिळाला, सहकार या शब्दाची निंदानालस्ती झाली; ती सर्वांनी केली. त्याला कोणीही अपवाद नाही. आज आपण सहकार चळवळीला बळ देण्याकरिता अनेक गोष्टी, अनेक योजना शासनदरबारात सादर करत आलो आहोत; परंतु यामध्ये नेमकेपणाने जे करायला पाहिजे, तेच आपण करत नाही. एखाद्या रोग्याचा सडलेला भाग काढण्याऐवजी सातत्याने जर आपण फक्त मलमपट्टी करीत बसलो, तर 'गँग्रीन' होऊन त्याचे शरीर नष्ट होण्याची शक्यता असते. तशीच भीती या सहकारात आहे. मुळात सहकाराला ही अवस्था प्राप्त करून देणारा अधिकारी असो, पदाधिकारी असो, संचालक असो वा कोणीही असो; त्याचे समूळ उच्चाटन केल्याशिवाय सहकाराला संजीवनी मिळणार नाही.

निव्वळ काही प्रादेशिक समतोल साधण्यासाठी, राजकीय व्यवस्था

जपण्यासाठी, राजकारणी व कार्यकर्त्यांना पोसण्यासाठी सध्या चालू असलेल्या या सहकार चळवळीकडे त्वरित लक्ष दिले नाही; तर ती पूर्णपणे बंद पडून परत प्रत्येक क्षेत्रात संपूर्णपणे खासगीकरण आल्याशिवाय राहणार नाही. ती धोक्याची घंटा सुरू झाली आहे.

कोणतीही योजना किंवा कोणतेही खाते, विभाग वा कोणतीही चळवळ वाईट नसते; तर अंमलबजावणी करणारे लोक त्याचे वाटोळे करतात. तशीच काहीशी परिस्थिती सहकार चळवळीबाबत आहे. सहकार चळवळीची उद्दिष्टे चांगली आहेत; परंतु ती राबविणारे सर्व ज्या पद्धतीने ती राबवीत आहेत, ती पद्धत चुकीची, भ्रष्ट व स्वार्थी असल्याने सर्वार्थाने कोलमडून पडण्याची शक्यता आहे.

सहकार चळवळीत काम करणारे नेते, राज्यकर्ते, शासन, प्रशासन चालवणारे अधिकारी, सहकार कार्यकर्ते आणि सहकाराशी संबंधित जनता या सर्वांचे अक्षम्य दुर्लक्ष झाल्याने व कोणत्याही गोष्टीला वेळीच लगाम न घातल्याने त्यामध्ये भ्रष्टाचार, स्वैराचार, व्यभिचार यांनी थैमान घातले आहे. त्यामुळे सर्वार्थाने नैतिक अधःपतन झालेले लोक सहकार चळवळ चालवताना दिसत आहेत. सर्व बाजूंनी सडलेल्या सहकार चळवळीला एक प्रकारचे 'गँग्रीन' झाले आहे. यावर उपाय करण्याकरिता सहकाराची दृष्टी, मनोबल आणि धारिष्ट्य राज्यप्रमुखात असेल; तर 'गँग्रीन' झालेले भाग कापून काढून निदान उरली-सुरली सहकार चळवळ तरी निरोगी ठेवण्यास निश्चित मदत होईल.

मी गेली पंधरा वर्षे सहकार चळवळीत काम करीत आहे. ते करत असताना यामध्ये मला आलेले सर्व अनुभव मी या कादंबरीतून लोकांसमोर ठेवण्याचा प्रयत्न केला आहे. गेली अनेक वर्षे या चळवळीमध्ये काम करीत असताना अनेक व्यक्ती मी जवळून पाहिल्या आहेत. प्राथमिक सहकारी संस्थेपासून ते राज्य बँकेपर्यंत सर्व स्तरांमध्ये मी काम केले असल्याने या चळवळीची खडान्‌खडा माहिती मला आहे. शेतकऱ्यांच्या हिताची असलेली ही सहकार चळवळ अशी का झाली, याचा विचार करत असतानाच सहकारातील अनेक प्रसंग मी पाहिलेले आहेत. अशा अनेक व्यक्ती मी पाहिल्या व अनुभवल्या आहेत की, ज्यांच्यामुळे सहकार या अवस्थेला आला आहे. सहकारामध्ये काम करणाऱ्या लोकांनीच या सहकार चळवळीची

दयनीय अवस्था केलेली मी पाहिलेली आहे, अनुभवली आहे. ज्याप्रमाणे शूर व महत्त्वाकांक्षी राजा आपल्या कडक प्रशासनाने राज्याची भरभराट करू शकतो; त्याचप्रमाणे आळशी, सुखलोलुप, व्यसनी, भ्रष्ट राजा आपले राज्य गमावून बसतो. सहकार चळवळीचे काहीसे असेच झाले आहे. हाताच्या बोटांवर मोजण्याइतक्या काही लोकांनी सहकार चळवळ निःस्वार्थीपणे चालवून शिस्तबद्ध प्रशासन आणि काटेकोर व्यवहार यांमुळे त्यांनी त्यांच्या संस्था चांगल्या अवस्थेत आणल्या आहेत. पण असे किती आहेत? अगदी नगण्य...! सहकार हा फक्त खाण्यासाठी असतो व राजकारण करण्यासाठी असतो, अशी भावना बऱ्याच लोकांची झाल्याने सहकाराला हे दिवस आले आहेत.

या कादंबरीच्या रूपाने माझ्यासमोर घडलेल्या दोन विभिन्न संस्थांचा कारभार प्रातिनिधिक स्वरूपात मी मांडलेला आहे. कदाचित सर्वच सहकारावर, संस्थांवर लिहावयाचे झाले तर हजारो पाने लागतील; पण मी फक्त वानगीदाखल दोन संस्था, त्यांचे अधिकारी, पदाधिकारी, संचालक व कर्मचारी यांचे वास्तव चित्र या कादंबरीतून रेखाटण्याचा व आपल्यापुढे ठेवण्याचा प्रयत्न केला आहे. ही कादंबरी म्हणजे सहकारातील जाणीवपूर्वक केलेल्या अनिष्ट बाबी नजरेस आणून देण्याचा माझ्या परीने परिपूर्ण प्रयत्न आहे. ही कादंबरी म्हणजे सहकारातील परिपूर्ण अनुभव नव्हे. सहकारातील एक धगधगीत सत्य आपल्यासमोर ठेवत आहे. माझा असा दावा नाही की, ही कांदबरी वाचून सहकारात काम करणाऱ्या व्यक्तींमध्ये फार मोठा फरक पडेल; पण निदान काही लोकांनी जरी आपली मानसिकता बदलली तरी मी माझे, सहकाराचे व शेतकऱ्यांचे ते भाग्य समजेन आणि ते सहकार चळवळ सुधारण्याकडे टाकलेले ते आपले पहिले पाऊल असेल.

निवळी, चिपळूण
१२/१२/२०१२
—कृषिभूषण डॉ. तानाजीराव चोरगे

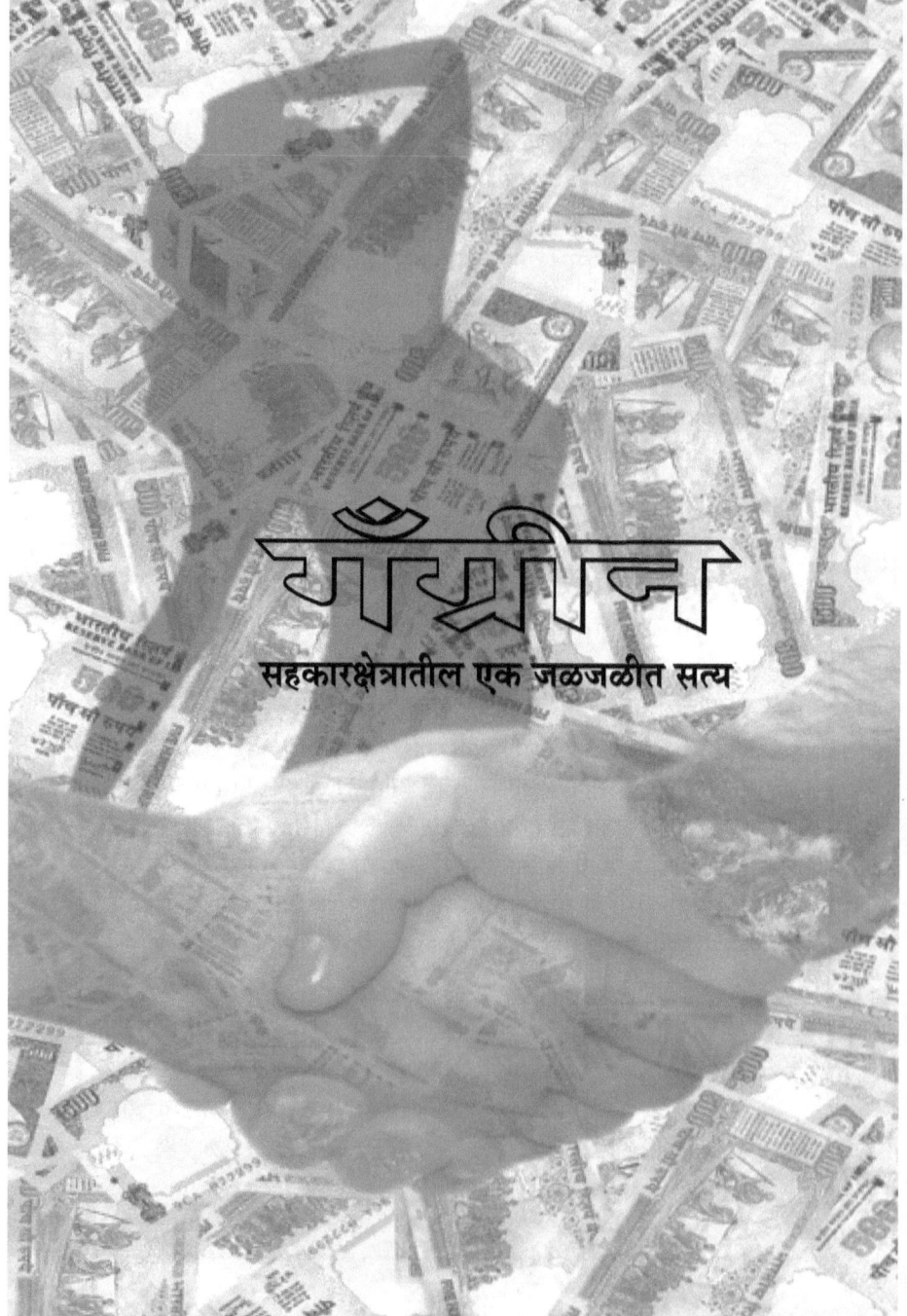

गँग्रीन
सहकारक्षेत्रातील एक जळजळीत सत्य

गँग्रीन

सहकारक्षेत्रातील एक जळजळीत सत्य

रामचंद्र साळुंखेमहाराज दुपारचे जेवण आटोपून वामकुक्षी करण्यासाठी म्हणून जरा पडले होते, तेवढ्यात—

"महाराज हाईत का?"

"कोण हाय रे? ये— ये, आत ये! बोल, काय?"

"मी तालुक्याहून आलोय, हणमा! जोशीसाहेबांनी पाठवलंय."

"का रे?"

"काही नाही, उद्या दुपारी मीटिंग हाय."

"कुठे रे?"

"जोशीसाहेबांच्या घरात."

"कशाबद्दल?"

"काय माहीत नाही वो."

"बरं-बरं, येतो म्हणून सांग."

●

रामचंद्र साळुंखे हे दुधगावचे बहुजन समाजातील एक आदर्श व्यक्तिमत्त्व. स्वातंत्र्यसैनिक, करारी आणि अत्यंत रागीट स्वभावाचे; पण भोळेही तेवढेच. धाडसी होते, पहिलवानही होते. नुकतेच शिक्षक म्हणून निवृत्त झाले होते. पण गावात जात होते, त्या गावातील मुलांबरोबर त्यांच्या बापांनाही सुधारत होते.

समाजसुधारक होते. ग्रामसुधारणांच्या अनेक योजना त्यांनी राबविल्या. तरुणांना तालमी काढून देण्यापासून स्वच्छतागृह बांधण्यापर्यंत व रस्ते करण्यापासून ते ग्रामीण विकासाची सर्व कामे करायचे. त्यामुळे गाव त्यांच्या पाठीशी असायचे. नंतर ते वारकरी झाले. पंढरपूरची वारी नेहमी करायचे. लोकांची कामे करणे, त्यांना प्रवचन सांगणे, हे महत्त्वाचे काम. मुलं स्वतःच्या पायावर उभी होती. त्यामुळे कशाची चिंता नव्हती. सभापती, आमदार, नेते त्यांना मानायचे. नमस्कार करायचे.

गंगानगर हे तालुक्याचे ठिकाण. त्या ठिकाणाहून दुधगावाला निरोप घेऊन माणूस आलाय म्हटल्यावर आणखी दोघांना घेऊन रामचंद्र साळुंखे ऊर्फ साळुंखेमहाराज तालुक्याला गेले. अरुण जोशींच्या घरी अगोदरच बरीच मंडळी जमली होती.

"या— या महाराज, आम्ही तुमचीच वाट बघत होतो."

अरुण जोशी यांनी त्यांचे स्वागत केले, तालुक्यातील बरीच प्रमुख मंडळी उपस्थित होती. त्यामध्ये डॉक्टर, वकील, शिक्षक व दोन-चार राजकारणीपण होते.

"बोला जोशीसाहेब, का बोलावलंत?"

"महाराज, पाणी तरी घ्या—"

"ते घेऊ या हो, सुरवात तरी करा."

मग जोशीसाहेब बोलायला उठले.

"आदरणीय महोदय, मी आपल्याला निमंत्रित केल्यावरून तुम्ही आलात, त्याबद्दल मी आपले प्रथम आभार मानतो. या विभागाची आर्थिक उन्नत्ती व्हावी, या उद्देशाने मी आज आपल्यासमोर एक प्रस्ताव ठेवणार आहे. तो प्रस्ताव म्हणजे, आपण 'नागरी सहकारी पतसंस्था' स्थापन करावी. या विषयावर चर्चा करण्यासाठीच मी आपल्याला निमंत्रण दिले आहे."

विषय सर्वांना नवीनच होता. त्यामुळे काहींना यावर काय बोलावे, हेच सुचत नव्हते.

"साहेब, याचा उपयोग काय?"

"चांगला प्रश्न आहे. आपण गावागावांतून ज्या ठेवी गोळा करू, त्या ठेवींमधून जे गरजू आहेत— मग शेतकरी असोत अगर उद्योजक— त्यांना कर्ज देऊ शकतो. यामुळे आपल्या लोकांना रोजगार मिळेल. नोकरीच्या मागे न

लागता लोक बारीक-सारीक उद्योग करतील. या तालुक्याचा विकास होईल.''

''कशा-कशासाठी आपण कर्ज देऊ शकतो?''

''चांगला प्रश्न आहे. या नागरी सहकारी पतसंस्थेमार्फत ट्रक खरेदी, ट्रॅक्टर खरेदी, शेती, घरबांधणी; तसेच कोणत्याही व्यवसायासाठी, शिक्षणासाठी तारणी-विनातारणी, सोनेतारण इत्यादी विविध प्रकारे कर्जपुरवठा करून आपण या तालुक्यातच नव्हे, तर जिल्ह्यात हे काम करू शकतो.''

''आपण म्हणता तशी ही गोष्ट चांगली आहे... पण या सर्वांची जबाबदारी कोण घेणार?''

''जबाबदारी म्हणजे?''

''व्यवस्थापक— मॅनेजर कोण? कारण यामध्ये आम्ही सगळे नवखे. यातला अनुभव नाही. यातले कळणारा, कागदपत्रांतले कळणारा माणूस आपल्याला मिळाला पाहिजे.''

''अहो डॉक्टर, लांब कशाला जायला पाहिजे? आपले 'अरुण जोशी' या सहकारातलेच आहेत. ते बी. कॉम, जीडीसी ॲण्ड ए आहेत. तेच आपले व्यवस्थापक. तेच सांभाळतील. आपणही आहोतच.''

''साळुंखेमहाराज, तुमचे काय मत?''

''त्याचं काय आहे— आम्ही वारकरी मंडळी. तुम्हाला जे-जे सहकार्य लागेल, ते-ते आम्ही— तालुकाच नाही तर जिल्ह्यात फिरून देणार. पण काम व्यवस्थित व शिस्तीत व्हायला पाहिजे. नियमांना धरून पाहिजे.''

''अहो, सहकार कायद्याप्रमाणेच काम होणार. त्याची काळजी करू नका.''

चर्चेचे गुऱ्हाळ बराच वेळ चालले.

''मंडळी, चर्चा खूप झाली; आता निर्णयावर येऊ या?''

आतापर्यंत चर्चा ऐकत शांत बसलेले बंडोपंत देशमुख म्हणाले, तसे सर्व शांत झाले.

''मग करायची ना?''

''हो— हो!''

सर्वांनी होकार दिला.

●

मुख्य प्रवर्तक म्हणून 'श्री. बंडोपंत देशमुख' यांचेच नाव सर्वांनी सुचवले आणि बाकी प्रवर्तक म्हणून बबनराव पाटील, किसनराव काळोखे, चिंतामणी गोंधळेकर, वामनराव कुलकर्णी, ज्ञानदेव जोशी, श्रीधर काळे, आत्माराम जोशी,

हेमंत केतकर, बापूसाहेब चौगुले, श्रीकृष्ण कांबळेगुरुजी, रामचंद्र साळुंखेमहाराज, दिनकर सुतार आदी सतरा लोकांचे प्रवर्तक मंडळ तयार केले. आठ दिवसांत प्रस्ताव नोंदणीसाठी तयार केला आणि जिल्ह्याच्या पातळीवर उपनिबंधकांकडे श्री. जोशीसाहेब तो देऊन आले.

पतसंस्थेचे नाव— 'गंगानगर नागरी सहकारी पतसंस्था, गंगानगर, ता. गंगानगर, जिल्हा शिवापूर.'

दुसऱ्या दिवशी पत्रकार परिषद घेऊन श्री. जोशीसाहेबांनी मोठमोठ्या बातम्या वर्तमानपत्रांत दिल्या आणि पतसंस्थेचे काम व ठेवी गोळा करण्यास सुरवात केली.

●

गावागावांत बैठका सुरू केल्या. बैठकांमधून जोशीच भाषणे देत होते. साळुंखेमहाराज बैठकांना हजर राहत होते. त्यांच्या ओळखीची व त्यांना मानणाऱ्यांची संख्या फार होती. त्यामुळे त्यांना पुढे करून जोशी ठेवी गोळा करू लागले. लोकांचा प्रतिसाद मिळू लागला. त्यामुळे गावागावांतून या संस्थेचा प्रचार झाला. म्हणून ठेवींचा ओघ वाढला. मग या जमलेल्या ठेवी व सभासद फी ठेवायची कुठे, हा प्रश्न पडला. कारण खाते उघडायला परवानगी मिळाली नव्हती.

"अहो महाराज, अजून नोंदणी नाही— अजून काही नाही... हे पैसे कुठे ठेवणार?"

"आपले जोशीसाहेब आहेत ना!"

मग लोक चेष्टेने म्हणायचे,

"बघा, नाही तर जोश्या पैसे घेऊन लावायचा तुम्हाला सगळ्यांना कामाला!"

"अहो, सहकार आहे हा; एकमेकांवर विश्वास पाहिजे. सहकार्याने, हातात हात घालून चालले पाहिजे."

मग साळुंखेमहाराजानी सांगितल्यावर सर्व गप्प बसायचे.

●

उपनिबंधकाच्या कार्यालयात जोशी गेले. ऑफीसच्या बाहेर पाटीवर 'उपनिबंधक— सहकार, श्री मांडवकर पी. बी.' असे लिहिले होते. आत चिठ्ठी पाठवली. कामाचे स्वरूप लिहिले. थोड्या वेळाने बोलावणं आलं.

"मे आय कम इन सर?"

"येस्! या— या जोशी, बसा."

समोरच्या खुर्चीवर जोशी बसले. जोशींना सहकार खातं माहीतच होतं. त्यामुळे ते तयारीत होतेच. पैसेही बरोबर घेऊन गेले होते.

"बोला, काय?"

साहेबांनी फाईलमध्ये डोके घालूनच विचारले.

"साहेब, आमची पतसंस्था नोंदणीची फाईल आपल्याकडे आली आहे."

"असं? केव्हा?"

"अहो, आता पंधरा-वीस दिवस झालेत."

"बास— एवढेच दिवस? अहो, सहा-सहा महिने आमच्याकडे फाईल येऊन पडतात. बोला?"

"आता साहेब— तुम्हीच बोला."

"अहो जोशी, तुम्हाला समजायला पाहिजे... आम्ही काय बोलायचे?"

"समजलंय मला."

"मग झालं तर!"

"तरीही बोला साहेब—"

"झाले— आम्ही काय बोलायचं?"

"काय ते सांगा—"

"अहो, आम्ही काय सांगायचं जोशी?

"हे घ्या दहा हजार, साहेब."

साहेबांनी लगेच हात पुढं केला आणि दुसऱ्या हातानं बेल दाबली. शिपाई आत आला.

"अरे, ते पतसंस्थांच्या नोंदणीचे कोण बघतो, त्याला बोलव."

"कोणती पतसंस्था तुमची?"

"गंगानगर नागरी सहकारी...."

पुढचं बोलूच दिलं नाही साहेबानं.

"हां— हां! तीच घेऊन ये म्हणावं?"

थोड्या वेळानं क्लार्क फाईल घेऊन आला. साहेबांनी फाईल उघडली.

"पाहा— एक रेघ ओढली नाही फाईलवर. कसा सहकार वाढणार, सांगा? जा, लिहून आणा याच्यावर काय ते. जा ओ तुम्ही जोशी, यांच्याबरोबर जा— त्याशिवाय हे होणार नाही."

मग जोशी त्या क्लार्कबरोबर गेले. त्याच्या खुर्चीसमोर बसले.

"हां, काढा आता— अवमान नको."

“काय?”

“अहो, सायबाला दिलेत तसे!”

“म्हणजे? तुम्हाला कसं कळलं?”

“अहो, त्याला दिल्याशिवाय फाईलच मागवत नाही. आता आमचं बोला.”

“बोला काय ते तुम्हीच.” जोशी जरा रागानं बोलला.

“रागावून काही उपयोग नाही साहेब.”

“म्हणजे?”

“इथंच नाही, अजून पुढे जायची आहे फाईल; तिथं सगळं हेच आहे. चला, आवरा— नाही तर उद्या या.”

“अहो, पण साहेबानं सांगितलं...”

“हो ना, सांगितले; पण मला दुसरी कामे आहेत, हे साहेबांना माहीत आहे. हे सगळं कॉमन अंडरस्टॅडिंग— कळलं ना तुम्हाला?”

जोशींनी पाच हजार रुपये काढून टेबलवर ठेवले आणि मग त्याने फाईलवर लिहायला घेतलं.

“चार दिवसांनी या जोशी.”

जोशी ऑफीसच्या बाहेर पडले. तसे त्यांना सहकार खाते नवे नव्हते. त्यांच्या दृष्टीने त्यांना चांगला अनुभव होता.

चार दिवसांनी जोशी परत त्या ऑफीसमध्ये गेले. त्यांनी परत उपनिबंधकांना चिठ्ठी दिली. आत बोलावले. जोशी विचारून आत गेले. बसले.

“अरे वा! जोशी, तुम्ही आलात?”

“होय, क्लार्कने चार दिवसांनी यायला सांगितले होते. आज आलो चार दिवसांनी.”

“होय? मागवतो हं फाईल.”

“मागवतो म्हणजे... अजून?”

“अहो, तो क्लार्क आजच आलाय!”

“म्हणजे माझी फाईल?”

“येईल हो आजच.”

साहेबांनी बेल दाबली. शिपायाला सांगितले, “क्लार्कला बोलवा. फाईल घेऊन या म्हणावं.”

“गंगानगर सहकारी नागरी पतसंस्था...”

जोशींनीच त्या शिपायाला सांगितले.

फाईल घेऊन क्लार्क आला. "साहेब, फाईल—" साहेबांनी फाईल उघडली.

"अरे, काहीच लिहिले नाहीस?"

"साहेब, काय लिहू ते सांगा—"

"म्हणजे? हे असे आहे बघा जोशी! अरे, आपण फक्त शिफारस करायची आहे. सर्व कागद बरोबर आहेत, मंजुरीची शिफारस करण्यात येत आहे— असे म्हणून आण बघू 'नोटिंग' टाकून."

"म्हणजे साहेब, ही फाईल?"

"ही आता जॉइंट रजिस्ट्रार पुणे येथे जाणार, तिथून ती कमिशनरकडे जाणार, तिथून ती मंत्रालयात जाणार!"

"का हो? पूर्वी इथंच व्हायची मंजूर?"

"आता मंत्र्यांनी स्वत:कडे अधिकार घेतले आहेत. एक काम केले, तर ही मंजुरी इथे मिळेल..."

"काय?"

"मंत्र्यांचा शेरा असलेले पत्र मला मार्क करून आणायचे, तरच मी करू शकतो."

"अरे बापरे! म्हणजे मंत्रालयात जायचे तेवढ्या गोष्टीसाठी?"

"हो. मंत्र्यांना वाटतं, आम्ही यात खूप खातो. तेव्हा आपणही..."

"कसं काय करायचं?"

"ते तुम्ही बघा. नाही तर वर्षभर ही फाईल फिरत राहणार आणि तुम्हाला फेऱ्या मारायला लागणार. पैसे नाहक खर्च होतील."

"बरं, बघतो—"

आणि जोशी बाहेर पडले. बाहेर पडता-पडता शिपाई समोर उभा!

"साहेब, आमचे काय?"

जोशींनी शंभर रुपये त्याच्या हातावर टेकवले व बाहेर आले. आले ते सरळ गंगानगर येथे. झालेला सर्व वृतांत प्रवर्तकांना सांगितला. प्रवर्तकांनी सांगितले, "आता काही होवो— पैसे गोळा केलेत, लवकरात लवकर हे काम झाले पाहिजे." मुंबईला जायचा दिवस ठरला. दोघा-तिघांनी जायचं, आमदार निवासमध्ये राहायचं व आमदारांना घेऊन सहकारमंत्र्यांकडे जायचे.

●

मुंबईत दुसऱ्याच दिवशी सर्व दाखल झाले. आमदार निवास येथे गेले.

आमदारांना भेटले.

"आमदारसाहेब, आम्ही एक पतसंस्था काढतोय."

"बरं! कुठं?"

"आपल्या तालुक्यात."

"अस्सं? आणि मला माहीत नाही?"

"पेपरला दिलं होतं."

"वाचल्यासारखं वाटलं. तुमचीच काय ती? पण मला तिथं कोण भेटला नाहीत."

"अहो, किरकोळ कामासाठी तुम्हाला त्रास कशाला द्यायचा? म्हणून आलो नाही तुमच्याकडे."

"मग आता कशाला आलात?"

"त्याच कामासाठी?"

"इथं?"

"होय!"

"का?"

"जिल्ह्याला ते काम होत नाही. मंत्र्यांची शिफारस लागते, तरच मंजुरी मिळते."

आमदाराच्या प्रश्नावर जोशीच उत्तर देत होते.

"बरं, म्हणजे मंत्र्यांकडे जायला लागणार?"

"होय."

"जाऊ या, पण..."

"पण काय साहेब?"

"जरा स्पष्ट बोलतो— कारण आमचे लोक नाराज व्हायला नकोत म्हणून. जोशी, तुम्ही तर आमच्या गटाचे नाही."

"अहो साहेब, यात सर्व गटाचे-तटाचे लोक आहेत."

"साळुंखेमहाराज आहेत का तुमच्या या संस्थेत?"

"होय!"

"मग हरकत नाही. चला."

सकाळची वेळ होती. आमदारसाहेबांनी कडक कपडे घातले. सेंट वैगेरे मारला. मेकअप केला.

"तुम्ही गाडी आणलीच असेल?"

"होय."

"मग चला, त्याच गाडीतून मंत्र्याच्या बंगल्यावर."

"चला."

●

सर्व जण गाडीतून मंत्र्यांच्या बंगल्यावर गेले. सकाळची वेळ असूनही बऱ्यापैकी गर्दी होती, ती अशाच लोकांची. मंत्र्याकडे येणारे लोक एक तर बेकायदा कामे घेऊन येतात, नाही तर 'स्पेशल' केस 'खास बाब' म्हणून. बदल्यांची तरी कामे भरपूर घेऊन येतात, नाही तर ठेका मिळवण्यासाठी. आता मध्यस्थी खूप झाल्यामुळे प्रथम पीएसाहेबांना भेटायचे. ते प्रसन्न झाले, तरच मंत्रीदेवाची भेट. मंत्रीदेवाची भेट झाली की मग देणं-घेणं पीए साहेब ठरवणार. मग तेच शेरा मारणार मंत्र्यांच्या पत्रावर आणि मंत्री त्यावर कोंबडा सही मारणार— की झालं काम!

●

आणि असंच घडलं. आमदार पीएसमोर गेले.

"रामराम साहेब!"

पीएने पाहिल्यासारखं करून म्हटलं,

"राम राम!"

"साहेब आहेत?"

"मीटिंग चाललीय."

"आमदार भोसले आलेत म्हणून सांगा."

"सांगतो हं साहेब."

ते आत गेले व बाहेर आले.

●

पाच-दहा मिनिटे गेली. पीए परत आत गेला, परत बाहेर आला. दहा मिनिटांनी एक तरुण महिला, भरपूर मेकअप केलेली, शहरातील असावी— हातात पर्स घेऊन स्वत:ला सावरत व पर्स हलवत दरवाजा उघडून मंत्र्यांच्या केबिनमधून बाहेर आली. सर्वांच्या नजरा तिच्याकडे वळल्या.

"पीएसाहेब, आता जाऊ का?"

"एक मिनिट— आत जाऊन विचारतो."

पाच मिनिटांत तो बाहेर आला.

"जा साहेब तुम्ही."

सर्व जण आत गेले. नमस्कार-चमत्कार झाले.

"बोला आमदार?"

"अहो, आमच्या तालुक्यात पतसंस्था काढणार म्हणतात हे लोक."

"प्रस्ताव केलाय?"

"होय, पण तुमची शिफारस लागते म्हणे."

"होय. त्याचं काय झालं— खालचे अधिकारी काहीही करायला लागले, त्यामुळे आम्हाला त्यामध्ये हस्तक्षेप करून अधिकार आमच्याकडे घ्यावे लागले. पत्र आणलंय?"

"होय!"

जोशींनी पत्र आमदारांच्या हातात, आमदारांनी मंत्र्यांच्या हातात दिले व मंत्र्यांनी लगेच पीएच्या हातात दिले.

"पीए, यांचे बघा तेवढे आणि 'रिमार्क' मारून आणा."

पीएनी जोशींकडे पाहिले.

"चला!"

आमदार सोडून सर्व जण उठले. पीएसाहेबाकडे गेले. "जरा बाहेर थांबा, मी बोलवतोच." पीए आपले काम करू लागले. पंधरा मिनिटांनी आमदार बाहेर आले.

"तुम्ही थांबा व ते पत्र घेऊनच जा."

तेही निघून गेले. तास झाला, दोन तास झाले.

मंत्री बाहेर निघून गेले. त्यांच्या सोबत पीए सोडून, बाकीचे बाहेर पडले. मग जोशी आत गेले.

"अहो पीएसाहेब, साहेब तर गेले... आमच्या पत्राचं..."

"अहो, साहेब कुठे जातात? मंत्रालयात गेलेत!"

"पण पत्रावर शेरा मारायचा की—"

"हा बघा—"

जोशींनी शेरा वाचला.

"पण साहेबांची सही?"

"अशी-कशी सही होईल? तुम्ही नवे आहात काय मंत्रालयात? साहेबांच्या सहीची काहीच किंमत नाही?"

"किती द्यायचे साहेब?"

"अहो, तेही आम्हीच सांगायचे काय?"

जोशी बाहेर आले. आतला प्रकार बाहेर सांगितला. लोक हैराण झाले. पण जोशींना माहीत होते. सहकारातील हाऽ गाढा अभ्यास होता त्यांचा. जिल्ह्याच्या ऑफीसमध्ये पंधरा गेले, तर इथं किमान पंचवीस पाहिजेत. म्हणून ते तशी जोडणी करूनच आले होते. त्यांची चर्चा करण्यात वीस-पंचवीस मिनिटे गेली. परत जोशी आत गेले. पीएसाहेब गायब.

"कुठे गेले?"

त्यांनी शिपायाला विचारले.

"मंत्रालयात."

"काय?"

"होय, तुम्हाला थांबायला सांगितलंय."

"झालं— आता हा गडी दोन तास येणार नाही!" त्यांनी बाहेरच्याच एका बाकावर बैठक मारली. इकडच्या-तिकडच्या गप्पा मारल्या. दोन तास घालवले. दुपारी ठीक दोनच्या सुमारास लाल दिव्यांच्या गाड्या आल्यावर हे उठून उभे राहिले. मंत्री न बघताच आत बंगल्यात गेले. पीएसाहेब त्यांच्या बरोबरच होते. परत ही मंडळी बसली.

शिपाई आला.

"थांबायला सांगितलंय, साहेब जेवतात."

जोशींना वाटलं की, यांनाच फक्त पोट आहे, जनतेला पोटच नाही— असा यांचा ठाम विश्वास झालाय. पण सत्तेपुढे शहाणपण चालत नाही. तासभर गेला. परत धावपळ झाली. मंत्रीसाहेब गाडीतून निघून गेले. शिपाई आला.

"तुम्हाला आत बोलावलंय."

जोशी व इतर आत गेले. जोशींनी पैसे काढले. पीएने पाहिले फक्त आणि अंदाज बांधला.

"हे घ्या साहेब—"

"नाही—नाही, मी पैशाला हात लावत नाही."

"मग?"

"आत जा."

त्यांनी त्यांना बरोबर नेलं आणि पडदा उघडून आत जायला सांगितले.

ही मंडळी आत गेली, तर आत एक नऊवारी पातळ नेसलेली ढळढळीत कुंकू लावलेली बाईमाणूस.

''या! ही घ्या तुमची ऑर्डर. पैसे ठेवा त्या टी-पॉयवर.''

जोशींनी पैसे ठेवले. पत्र घेतले. त्यावरचा शेरा पाहिला आणि बाहेर पडले. पीएकडेसुद्धा गेले नाहीत, तसेच आमदारांकडे आले.

''काय झालं कामाचं?''

''झालं.''

''बघा, अशी कामं करावी लागतात. पतसंस्थेतून कधी तरी कर्ज द्या आम्हाला अन् चार पोरं लावा तिथं आमची.''

''होय साहेब, सुरू तरी होऊ द्या.''

''होईल-होईल. आता अडचण नाही. सहकारातील अजून पहिली पायरी चढला नाही, तर घाई कशाला?''

●

ग्रामीण विकासाची स्वप्नं उराशी बाळगून सहकाराची सुरुवात केली खरी, पण पहिल्याच या अनुभवाने सर्वांना शिकवले खरे. जिल्ह्याला आले. उपनिबंधकांना पत्र दिले.

''अरे वा! फारच वशिला दिसतो! लगेच रिमार्क?''

''अहो, कसला वशिला? हा खेळ पैशाचा!''

जोशींचा धीर चेपला होता. पैसेच द्यायचे तर घाबरायचे कशाला— असा त्यांचा पक्का समज झाला.

''जोशी, एक काम करा— हे मी उद्या सगळं तयार ठेवतो, अगदी नोंदणी प्रमाणपत्रासह. पण एक अडचण आहे. त्याचं काय आहे... परवा सहनिबंधक येताहेत त्यांच्या कुटुंबासह.''

''मग?''

''त्यांची व्यवस्था करायला पाहिजे.''

''अहो साहेब, जिल्हा बँक, अर्बन बँका आहेतच; त्यांना सांगा.''

''अहो, त्यांनी सर्व व्यवस्था केली आहे.''

''मग?''

''इतरही काही अधिकारी त्यांच्याबरोबर येणार आहेत. खर्चापाण्याची व्यवस्था करायला पाहिजे.''

''काय करायचं सांगा?''

"दोन गाड्या चार दिवस पाहिजेत."

"किती दिवस?"

"चार दिवस."

"अहो, किती दिवस राहणार ते?"

"अहो, ते चार दिवस आहेत. इथं तुमच्या फाईलवर सहीही घेणार आहे."

"त्यांची सही?"

"तर!"

"का म्हणून?"

"लागते त्यांची सही."

जोशी अडखळत-अडखळत बोलले,

"साहेब, दोन गाड्या नाही, पण एका गाडीची व्यवस्था करतो."

खिशात हात घातला आणि दहा हजार रुपये त्यांच्या समोर ठेवले.

"चार दिवसांनी या आणि परवानगी घेऊन जा."

"एका सहीसाठी चार दिवस?"

"हो. आता हे साहेब आलेत, त्याचे सर्व करायचे म्हणजे, तेवढे दिवस लागतात."

"ठीक आहे."

गंगानगरमध्ये आता गंगानगर नागरी सहकारी पतसंस्थेची बऱ्यापैकी प्रसिद्धी झाली होती. त्यामुळे आता कुठे तरी कार्यालय सुरू करणे गरजेचे होते. जोशींना या बाबतीत पूर्णपणे माहिती होतीच. सहकार खाते किती भ्रष्ट आणि बदनाम आहे, याची पक्की जाणीव जोशींना होती. कारण ते त्यामध्ये काम करत होते. काही अनुभव, तर काही ऐकून माहिती होती.

●

सहकार वाढावा— कशासाठी? तर, शेतकऱ्यांच्या भल्यासाठी, शेतकऱ्यांच्या आर्थिक प्रगतीसाठी, सामान्याच्या हितासाठी! पण आता पुढारी आणि अधिकारी यांच्या आर्थिक प्रगतीसाठी, त्यांची घरे भरण्यासाठी— अशी त्याची तऱ्हा झाली आहे. त्यांच्या सात पिढ्यांची व्यवस्था व्हावी, यासाठीच सहकार खाते आहे आणि उपविधीमध्ये तशी उद्दिष्टे टाकलेलीच आहेत, असा गैरसमज पुढारी, नेते आणि कर्मचारी यांचा झालेला आहे. सहकाराशी अधिकाऱ्यांचे तरी काहीही देणे-घेणे नाही. सहकार म्हणजेच अडवा-अडवी आणि पिळवणूक करा व खिसे भरा.

पण या खात्याचा आणि सहकारविकासाचा काडीचा संबंध नाही. ज्या-ज्या द्रष्ट्या नेत्यांनी पूर्वी शेतकऱ्यांसाठी सहकार उभा केला, ते आता काळाआड गेले. त्यांची मुले व सगे-सोयरे आले आणि त्या सम्राटांनी जे काय मिळवले होते, ते मातीत घातले.

●

सहकाराच्या माध्यमातून तरीही अनेक तरुण कार्यकर्ते या ना त्या उद्देशाने पुढे येत होते व आहेत. त्यांपैकी जोशी हे एक. संस्था निर्माण करायची व चालवायचीच, हा ठाम विश्वास मनाशी बाळगून ते पुढे जात होते.

●

चार दिवसांनी जोशींनी जाऊन नोंदणी प्रमाणपत्र आणले. तात्पुरत्या घेतलेल्या कार्यालयात तत्काळ सभा लावली. फटाके फोडले. आनंदोत्सव साजरा केला. एकमेकांना हार घालून घेतले. मोठमोठी भाषणे झाली आणि कामाला सुरुवात करायची, म्हणून एक रिकामे मोठे घरच भाड्याने घेतले. घरच्या मालकाला सांगितले, ''पाच हजार भाडे आम्ही देऊ, पण पावती सात हजारांची करावी लागेल.'' इथपासून जोशींनी सहकाराचा 'श्री गणेशा' सुरू केला. जोशींनी मंजुरी सात हजारांची घेऊन ठेवली.

●

गंगानगर नागरी सहकारी पतसंस्थेच्या कामाचा धडाका सुरू झाला. प्रवर्तक मंडळ जाऊन ते 'संचालक मंडळ' म्हणून आले. बंडोपंत देशमुख— चेअरमन, व्हा. चेअरमन— किसनराव काळोखे व इतर मंडळी संचालक. त्यांमध्ये साळुंखेमहाराज, वकील, डॉक्टर, प्राध्यापक, व्यापारी, शेतकरी सर्व प्रकारचे लोक होते. कोणत्याही प्रकारे राजकारण यामध्ये आणायचे नाही, पक्षीय राजकारण करायचे नाही; पण ज्याचे-त्याने पक्षाचे राजकारण पतसंस्थेच्या बाहेर करावे, असे चर्चा करून ठरवण्यात आले.

●

फर्निचर, केबिन, मीटिंग हॉल सर्व काही करण्यात आले. ते घर एकदम टकाटक केले आणि त्याला बँकेचे स्वरूप आले. एका मीटिंगमध्ये साळुंखेमहाराजांनी विषय काढला—

''अहो जोशी, हे जे तुम्ही सगळं करताय, याला पैसा कोठून खर्च करता? कसा खर्च करता?''

''महाराज, आपल्याकडे जे आता शेअर्स गोळा होतात, त्यातून सध्या

खर्च करायचा व पुढे आपण कर्जव्यवहार करू, त्यातून मिळणाऱ्या उत्पन्नातून हा खर्च काढून परत शेअर्समध्ये टाकायचा.''

''जोशीसाहेब, यामध्ये काही अडचण?''

''नाही. आपण प्रोसिडिंगमध्ये घेतोय हे सर्व.''

पतसंस्थेचा झपाटा मोठा होता. कर्जमागणी अर्ज वाढू लागले. पैसा कमी पडू लागला. त्या प्रमाणात ठेवी कमी होत्या. कर्जव्यवहार तर वाढला पाहिजे. संचालक मंडळाच्या बैठकीत हा विषय आला व जोशींनी संचालकांना सांगितले,

''पतसंस्थेचा कारभार वाढलाय. कर्ज घेणाऱ्यांची संख्या वाढत आहे. हा आपल्यावरचा विश्वास आहे. तसेच ठेवींचे प्रमाण वाढवण्याची गरज आहे.''

''मग वाढवा. आपली कुठं त्याला हरकत आहे, जोशीसाहेब?''

एका संचालकाने पान-तंबाखू खात-खात विचारले

''तसे नव्हे, अशा ठेवी वाढवायच्या म्हणजे ठेवींचे दर वाढवण्याची गरज आहे.''

''ते कशासाठी?'' संचालकांनी विचारलं.

''अहो, ठेवींचे दर इतर बँका व पतसंस्था यांच्यापेक्षा जास्त वाढवले नाहीत, तर ठेवी गोळा होणार नाहीत. ठेवी गोळा झाल्या नाहीत, तर कर्ज कोठून देणार?''

''मग तुमचं म्हणणं काय?''

''माझं म्हणणं आहे, ठेवीचे दर वाढवू व तसे कर्जाचे वाढवू. पैसा गोळा होईल तसे कर्ज देऊ. कर्जव्यवहार वाढणार आहे. आपण तत्काळ कमी कागदपत्रांत कर्ज देत असल्यामुळे लोक आपल्याकडे कर्ज मागायला नक्की येणार. तोपर्यंत जिल्हा बँकेकडून कर्ज घेऊ.''

''त्यांच्याकडून कर्ज? असं आपल्याला कर्ज मिळतं?''

''होय, मिळतं.''

''ते कसं काय?''

''ते माझ्यावर सोपवा.''

''अरे वा! चांगलं आहे. पण त्यांचं कर्ज आपण फेडणार कसं?''

संचालकांच्या प्रश्नावर सफाईदार उत्तरे जोशी देत होते. त्यामुळे जोशी हे या प्रांतातले विद्वान आहेत, अशी सर्वांची समजूत झाली.

''आपण जिल्हा बँकेकडून घेतलेल्या कर्जाच्या व्याजदरापेक्षा तीन टक्के व्याज जादा घेऊन कर्जव्यवहार करायचा व वसुली आली की, त्यांचे कर्ज

फेडायचे.''

सर्वांनी मान्यता दिली.

गंगानगर तालुक्यातून सभासदांची संख्या वाढत होती. ठेवी वाढत होत्या, कारण इतर पतसंस्था व बँकापेक्षा ठेवींचे दर जास्त केले होते. त्यामुळे लोकांना आकर्षित करून घेण्यात पतसंस्था यशस्वी होऊ लागली.

जिल्हा बँकेत कर्जप्रकरण केले. तालुकास्तरावरील जिल्हा बँकेचे इन्स्पेक्टर यांच्याकडे कर्ज प्रस्ताव घेऊन जोशी गेले.

''या— या जोशीसाहेब. का येणे केलेत? अहो, पतसंस्था जोरात सुरू केलीत.''

''होय!''

''ठेवीचे दर एवढे केलेत की, आमच्याकडचे काही ठेवीदार तुमच्याकडे गेले; आता आमच्याकडे येतच नाहीत. मग कर्जव्यवहारही जास्त दरानं करत असालच?''

''होय! फक्त कागदपत्रं आम्ही जास्त घेत नाही. त्यामुळे तुमच्यापेक्षा आमच्याकडे जास्त लोक येऊ लागले.''

''जपून जोशीसाहेब. कर्जदार फार बेरकी असतात; हातोहात फसवतील.''

''आम्ही बघूनच देतो कर्ज.''

''नाही, ते बरोबर पण... ते जाऊ द्या. का आला होता? चहा घेणार काय?''

''चहा नको, हे कर्जाचं प्रपोजल...''

''कर्जाचं आणि आमच्याकडे?''

''हो. अहो, पैसेच पुरेनात. एखादा कोटी कॅश क्रेडिट द्या. आम्ही वरचेवर फेड करू.''

''द्या तुमचं 'प्रपोजल', मी वर पाठवतो. तुम्ही आमच्या चेअरमनना भेटा शिवापूरला जाऊन.''

''होय, भेटतो.''

●

शिवापूर जिल्हा मध्यवर्ती सहकारी बँक. संपूर्ण जिल्ह्याची आर्थिक नाडी असणारी ही बँक. या बँकेमुळे शेतकरी व सामान्य माणूस जगत होता. जोशी त्या इमारतीकडे आणि बँकेच्या बोर्डकडे बघतच उभे राहिले. एवढ्यात दोन गाड्या आल्या. शिपाई पुढे धावले. कोण दार उघडतो, कोण आपल्या साहेबांच्या

हातात नसलेली-असलेली कागदपत्रं घेतो! साहेब मोकळे होतात आणि डुलत-डुलत चालू लागतात. पांढराशुभ्र शर्ट, धोतर व कोल्हापुरी चप्पल, टोपी घातलेले साहेब डुलत-डुलत एखाद्या हत्तीसारखे बँकेच्या पायऱ्या चढून वर जातात. जणू राजा चाललाय, असं वाटतं!

लिफ्टचा दरवाजा धरून दोन शिपाई उभे. साहेब आत आणि बाकी जिन्यावरून पळत वर. जोशी हे सगळं बघत होते. डोळ्यांत साठवत होते. आपली पतसंस्था एवढी मोठी होईल का?—असा विचार त्यांच्या मनात आला. आपली संस्था ही एवढी मोठी करायची. केवढा हा रुबाब! आपणही असंच रुबाबात राहायचं. या विचारात असतानाच केव्हा जिन्यावरूनच ते एमडीसाहेबांच्या ऑफिसजवळ गेले, ते त्यांनाच कळलं नाही. शिपायाला काही तरी सांगितलं. शिपाई आत गेला, थोड्या वेळात बाहेर आला.

"साहेब, आपल्याला बोलवलंय."

जोशी चट्कन दरवाजा उघडून आत गेले.

"या— या! बसा. बोला!"

जोशी समोरच्या खुर्चीवर बसले.

"साहेब, कॅश क्रेडिट पाहिजे होते. ही फाईल."

एमडीसाहेबांनी प्रस्ताव पाहिला.

"हां— हां, तुम्ही गंगानगर पतसंस्थेचे....."

"व्यवस्थापक जोशी!"

"हां-हां, पेपरमध्ये फार वाचतोय तुमच्याबद्दल. तुमचे ठेवीचे दर अफलातून आहेत. कर्जाचे दर त्या प्रमाणात असणारच?"

"होय."

"मग परतफेड?"

"चांगली आहे साहेब."

"काय म्हणता?"

"होय."

"पाहा, नाही तर गोत्यात याल."

"नाही, व्यवस्थित आहे."

"बरं मग, कॅश क्रेडिट कशाला पाहिजे?"

"साहेब, कर्जाच्या वाटपाला पैसे कमी पडले तर..."

"हां-हां, आलं लक्षात. चेअरमनसाहेबांशी बोलून घ्यावं लागेल. जरा

थांबा, मी आलोच.''

एम. डी. बाहेर गेले. चेअरमन यांच्याकडे गेले. त्यांच्याशी चर्चा केली आणि परत आले. आपल्या ऑफिसमध्ये येऊन बसले.

''जोशी, आजच संचालकांची मीटिंग आहे. साहेबांनी हे प्रकरण घ्यायला सांगितले आहे. पण... पण त्याचं काय आहे जोशी, विनातारण तुम्हाला कर्ज द्यायचं आहे, ते कसं देणार?''

''साहेब, आमचे संचालक हमी देतील तर.......''

''या हमीवर बँक चालते का?''

''मग?''

''साहेबांना पाच द्यावे लागतील आणि मलाही...''

''म्हणजे दहा?''

''नाही, सात.''

''फार होतात साहेब. कसं 'अड्जेस्ट' करायचे हे?''

''कसं, ते तुम्हाला सांगायला पाहिजे काय?''

''बघतो.''

''नाही, तुम्ही आता सांगा; म्हणजे दुपारी संचालक मंडळात प्रकरण ठेवावं लागेल हो!''

''चालेल. मी करतो व्यवस्था.''

''तुम्ही दुपारी दोन वाजता या. संचालकांची सभा आहे. काय लागलं तर हजर राहा.''

दुपारी दोन वाजता संचालकांची सभा सुरू होण्याआधी एमडी व सर्व अधिकाऱ्यांची बैठक झाली. विषय कुठले घ्यायचे, कोणी काय बोलले-विचारले तर त्याला उत्तर काय द्यायचे, त्याबाबत चर्चा झाली. चेअरमन यांच्याकडे सर्व जण गेले.

''साहेब, विषयवार चर्चा करू या?''

''नको. काय करायचंय? आपलेच लोक आहेत.''

''साहेब, पण कोणी काय विचारलं तर?''

''विचारलं तर बघू.''

चेअरमननी एमडींची सूचनाच फेटाळली. तेवढ्यात एक संचालक आत आले.

''राम-राम! चेअरमनसाहेब!''

“राम-राम! बसा. काय घेणार?”

“घेऊ या, पण माझी चार प्रकरणं आल्यात.”

“काय हो एमडी?”

चेअरमनने एमडींना विचारले, एमडींनी व्यवस्थापकाला विचारले, व्यवस्थापकाने आपल्याला काही माहिती नाही असा चेहरा केला व सहायक व्यवस्थापकाला विचारले. त्यालाही काही माहीत नव्हते. कर्ज अधीक्षकाला बोलावले व त्याच्याबरोबर आलेल्या क्लार्कने सांगितले, “साहेब, आताच प्रकरणे आलीत!”

ते संचालक खवळले.

“आलीत ना? आता येऊ दे, नाही तर कधीही. प्रकरणं तुमच्याकडे आलीत की नाही?”

“हो!”

“मग?”

“पण ती तपासावी लागतील, छाननी करावी लागेल.”

“काय छाननी करताय? आम्ही सांगतोय ना! संचालक सांगतोय म्हणजे त्याला काय किंमत नाही?”

“पण कागदपत्रं बघायला पाहिजेतं”

“काही नाही, ती प्रकरणं मंजूर झाली पाहिजेत.”

“करू या संचालक महोदय. तेवढी ती प्रकरणे आजच्या सभेला मंजुरीला घ्या.”

“दुसरं साहेब— हे माझे कार्यकर्ते आहेत, त्यांच्याकडे तुमचे अधिकारी सारखे वसुलीला जातात; ते थांबवा. अहो, कार्यकर्ता माझा— त्याच्या जीवावर मी निवडून येतोय की.”

“अहो, पण वसुली तरी झाली पाहिजे?”

“होईल हो तो पळतो की काय कुठं? ते थांबवा. परत तेच्याकडं कोणी जाता कामा नये बघा. नाही तर मी तंगड्या तोडीन.”

“बरं बरं. एमडी. सांगा हो त्यांना वसुली थांबवा म्हणावं.”

“आणि हो— हा कार्यकर्ता... याच्यावर जप्ती आलीय, ती रद्द करा.”

“अहो, जप्ती कशी रद्द करणार?”

“का येणार नाही साहेब?”

एमडी सांगत होते, पण संचालक ऐकत नव्हते.

"चेअरमन, मग मला प्रत्येक सभेत विरोध करावा लागेल बघा."

चेअरमनचा नाइलाज झाला. त्यांनी एमडींना सूचना दिल्या आणि हे संचालक महाशय उठले. ते जातात तोपर्यंत दुसरे आले.

"साहेब, नमस्कार!"

"नमस्कार!"

"अहो, प्रत्येकाने आपली पोरं लावली नोकरीला. मी सांगितलेली पोरं लावलीत का नाही? हां?"

"काय हो एमडी?"

"त्याचं काय आहे, त्यांच्याकडून..."

"पैसे मिळाले नाहीत, असंच नव्हं? हे घ्या बघू— ऑर्डर आजच्या आज."

चेअरमन यांनी ते पैसे उचलले व एमडींना आदेश दिला—

"आजच्या आज ऑर्डर काढा."

संचालकांचे येणे-जाणे सुरू होते. अनेक प्रश्न चेअरमन आपल्या पद्धतीने मार्गी लावत होते. बँकिंग सोडून सर्व काही सुरळीत चालले होते.

एक संचालक तर आत आले, ते भलतेच संतापले होते.

"चेअरमनसाहेब, मी सांगितलेल्या बदल्या होत नाहीत आणि माझ्या विरोधात असलेल्या लोकांच्या बदल्या माझ्या ब्रँचमध्ये केल्यात; हे बरोबर नाही. त्या बदल्या रद्द करा, नाही तर मी तक्रार करणार. अहो, पैसे घेतलेत मी— ते लोक मला काय म्हणत असतील?"

"अहो, तुम्ही घेतलेत; आम्हाला काय?"

"अहो, हा घ्या तुमचा वाटा—"

त्या संचालकानं खिशातून दोन पुडकी काढली आणि एक चेअरमनला व एक एमडीला दिलं.

बँकेत येणारा प्रत्येक संचालक हा अशा प्रकारची कामे करून घेत होता व समाजसेवा करत होता. ते बँक चालवत होते. सहकार वाढवत होते. पण हा सहकाराचा बाजार मांडण्याचे काम या लोकांनीच केले. शेतकरी राजा झाला पाहिजे, आर्थिक सक्षम झाला पाहिजे, त्याच्या प्रत्येक मालाला हमी भाव मिळाला पाहिजे— हे असं! शेतकऱ्यांचे हे तारणहार जर दलाल झाले, तर शेतकऱ्यांनी पाहायचं कुणाकडं?

सहकाराचे हे स्वरूप जोशी उघड्या डोळ्यांनी पाहत होते व मनात

साठवत होते.

"जोशी, आम्ही मीटिंग करून येतो. तुम्ही माझ्या ऑफीसमध्ये बसा. आलोच आम्ही. तुम्ही तुमचे मंजुरी पत्र घेऊनच जा." एमडी जोशीला म्हणाले

जोशी उडालाच.

"काय! एवढ्या लवकर!"

"होय, नाही तर चला— आत बसा आमच्या अधिकाऱ्यांबरोबर."

"नको."

"चला हो— काही होत नाही."

जोशींना घेऊनच एमडी बोर्डाच्या मीटिंगला गेले.

चेअरमन आल्यावर सर्व संचालक, अधिकारी उठले. चेअरमन बसताच सर्व संचालक बसले. एमडींनी विषयपत्रिकेवरील विषय वाचायला सुरुवात केली.

"विषय क्रमांक एक— मागील सभेचे इतिवृत्त वाचून मंजूर करणे."

"थांबा. एमडीसाहेब, आणा इकडे ते—"

चेअरमननी एमडींना थांबवत विषयपत्रिका हातात घेतली.

"संचालकांना प्रोसिडिंग मिळाले आहे?"

"होय!"

"विषयाच्या टिपण्या?"

"होय!"

"काही शंका?"

"नाही!"

"मग सर्व विषय मंजूर. काय?"

"मंजूर!"

"शिवाय काही असेल, तर चेअरमनना सर्व अधिकार देत आहोत; त्यांनी निर्णय घ्यावेत."

एका संचालकाने एक ओळीचा सहकार-विकासाचा व शेतकऱ्यांच्या भल्याचा ठराव मांडला. बाकीचे 'मंजूर' म्हणाले.

सभा संपल्याचे अध्यक्षांनी जाहीर केले व पाचव्या मिनिटाला सभा संपली. संचालकांनी आपापली भत्ता पाकिटे घेतली.

"चेअरमनसाहेब, आज बुधवार हाय... उगीच जरा झणझणीत, फक्कड येऊ दे."

संचालकांनी तोंडातील लाळ आत ओढतच सूचना केली.

"होय—होय, तसंच आहे."

एमडींनी तत्काळ उत्तर दिलं

"आणा रे लवकर—" आणि संचालक तिथेच जेवायला बसले.

कुणाचे तरी काम करतो म्हणून त्याचीच गाडी काढून, पुढे बसून कोणी आले होते. कोणी एसटीने येऊन गाडीचे पेट्रोल भत्ते घेतले होते. कोणी बँकेच्या गाडीने येऊन भत्ते बिले घेतली होती; तर कोणी बदली करून देतो, कर्ज मंजूर करून घेतो, म्हणून तशी गिऱ्हाइकं शोधून गाड्या आणल्या होत्या. काही मिळून आले होते एकाच गाडीत, पण स्वतंत्र भत्ते बिलाची पाकिटे घेऊन खिशात टाकली होती. सभा संपली. सभा सुरू असताना बदाम, काजू, पिस्ते, ज्यूस झाला होता. पान-तंबाखू-सुपारीची तबके भरलेली होती. काहींनी त्यांतली खिशात घातली. मटणाचे जेवण आले. स्वत: जेवले, सर्व कार्यकर्त्यांना जेवण घालण्यास सांगितले आणि ढेकर देत मीटिंग संपल्याच्या समाधानानं व सहकाराचा विकास झाल्याच्या आर्विभावात सर्व जण एक-एक करून उठले, ते अधिकाऱ्यांच्या समोर जाऊन बसले. मंजुरीची पत्रके हाती घेतली व मग उठले. कारण ती पत्रके त्या-त्या लोकांना देऊन 'कमिशन' घ्यायचे होते.

काहींनी बदल्यांचे आदेश हाती घेतले, तर काहींनी नेमणुकीचे आदेश हाती घेतले. कारण ते देऊन ठरलेली रक्कम घ्यायची होती. सहकाराच्या साम्राजाचा हा 'आँखो देखा हाल' जोशी किलकिल्या नजरेने, पण पूर्ण लक्ष देऊन पाहत होते, ऐकत होते व अनुभवत होते.

'मंजूर पत्रक घेऊन आणि ठरलेली रक्कम घेवून येतो', असे सांगून जोशी गंगानगर पतसंस्थेत आले आणि त्यांच्या संचालकांना मंजुरीचे पत्रक दाखवले.

साळुंखेमहाराजांनी आयुष्यात कधीही चुकीची गोष्ट केली नव्हती. नोकरीत होते; पण लोकांची कामे करत जाणे, ग्रामविकास करत राहणे, हेच काम त्यांनी आयुष्यभर केले. कधी घर पाहिले नाही, कधी संसार पाहिला नाही. गावात सुधारणा करणे, लोकांना व्यसनमुक्त करणे. पंढरपूरला घेऊन जाऊन त्यांच्या गळ्यात माळ घालणे, सप्ताह बसवणे— अशी कामे करत-करत वेळ मिळाला की घरी येणे, हेच आयुष्यभर केले. तालुक्यातील प्रत्येक गावात त्यांना सन्मानाने बोलवत व वागवत होते. कित्येक वर्षांपासून— ते स्वत: माळकरी होते, शिवाय महिन्याच्या वारीला जात असत. असंख्य शिष्यगण, मित्र असा गोतावळा होता.

'महाराज-महाराज' करत रोज लोक काही ना काही कामासाठी त्यांच्याकडे येत होते. जेवल्याखेरीज त्यांना सोडत नव्हते. नोकरीतून 'निवृत्त' झाल्यावरसुद्धा त्या-त्या गावचा संबंध सुटला नाही. मुंबईपर्यंत सर्व मित्रमंडळी पसरलेली. मुंबईला गेले की, महिना-महिना तिकडेच राहायचे.

गंगानगर पतसंस्थेला एक स्वच्छ चारित्र्याचा व लोकोपयोगी पडणारा माणूस साळुंखेमहाराजांच्या रूपाने भेटला होता. ज्यांच्या शब्दाला मान होता, ज्यांच्या शब्दांवर लोकांचा विश्वास होता; अशा सज्जन माणसाला जोशींनी बरोबर ओळखले आणि त्यांना गाठून गंगानगर सहकारी पतसंस्थेचा संचालक होण्याची विनंती केली होती. निवृत्त झाल्यावर व लोकांच्या हितासाठी काम करावे, म्हणून त्यांनी हे पद स्वीकारले होते.

गावागावात साळुंखेमहाराज जात होते. लोकांना पटवून सांगत होते आणि सभासद करून घेत होते. कर्जदार शोधत होते. चांगल्या कर्जदाराला कर्ज देण्याची शिफारस करत होते. पण त्याला बजावून सांगायचे,

"कर्ज घेतले तर वेळेवर फेडायचे, नाही तर करशील मौजमजा; तर जप्ती आणून, जप्त करून लिलाव करायला सांगेन."

●

संस्थेचा कारभार वाढत होता. संस्थाचालक मोठमोठ्या गोष्टी करत होते. एका सभेत जोशी व्यवस्थापकांनी विषय मांडला -

"संचालक महोदय, आपली स्वतःची जागा पाहिजे. स्वतःची इमारत बांधून आता आपण तिथे ही संस्था हलवली पाहिजे."

"अहो, पण जोशीसाहेब, एवढा पैसा आणणार कोठून?"

"आहे, आपल्याकडे पैसा आहे."

"कुठला?"

"अहो संचालक महोदय, आपण काही रक्कम दर वर्षी इमारत निधी म्हणून बाजूला काढतो."

"असा किती इमारत निधी आहे?"

"आहे थोडा, शिवाय आपण खर्च नियमित पैशांतून करायचा. नाही तरी कधी तरी खर्च करावाच लागणार. फायदा थोडा कमी होईल, एवढेच."

संचालक मंडळाची मंजुरी मिळाली. जागा खरेदीचे सर्व अधिकार चेअरमन व व्यवस्थापक जोशी यांना देण्यात आले. त्याप्रमाणे त्यांनी जागा बघण्यास सुरुवात केली. एक दिवस जमिनीचा एक दलाल त्यांच्याकडे आला.

"येऊ का जोशीसाहेब?"

"या— या, बसा. आपण?"

"मी जमीन खरेदी-विक्री करतो. शेलार माझं नाव."

"असं का?"

"तुमच्या बँकेला जागा पाहिजे, असं ऐकलं होतं."

"होय!"

"किती पाहिजे? कशी पाहिजे?"

"दहा गुंठे तरी पाहिजे. रोडटच पाहिजे."

"आहे, तशीच आहे."

"दाखवा."

"आपण चेअरमनसाहेबांना भेटू. मग जाऊ या."

"चला."

चेअरमन यांच्या केबिनमध्ये येताच त्यांना सविस्तर सांगून ते दोघे बाहेर पडले.

बाजारपेठ सोडून जरा पुढे एक मोकळा प्लॉट दाखवला. तो जोशींना खूप आवडला.

"छान आहे!"

"मग करायचा व्यवहार?"

"करायचा. पण आपण जरा बसू या."

"चला."

"कुठं?"

"माझ्या ऑफीसमध्ये."

दोघे जोशींच्या कार्यालयात आले.

"बोला साहेब."

"तुम्ही बोला— काय दर आहे तुमचा?"

"आमचा दर पन्नास हजार रुपये गुंठा."

"चालेल."

"पण मला तुम्ही पाच टक्के द्यायचे."

"चालेल."

"शेलार, काय हाय त्याचं— सर्व संचालकांना खूष करावं लागतं. तेव्हा तुम्हाला आम्ही पन्नास देऊ, पण दर सांगताना पावती देताना एक लाख रुपये

गुंठा अशी करायची.''

शेलार पाहतच राहिला जोशीकडे. सहकारातील पहिला झटका तो पाहत होता, अनुभवत होता.

''ठीक आहे, तसं करू या. व्यवहार कधी करायचा?''

''उद्या.''

''चालेल.''

व्यवहार झाला. जमीन नावावर झाली. जोशींनी पाच लाखांतील एक लाख चेअरमनना दिले, एक लाख संचालकांना वाटले, बाकी स्वत:च्या खिशात घातले.

संचालक मंडळाच्या सभेत हा विषय आला. त्याला मंजुरी देताना खूप गरमा-गरम चर्चा झाली.

साळुंखेमहाराजांनी व खुद्द गंगानगरमधील एका संचालकांनी विचारले,

''अहो जोशी, हा दर कोठून काढलात? सध्या पंचवीस हजार रुपयांत एक गुंठा जमीन मिळते, आणि तुम्ही एक लाख रुपये?''

''अहो महाराज, कुठलाही वाद नसलेली एकत्र दहा गुंठे जमीन कुठं मिळते? दोन, चार, पाच गुंठे जमीन मिळते; दहा गुंठे जमीन मिळते?''

त्यावर चर्चा झाली व चेअरमननी सांगितले,

''आपण मागच्या सभेत मला व व्यवस्थापकाला अधिकार दिले होते, त्याप्रमाणे आम्ही पतसंस्थेच्या पुढील हितासाठी हा निर्णय घेतला आहे.''

मग ज्यांना पैसे दिले होते, त्यांच्याकडे जोशींनी फक्त पाहिले. लगेच—

''मान्य. पुढे घ्या मीटिंग.''

सर्व गप्प बसले. मीटिंग पुढे सुरू झाली.

इमारत बांधकामाचा विषय आला. त्या वेळी इमारतीचा आराखडा तयार करून संचालक मंडळासमोर ठेवला. तो मंजूर करताना अनेक संचालकांच्या भुवया उंचावल्या. पन्नास लाख रुपये इमारत बांधकामासाठी खर्च होणार होते. हा एवढा मोठा आकडा ते प्रथमच ऐकत होते. सामान्य कुटुंबातील हे संचालक— लाखाच्या गोष्टी कुठे ऐकणार? त्यामुळे ते विचारात पडले. त्यांची ती स्थिती व चुळबुळ पाहून जोशी व्यवस्थापकांनी आपलं कौशल्य दाखवत त्यांना समजावलं.

''संचालक महोदय, आपण सर्वांनी एक धाडसी निर्णय घेतला आहे. या भागातील सामान्यांच्या गरजा भागविण्यासाठी आपण एक मोठा चांगला

उपक्रम सुरू केला आहे. ती फक्त पतसंस्था राहणार नाही, तर भविष्यात बँक होणार आहे. त्या बँकेचे आपणच संचालक राहणार आहात. असे लाखाचे आकडे तुमच्या अंगवळणी लगेच पडणार नाहीत, पण हळूहळू पडणार. आपण जर चांगली इमारत, चांगली सेवा लोकांना देऊ शकलो नाही; तर लोक आपल्याकडे आकर्षित होणार नाहीत. आपले कार्यालय चांगले नसेल, तर लोक आकर्षित होणार नाहीत. बँक म्हणून पाहिले पाहिजे, तशी प्रगती केली पाहिजे. संकुचित दृष्टी ठेवून, घाबरून जाऊन पतसंस्था मोठी होणार नाही. मी तुम्हाला ग्वाही देतो, खात्री देतो की— माझ्यावर विश्वास ठेवा. मी लवकरच या संस्थेच्या प्रगतीचा आलेख तुम्हाला दाखवतो. संपूर्ण महाराष्ट्रात या संस्थेचे नाव झालेले तुम्ही पाहाल.''

संचालक ऐकतच राहिले. मोहिनी टाकल्याप्रमाणे त्यांनी विषय मंजूर केले. जोशींना आता कळून चुकले होते की, संचालकांना काहीही समजत नाही. त्यामुळे थोडेसे भावनात्मक भाषण केले की, त्यांना पटतं. कारण प्रत्येकाला पतसंस्था मोठी व्हावी, असे वाटत होते.

संस्थेच्या इमारत बांधकामावर व फर्निचरमध्ये जोशी, चेअरमन, व्हा. चेअरमन यांनी हात धुऊन घेतले. इमारत चांगली झाली. फर्निचर चांगले झाले. खर्च खूप झाला. इमारतीचे उद्‌घाटन जोरात झाले. मंत्री, आमदार, खासदार, इतर पुढारी असा मोठा कार्यक्रम केला. ज्याच्या-त्याच्या तोंडी जोशीसाहेबांचं नाव. त्या कार्यक्रमात जोशींनी सांगून टाकलं की, लवकरच आम्ही अनेक शाखा सुरू करतोय, म्हणून.

शाखा सुरू करण्यासाठी परवानगी लागते. उपनिबंधकांच्या परवानगीसाठी पाच-सहा प्रस्ताव दाखल केले. नेहमीप्रमाणे जोशीनी पैसे दिले. पाच शाखा मंजूर करून आणल्या आणि थाटात सुरू केल्या.

पतसंस्थेत कर्मचाऱ्यांच्या नेमणुका सुरू झाल्या. पतसंस्थेत नोकरीसाठी दर सुरू झाला. निम्मे लोक हळूहळू जोशी यांनीच भरले, बाकीच्या संचालकांनी पैसे घेऊन चार-पाच, चार-पाच भरले. साळुंखेमहाराजांनी एकही भरला नाही. एक दिवस दुधगावची काही मंडळी त्यांच्या घरी गेली. त्यांच्या पाया पडली व शेजारी उभी राहिली.

''काय रे पोरांनो, का आलात?''

''काही नाही.''

''अरे, बोला— लाजता काय?''

"अहो, आम्ही 'ग्रॅज्युएट' झालोय."

"मग?"

"तुमच्या पतसंस्थेत नोकरीला लावा."

"अरे, त्यांच्याकडे जागा नाहीत."

"कोण म्हणतं असं महाराज?"

"व्यवस्थापक सांगतात."

"अहो, त्यांनी त्यांची पोरं लावली."

"कधी?"

"अहो महाराज, आमच्याबरोबर पास झालेली पोरं आता तिथं लावली. इतरही संचालक लावतात."

"कशी काय?"

"पैसे घेऊन."

"खबरदार भडव्यांनो, असा काय भलता-सलता आरोप पतसंस्थेवर कराल तर!"

"अहो महाराज, तुम्हाला नाही माहीत—"

"मला काय माहीत नाही? सगळं माहीत आहे."

"मग हेच कसं माहीत नाही?"

"अरे, जे नाही ते कसं माहीत असणार?"

"नाही, तुम्ही चौकशी करा."

"करतो उद्याच."

दुसऱ्या दिवशी पतसंस्थेच्या नव्या इमारतीत महाराज गेले. पतसंस्थेचे कार्यालय म्हणजे बँकेचेच कार्यालय. व्यवस्थापकाची केबिन वेगळी, चेअरमनची केबिन वेगळी, व्हा. चेअरमनची केबिन वेगळी, संचालकांना बसायला वेगळी खोली, संचालक मंडळाच्या बैठकीचा वेगळा हॉल— सगळं कसं व्यवस्थित. त्यातच लाखो रुपये घालवले. साळुंखेमहाराज आले ते सरळ चेअरमनच्या केबिनमध्ये गेले. चेअरमन सकाळी एकटेच होते.

"राम राम चेअरमनसाहेब!"

"राम राम महाराज! आज लवकर?"

"यावं लागलं."

"का हो?"

"अहो, काल माझ्याकडे आमच्या गावातील पोरं आली होती."

"का हो?"

"नोकऱ्या लावा सांगायला."

"मग?"

"मी त्यांना सांगितलं, जागा नाहीत आमच्याकडं."

"बरोबर!"

"अहो, काय बरोबर? त्यांच्याच वर्गातली पोरं इथं तुम्ही लावलीत, अशी सगळीकडे बोंब हाय. आमच्या गावचं कोणच नाही. आम्हाला सांगता जागा नाहीत; मग काय हे?"

चेअरमन व एमडी दोघेही चपापले. आता काही खरं नाही! चेअरमननी हळूच व्यवस्थापकांना खूण केली. तशी—

"महाराज, चला माझ्या ऑफीसमध्ये बोलू या."

महाराज व जोशी, जोशींच्या ऑफीसमध्ये आले.

"महाराज, बसा. अरे, पाणी दे."

महाराज चहा वगैरे काही घेत नव्हते. पाणी आणले.

"तुमची किती पोरं घ्यायची?"

"चार-पाच घ्या."

"घेतो. उद्या घेऊन या."

विषय मिटला. बाकी विषय ओपन होऊन बोंबाबोंब होण्यापेक्षा चार-पाच पोरं लावली, तर कोणाच्या बापाचे काय जातं— असा हिशेब जोशींनी केला. विषय थांबला.

संचालक मंडळाच्या बैठकीत आता जोशींना आणखी शाखा सुरू करण्यासंदर्भात चर्चा घडवून आणायची होती. जे बोलणारे, विरोध करणारे संचालक होते; नेमक्या त्यांच्याच गावात शाखा प्रथम सुरू करायच्या, असे त्यांनी ठरवले.

"अहो जोशीसाहेब, शाखा सुरू करायच्या म्हणजे काय खायचं काम हाय काय?"

"खायचं नाही, पण आपला धंदा वाढला पाहिजे. ठेवी मोठ्या प्रमाणात गोळा झाल्या पाहिजेत; त्याशिवाय कर्जव्यवहार चांगला झाला पाहिजे."

"हो, पण मग या चार-पाच गावांतच का?" एका संचालकानं प्रश्न विचारला.

"अहो, प्रथम या चार-पाच गावांत सुरू करू आणि मग तुमच्या गावांत."

"तुमच्या-आमच्या गावाचा प्रश्न नाही जोशीसाहेब... अहो, आता तुम्ही सुचवलेली ती गावं लहान आहेत. तिथं बाजारपेठा नाहीत आणि आमची गावं मोठी आहेत, तिथं बाजारपेठ आहे. मग असं का?"

"अहो, तुमच्या पण गावात सुरू करू या."

जोशींनी तुकडाच पाडला. सर्वच खूश झाले.

"पण हे जोशीसाहेब करणार कसे? आपल्याकडे एवढे पैसे खर्चाला आहेत काय?"

"त्याची काळजी करू नका."

"काळजी नाही, भीती वाटते."

"अहो, मी करतो सगळं साहेब, चिंता नको. आणि एकदम थोडेच करायचं आहे आपल्याला? जसजसे पैसे उपलब्ध होतील तसतशी व्यवस्था करू."

प्रत्येक संचालक मग आपल्या भागात शाखा उघडण्यासाठी जागा बघू लागला. उद्देश हाच की— जागा बघताना काय मिळते का, फर्निचर करताना काय मिळवायचं... आपली केबिन करायची आणि तिथेच मग खाणं-पिणं आणि राजकारण.

महाराष्ट्रात हे एक मोठं पीकच आलं आहे. कोणीही उठतो आणि पतसंस्था नोंदणी करतो. प्रत्येक राजकर्त्याने पतसंस्था नोंदणी केली आहे. त्यामुळे सहकार खात्याचे उखळच पांढरे झाले. पतसंस्था नोंदणी करायची... शेअर्स, ठेवी गोळा करायच्या आणि प्रथम अत्यंत चांगले वातानुकूलित कार्यालय तयार करायचं. स्वत:ची केबिन, बैठक हॉल आणि मग शाखा... मग हा राजासारखा रोज येणार आणि तिथूनच सर्व कारभार चालवणार.

मर्जीतले सर्व संचालक असल्याने चेअरमन जे-जे करेल, त्याला मान्यता देतात. कोणत्याही बाबतीत चेअरमनला जाब विचारायची हिंमत होत नाही कुणाची, कारण त्यांना संचालक म्हणून घेतलेले असते. काढले, तर कोणीही विचारणार नाही. त्यामुळे पैसे प्रथम चेअरमन अन्य मार्गाने काढतो. नंतर त्याच पतसंस्थेच्या कार्यालयातून स्वत:चा संसार चालवतो, राजकारण चालवतो; फक्त पतसंस्था चालवत नाही.

एका-एका खेडेगावात सात ते दहा पतसंस्था. त्याही तीन ते चार हजार लोकवस्तीच्या गावात! सहकार खात्याची विशेष बाब व खास बाब या गोंडस नावाखाली राजकारण्यांची आणि सहकार खात्यातील अधिकाऱ्यांची 'खाज' त्यामुळे भागली. कोणीही, कशाचाही विचार केला नाही. हे गाव, या गावात

किती पतसंस्था चालतील, किती मंजूर कराव्यात; काही नाही. न अभ्यास करता, न सर्व्हे करता, ना 'मास्टर प्लॅन' बनवता सहकार खात्याने हा जबरदस्त सहकार वाढवला.

गंगानगर पतसंस्थेचे ऑडिट दर वर्षी होत होते. पूर्वी शासनाचा ऑडिटर असायचा. त्यांचे नेमणुकीचे पत्र पतसंस्थेत आले की, जोशी त्यांना 'कॉन्टॅक्ट' करून प्रथम 'मॅनेज' करायचा. 'मॅनेज' हा शब्द सध्या अत्यंत जिव्हाळ्याचा, कामाचा, परिचयाचा व सर्वांना उपयुक्त असा आहे. त्यामुळे हा शब्द घेऊनच जोशी सर्वत्र फिरायचे. काही काही वेळा जोशी ठरावीकच ऑडिटरची नेमणूक करून घेण्यासाठी सहकार खात्यातील संबंधित अधिकारीच 'मॅनेज' करत असत. मग ऑडिटर आले की, बडदास्त! राहण्याची, खाण्याची, पिण्याची व इतर सर्व व्यवस्था जोशी जातीनं पाहत होते. फिरतीला एसी कार, संध्याकाळी पार्ट्या, एक दिवस शॉपिंग, एक-दोन दिवस ऑडिट. त्याच्या सर्व कुटुंबाची ते म्हणतील तेथे सहल. हे सगळं अगदी व्यवस्थितपणे जोशी पार पाडत होते. जाताना एक भला मोठा पैशाचा लखोटा... मग तो ऑडिटर पतसंस्थेस 'अ' वर्गात पास करूनच जायचा.

सहकार खात्याचे अधिकारी असोत अगर मंत्री— त्यांना जोशींनी वारंवार 'मॅनेज' केले. त्यांना दिलेल्या रकमेचा परस्पर कोणत्या तरी कर्मचारी अगर हयात नसलेल्या माणसाच्या नावाने कर्जरोखा करायचा आणि पैसे काढायचे व कर्जमंजुरीच्या यादीत ते घुसडायचे. हे सातत्याने चालू होते. एखाद्याला मोठे कर्ज द्यायचे असो अगर अडचणीचा ठराव असो— ते प्रोसिडिंगमध्ये घुसडायचे आणि पुढील वेळी प्रोसिडिंग वाचताना तो ठराव व ती कर्ज प्रकरणे वगळूनच वाचण्याची दक्षता घेत होते.

जोशी यांनी हळूहळू पतसंस्थेवर आपल्या नात्या-गोत्याची सर्व माणसे कर्मचारी म्हणून भरली होती, याची कल्पना इतर संचालकांना येत नव्हती. संचालकाचा एखादा माणूस कर्मचारी म्हणून नेमायचा. आपल्या नात्या-गोत्याच्या लोकांना कर्ज देण्याचाही झपाटा त्याने लावला होता. पण याची कल्पना येत नसे. कारण कर्ज मागणीची भली मोठी यादी असायची. संचालक जोशींना विचारायचे,

"सर्व बरोबर आहे ना?"

जोशी 'होय' म्हणून सांगत असत.

"तारण वैगेरे नेमात बसते ना?"

"होय, त्याची काळजी नसावी." असे जोशी सांगत. अशी कर्जे मंजूर होत होती.

●

शिवापूर जिल्हा मध्यवर्ती सहकारी बँकेची निवडणूक जाहीर झाली. जिल्ह्यांमध्ये नेहमी दोन पॅनेल होत होती; या वेळीही होणार. जिल्हा मध्यवर्ती बँकेने अनेक ठिकाणी चुकीची कर्जे दिली होती. अनेक सहकारी साखर कारखाने व सूतगिरण्यांना कर्जे दिली होती. ते सर्व पुढारी होते. या बँकेचे संचालक आमदार, खासदार व मंत्रीही होते. प्रत्येक संचालकाचा कारखाना अगर सूतगिरणी होतीच होती. कोट्यवधी रुपयांचे कर्ज घेतले होते, परतफेड नव्हती. वसुली थकली होती. त्यामुळे बँक अडचणीत येत होती. निवडणुकीत हाच मुद्दा विरोधक करणार होते. सहकारी संस्थांकडून मतदारांच्या नावाचे ठराव मागवण्यात आले. प्रत्येक संचालकाने जोरदार 'फिल्डिंग' लावून आपल्या माणसांचे ठराव कसे येतील, याकडे लक्ष दिले. त्यासाठी गाड्या, माणसे पाठवली. संचालकांनी बँकेचा सर्व स्टाफ त्यासाठी राबविला. सत्तारूढ गटाने हे काम अतिजलद केले, कारण ते त्यामध्ये तरबेज होते.

कोणतीही सहकारातील निवडणूक ही इतर निवडणुकीसारखी नसते. त्यासाठी मतदारांचे ठराव महत्त्वाचे असतात. त्यामध्ये बाजी मारेल, तो जिंकतो. विरोधक तिथेच कमी पडतात.

पतसंस्थेच्या गटातून निवडणुकीसाठी इच्छुक असणारे एक संचालक जोशींकडे गेले.

"जोशीसाहेब, तुमचा ठराव?"

"देणार की!"

"मग द्या ना?"

"अहो, मीटिंग लावलीय परवा."

"अहो, परवाची तारीख टाकून द्या; कोण विचारतो?"

"असं चालतं?"

"अहो, काहीही चालतं. सत्ता आमची हाय."

"बरं, मग थांबा. जरा चेअरमनना फोन लावून कुणाचं नावं घ्यायचे, ते विचारतो." जोशीनी फोन लावला.

"बरं-बरं साहेब." म्हणून फोन ठेवला.

जोशींनी लगेच ठराव टाईप केला. त्यामध्ये चेअरमन यांचंच नाव टाकलं

आणि लखोटा संचालकांच्या हातात देण्यापूर्वी संचालकांना त्यांनी आठवण करून दिली.

"साहेब, मत तुम्हालाच; पण आमच्याकडे बघा."

"हो-हो, जरूर."

प्रत्येक मतदारसंघात लोक फिरत होते. ठराव गोळा करत होते. काही ठिकाणी संघर्ष होत होता. ठराव जात होते.

गंगानगर पतसंस्थेच्या संचालक मंडळाच्या बैठकीत ठराव करण्याची वेळ आली, त्या वेळी मग चेअरमननी स्वत: इच्छुक असल्याचं सांगताच एक संचालक उठले.

"अहो चेअरमनसाहेब— अहो, चेअरमन तुम्ही आणि हे बी तुम्हालाच? अहो, अशी बारीक-सारीक संधी आम्हाला द्या. माझं नाव टाका."

"त्याचं काय, माझी आता इच्छा हाय या वेळी. पुढच्या वेळी तुम्हाला नक्की संधी देतो." चेअरमन यांच्या या बोलण्यावरून बरीच चर्चा झाली आणि मग ठराव मंजूर झाला.

जिल्हा बँकेची निवडणूक म्हणजे पैशाचा पाऊसच. सर्व रथी-महारथी निवडणुकीच्या रिंगणात होते. आमदार, खासदार, मंत्री, काही साखर कारखान्यांचे चेअरमन, काही जुने आमदार, खासदार, काही पक्षांचे अध्यक्ष; त्यामुळे ही निवडणूक साधी नव्हती, तर प्रतिष्ठेची होत होती.

सहकाराचा मुख्य उद्देश विसरलेली ही चळवळ... राजकारणाचे आणि पैसे मिळवण्याचे जिथं-तिथं अड्डे झाले होते. एकदा निवडून आलात की, पाच वर्षे घातलेले पैसे कसे काढायचे व पुढील तरतूद कशी करायची, हेच प्रत्येक संचालकाच्या डोक्यात असते. सहकारातच नाही, तर एकूण सर्व क्षेत्रांतच ही पद्धत सुरू झाली आहे. सहकारातून ग्रामीण विकास, सहकारातून शेतकऱ्यांची आर्थिक उन्नती, सहकारातून शेतीची प्रगती आणि सहकारातून समृद्धी व समृद्ध भारताची निर्मिती हा विषयच बाजूला पडला आहे.

पतसंस्था, सहकारी बँकांमध्ये व इतर सहकारी संस्थांमध्ये स्वार्थासाठी आणि स्वत:चे राजकारण चालवायचे यासाठीच जायचे. कार्यकर्ते उभे करण्याच्या नावाखाली बँक आडवी करायची. वसुली झाली नाही तरी चालेल, बँक तोट्यात गेली तरी चालेल; पण वसुली करायची नाही, जप्ती करायची नाही. सांगेल त्याला व सांगेल तेवढे कर्ज विनातारण, विनाकारण द्यायचे— हेच संचालकांचे उद्दिष्ट व कर्तव्य. जे-ते निवडून गेल्यावर योग्य रीतीने न चुकता पार

पाडतात.

'सहकार म्हणजेच राजकारण' हेच समीकरण काहींच्या डोक्यात बसले आहे. सहकार हा राजकारणाचा पाया आहे. तो भक्कम असला पाहिजे. सहकार म्हणजे आर्थिक ओघ समजला जातो. त्यामुळे निवडून येण्याची स्पर्धा असते.

शिवापूर जिल्हा मध्यवर्ती बँकेची निवडणूक दर वेळेप्रमाणे सर्व अर्थाने चांगलीच गाजली. स्थानिक पेपरमधून एकमेकांवर व एकमेकांच्या संस्थांवरची चिखलफेक आणि उणीदुणी वाचून वाचकांचे मनोरंजन झाले. सहकारात काय चाललं आहे, त्याचे ज्ञान यातून सामान्य माणसाला मिळाले. पण गेंड्याच्या कातडीच्या राजकारण्यांना त्याचे काहीच नव्हते. निवडून येण्यासाठी ते काहीही करायला तयार होतात. एका महाशयांनी तर एकशे दहा मतदारांपैकी ऐंशी मतदार परदेशी नेले होते. प्रचंड खर्च केला. मतदारांचा दर लाखापासून दहा लाखांपर्यंत. मतदार एसी गाडीतून भारताच्या कोना-कोपऱ्यातील तीर्थस्थळे पाहत एक महिनाभर फिरत होते. जेवणावळी उठत होत्या. यासाठी साखर कारखान्यांच्या, पतसंस्थांच्या, खासगी व अनेक संस्थांच्या गाड्या फिरत होत्या. कोट्यवधी रुपयांचा चुराडा करून निवडून यायचे आणि तेवढेच पैसे कसे काढायचे— यातच पाच वर्षे काढायची.

पांढरपेशा लोकांनी सहकार बदनाम केला. शहरातील लोकांवर राज्यकर्ते टीका करतात. 'त्यांना ग्रामीण भागाचा विकास पाहवत नाही, शेतकऱ्यांचे हित पाहवत नाही', म्हणून ओरड करणाऱ्या ग्रामीण पुढाऱ्यांनी व सहकारमहर्षींनी आपण काय करतो याकडे लक्ष द्यावे. आपल्या बुडाखाली किती अंधार आहे, याचा विचार कोणी करत नाही. शेतकऱ्यांच्या नावावर चैन करणाऱ्या आणि राजकारण व सहकार यांच्या माध्यमातून त्यांची लूट करणाऱ्यांनीच शेतकऱ्यांचे नुकसान जास्त केलेय. सहकार बदनाम केला नव्हे, तर संपवलाच आहे तो स्वार्थी पुढाऱ्यांनी; शहरातील पांढरपेशांनी नव्हे.

पूर्वी ज्यांनी सहकार सुरू केला, त्यांनी राजकारण केलं नाही; सहकार सुरू झाला तो गरजेतून. शेतकऱ्यांसाठी सहकाराचा जन्म झाला आणि आपुलकीतून तो रुजला. त्यागातून तो वाढला. पण वाढल्यानंतर त्याची फळे जशी गोड लागायला लागली तसे मूळ उद्देशावरच स्वार्थी लोक घाव घालू लागले. एखादा वृक्ष फोफावला, वाढला, वटवृक्ष झाला; तर त्याची असंख्य फळे असंख्य लोक चाखू शकतात किंवा अनेक श्रांत पथिक या वृक्षाच्या पसाऱ्यामध्ये स्वतःला संपन्न करू शकतात. पण तो वाढण्यापूर्वीच त्याचा नाश करणारी

माणसं या सहकारात फार झाली आहेत. तसंच झालंय. दुसरे असे की, सहकाराची जंगले होत आहेत. त्या सहकाराच्या वृक्षावर काटेरी वेली इतक्या माजल्या आहेत की, वृक्षच दिसत नाही, अशी सहकाराची दशा झाली आहे. ज्या सहकारामुळे ग्रामीण अर्थव्यवस्थेला एक चांगली दिशा देण्याचा जुन्या नेत्यांनी प्रयत्न केला होता, त्याची अशी दशा होईल याची कल्पनासुद्धा त्यांनी कधी केली नसेल.

जेव्हा बँकेची निवडणूक झाली; तेव्हा सर्व उपाय करून म्हणजे साम-दाम, दंड-भेद व लाच या सर्व मार्गांनी सत्तारूढ पार्टी निवडून आली. गंगानगर सहकारी पतसंस्थेचे जोशी ही निवडणूक चांगली अनुभवत होते. त्यांनीही मतासाठी पैसे घेतले. चेअरमनला त्यातले निम्मे दिले व आपण निम्मे घेतले होते.

आता गंगानगर पतसंस्थेचा विस्तार वाढत होता. त्यांच्या ठेवी वाढत होत्या, कर्जव्यवहार वाढत होता, कर्मचारी वाढत होते. चेअरमन व काही संचालकही व्यवस्थापकाच्या 'हो' ला 'हो' म्हणत होते. जोशी यांनी संस्थेचा पूर्ण ताबा घेतला होता. संचालक मंडळाला काय पाहिजे, ते सर्व ते करत होते. फक्त अपवाद होते साळुंखेमहाराज. त्यांनी ना कधी पतसंस्थेचा चहा घेतला, ना कधी कर्ज घेतले, ना कुठल्या कर्मचारी नोकरीला लावताना पैसे घेतले. कर्जासाठी जे-जे यायचे, त्यांना सुनावत असत व पैसे फेडण्याबाबत बजावून कर्ज देत असत. जोशींना सांगत की, बघा— तुमच्या नियमाप्रमाणे कर्ज द्या.

साळुंखेमहाराज एकोणीसशे बेचाळीसच्या चळवळीतील स्वातंत्र्यसैनिक होते. त्यांना इंग्रजांनी तुरुंगातही टाकले होते. त्यामुळे देशासाठी लढलेले ते एक स्वातंत्र्यसैनिक होते. वारकरी सांप्रदायात झोकून घेतलेले, पंढरीच्या विठ्ठलाचे परमभक्त. शेती हा व्यवसाय सांभाळून मर्यादित गरजा भागवत. पैसा नसेल तर थांबायचं. मुलांना कर्ज काढून शिकवले, मोठे केले. ते स्वत:च्या पायावर उभे राहिले. पण कोणाकडून एक पैसा कधी मागितला नाही; दिला तरी घेतला नाही.

एकदा साळुंखेमहाराज घरी बसले होते. मोठा मुलगा आला व उभा राहिला. "का हो, का आलात?"

"कर्ज पाहिजे होतं."

"कशाला?"

"जरा धंदा वाढवायचा म्हणतो."

"वाढवा की!"

"पण कर्ज?"

"काढा व फेडा; त्याला माझी परवानगी कशाला?"

"तुमच्या पतसंस्थेतून......"

"नाही मिळणार. मी शिफारस करणार नाही. मी माझ्या मुलासाठी कोणाकडे जाणार नाही."

"पण मग प्रगती कशी होणार आमची?"

"ते तुम्ही बघा. माझं काम मी केलंय; आता पुढची प्रगती तुमची तुम्ही स्वत:च्या हिंमतीवर करायची. माझ्या कुबड्या वापरायच्या नाहीत."

रागा-रागाने मुलगा दुसऱ्या संचालकाकडे गेला.

आता महाराजांचा मुलगा म्हटल्यावर जोशींनी लगेच कर्ज मंजूर केले. महाराजांना कळल्यावर त्यांनी जोशींना चांगलेच सुनावले.

"जोशी, कर्ज तुम्ही दिले आहे; तुम्ही वसूल करायचे."

असा हा माणूस सहकारात टिकणारा नव्हता. पण जास्त विरोध करायचा नाही, झेपेल तेवढे करायचे— व चांगलं करायचं या उद्देशानं ते संस्थेत राहिले.

जोशींना गंगानगर पतसंस्थेच्या कारभाराचा विस्तार संपूर्ण महाराष्ट्रात करायचा होता. त्यांच्या डोक्यात तो विषय बरेच दिवस घोळत होता आणि एक दिवस त्यांनी संचालक मंडळात तो विषय आणला.

"संचालक महोदय—" जोशी बोलत होते.

"आपली संस्था आता मोठी होत चालली आहे. संस्थेचा विस्तार फक्त आपल्या जिल्ह्यात न होता राज्यात व्हावा, अशी बऱ्याच लोकांची मागणी आहे. पुणे, मुंबई, तसेच कोकणात व पश्चिम महाराष्ट्रात शाखा काढाव्यात आणि आपल्या उपविधीमध्ये तशी दुरुस्ती करून सहकार खात्याकडे पाठवावी. मंजुरी आली की, आपण विचार करू."

"पण जोशीसाहेब, हे पुण्या-मुंबईचे लोक आपल्याला करू देतील का काम? आणि हे आपणास झेपेल काय?"

संचालकांनी शंका विचारली. त्यावर जोशींचं उत्तर ठरलेलं होतं.

"महोदय, मी आहे ना! तुम्ही विश्वास ठेवा माझ्यावर. कितीही शाखा होवोत, कुठेही असोत; मी समर्थपणे पाहीन."

"बघा, नाही तर घोळ होईल."

"नाही व्हायचा. तुम्ही काळजी करू नका. फक्त 'हो' म्हणा."

“अहो, आम्ही ‘हो’च म्हणतोय!”

सर्व जण हसायला लागले.

जोशींचं काम सुरू झालं. उपविधीत दुरुस्त्या केल्या, त्यामध्ये शाखेच्या व्यवस्थापकाला एक लाख रुपये मंजुरीचे अधिकार, स्वत:ला पाच लाख मंजुरीचे अधिकार, चेअरमनना दहा लाख रुपयांचे मंजुरीचे अधिकार; तसेच कार्यक्षेत्र संपूर्ण महाराष्ट्र इत्यादी सुधारणा करून उपविधी मंजुरीसाठी उपनिबंधकांकडे पाठवले.

जोशींना सर्व काही माहीत असल्यामुळे वरपासून खालपर्यंत सर्वच ‘मॅनेज’. महिन्याभरात मंजुरी आली. सर्व वर्तमानपत्रांत गंगानगर पतसंस्थेचीच बातमी व जाहिराती. सर्वांच्या तोंडी गंगानगर पतसंस्थेचे कौतुकच.

जोशींना आमदारांनी बोलावून घेतले.

“काय जोशीसाहेब, विसरलात वाटतं? अहो, आम्ही तुम्हाला पतसंस्था मिळवून दिली; आता कैक वर्षे झाली. कधी तरी आमची आठवण काढायची?”

“साहेब, बोलावतो ना. सांगा कधीही. अहो, तुमचीच संस्था आहे; काही सांगा. मध्यंतरी तुम्ही सांगितलेली पोरं लावली, काही कर्ज प्रकरणं केली.”

“बरं-बरं, हे आमचे मित्र गोजगे. यांना हॉटेलसाठी कर्ज पाहिजे.”

“किती?”

“किती हो गोजगे?”

“तीन कोटी साहेब.”

जोशी चक्रावलाच. पण काय करणार?

“बघतो साहेब.”

“बघतो नाही, करायचं. हा आमचा कार्यकर्ता आहे. तारण-फिरण काही मागू नका.”

“पाहतो साहेब, पाठवा त्यांना.”

जोशी बाहेर आले. तीन कोटीचे दहा टक्क्याने तीस लाख. जोशींची बुद्धी दुप्पट वेगाने काम करू लागली.

दुसऱ्या दिवशी गोजगे आले, ते सरळ जोशीच्या ऑफीसमध्येच.

“या - या गोजगेसाहेब.”

“नमस्कार.”

“बसा. एऽऽ चहा आण रे! पाणी दे.”

“हा प्रोजेक्ट रिपोर्ट हॉटेलचा.”

“आता काय बघायचा? कर्ज द्यायचेच म्हटल्यावर बघायचे काय, गोजगेसाहेब!”

“तसं नाही जोशीसाहेब, नजरेखालून घाला.”

“अहो, काय घालायचे? हा कागद घ्या— यामध्ये इतर काय काय कागदपत्रे लागणार आहेत, त्याची यादी आहे. त्याप्रमाणे कर्ज प्रस्ताव तयार करून आणा. आणि हो, हा कर्ज मागणी अर्ज घ्या.”

गोजगेंनी चहा घेतला, कागदपत्रे घेतली आणि उठायला लागले. तसे जोशीसाहेबांनी त्यांना बसवले.

“गोजगेसाहेब, प्रथमच सगळे सांगितलेले बरे, म्हणून सांगतो. राग मानू नका, पण गरजेचे आहे.”

“सांगा जोशीसाहेब, बिनधास्त सांगा—”

“दहा टक्के द्यावे लागतील.”

“याची कल्पना आहे मला जोशीसाहेब.”

“तसे नव्हे, प्रथमच बोलणी केली तर ते चांगले. कारण सर्व संचालकांना द्यावे लागणार आहेत.”

“द्या. कोणालाही द्या, पण कर्ज मंजूर करा. कर्जाच्या पहिल्या उचलीच्या हप्त्याच्या वेळीच सर्व पैसे घ्या.”

“चालेल.”

...आणि जोशींनी आनंदाचा सुस्कारा सोडला.

शिवापूर, सातारा, कोल्हापूर, पुणे, मुंबई व सर्व कोकणात तालुक्याच्या ठिकाणी; तसेच सोलापूर, नाशिक यांसारख्या ठिकाणीही गंगानगर पतसंस्थेच्या शाखांचे प्रस्ताव आले. संस्थेने ते मान्य केले आणि गंगानगर नागरी सहकारी पतसंस्थेच्या आणखी शाखा सुरू झाल्या. जवळजवळ शंभर शाखा सुरू झाल्या. मुंबईतच सात शाखा काढल्या. प्रचंड खर्च आणि कर्मचाऱ्यांचा पगार यामध्ये खर्चाचा मेळ बसेनासा झाला. पण जोशीच्या कर्तबगारीवर ताळेबंद व नफा-तोटा पत्रके चांगली येऊ लागली. महाराष्ट्रात नाव झाले. अत्यंत मोठी पतसंस्था म्हणून ती नावारूपाला आली.

जोशींच्या सांगण्यावरून व मताप्रमाणे संचालक मंडळ येऊ लागले, जाऊ लागले. कोणी जास्त बोलला, तर पुढच्या वेळी त्याला वगळायचा व आपला नातेवाईक घ्यायचा— अशा पद्धतीने आता तीन-चतुर्थांश संचालक हे जोशींचे होते. साळुंखेमहाराजांना मात्र काढू शकत नव्हते. असे काही नेमकेच

संचालक शिल्लक होते.

वाढत्या कारभारामुळे पैशाची चणचण भासू लागली. जोशींनी परत जिल्हा बँकेचा दरवाजा ठोठावला. जिल्हा बँकेच्या एमडीसाहेबांकडे गेले.

"साहेब, येऊ काय?"

"अरे जोशी! बऱ्याच दिवसांनी?"

"तुमची निवडणूक होती. साहेब, तुम्ही सांगाल तशी आम्ही मतांची फिल्डिंग लावली होती."

"बरं झालं हो जोशी, हीच मंडळी निवडून आली; नाही तर काही खरं नव्हतं!"

"का हो साहेब?"

"अहो जोशी, हे सहकार आहे. इथं काय शिजतं आणि काय खातो, हे या कानाचं त्या कानाला कळता कामा नाही. पण आज-काल फार वाईट परिस्थिती झाली आहे. संचालक काहीही करायला सांगतात. सर्व काही आपण करतो आणि शेवटी उत्तरंही आपल्यालाच द्यावी लागतात."

"पण संचालक मंडळाची जबाबदारी असतेच ना?"

"आहे हो, पण कोणाला जबाबदार धरायचं? संचालकांना? हे सर्व बेजबाबदार लोक. यांना काहीही देणं-घेणं नाही. त्याचा स्वार्थ साधला, त्यांच्या मताप्रमाणे झाले; विषय संपला. कशावर चर्चा नाही, काही अभ्यास नाही अन् काही समजत नाही. सांगायला गेलं तर टांगायला जातात; आम्हाला सहकार शिकवू नका म्हणतात! काय बोलायचं? अहो, आता नाबार्ड, आरबीआय आणि माहितीचा अधिकारवाले जागे झालेत."

"खरं आहे साहेब."

"जोशी, तुम्हीही सांभाळून. तुमचा आता मोठा कारभार झालाय."

"होय, पण आमचे संचालक विरोध करत नाहीत."

"अहो, विरोधच करावा; म्हणजे आपण चांगला कारभार करू शकतो. पण विरोध चांगल्यासाठी असावा. काही काही उगीचच आपलं काम व्हावं त्यासाठी 'ब्लॅकमेलिंग' करतात. बेकायदा किती करायचं, त्यालाही प्रमाण आहे की नाही? अहो जोशी, या जिल्हा बँकेत काय-काय चालतं, हे जर तुम्हाला सांगितलं, तर तुम्ही म्हणाल......."

"मी काहीही म्हणणार नाही; शेवटी हा सहकार आहे!"

"अहो जोशी, तुम्ही अजून रुळला नाही वाटतं?"

"रुळलो आहे साहेब, पण इतका नाही."

"काही नाही हो, भीती वाटते. सालं, कधी तरी आम्हाला फाशी लागायची!"

"अहो, एवढी मोठी धेंडं आहेत. एम्डीसाहेब, कशाला भीती? अगोदर ते, मग नंतर तुम्ही."

"अहो जोशी, तुम्हाला म्हणून सांगतो— कुठल्याही कर्मचाऱ्याला काम सांगितले की तो उठतो, संचालकाकडे जातो. संचालक आमच्यावर घसरतो."

"घसरतो म्हणजे?"

"अहो, अंगावर येतो जोशी. माझा कार्यकर्ता आहे, त्याला बोलायचं नाही."

"म्हणजे हो?"

"जोशी, जवळजवळ दोनशे कर्मचारी व अधिकारी मस्टरवर आहेत, पण कामावर नाहीत."

"कायऽऽ" जोशी उडालाच.

"होय. कार्यकर्ते म्हणून पक्षाचे काम करतात. संचालकांची परस्पर कामे करतात. त्यांचे तेच स्वयंघोषित पीए. कोण ग्रामपंचायत सदस्य, तर कोण सरपंच, कोण पंचायत समितीचे सदस्य, तर काही जि. प. सदस्य..."

"काय म्हणता काय, एम्डीसाहेब!"

"अहो, एक-दोन उपमहापौर व नगराध्यक्ष आहेत; बोला?"

"फारच मोठं काम आहे बाबा सहकारात."

"हे काहीच नाही. अहो, एकच कर्मचारी तीन-तीन ठिकाणी काम करतो, असे दाखवून तीन पगार काढले जातात व दोन पगार तिथले संचालक घेतात अन् एक पगार कर्मचाऱ्याला."

"हा तर स्वाहाकार!"

"स्वाहाकार? अहो, खूप उदाहरणं आहेत, म्हणूनच भीती वाटते."

"काही नाही साहेब, बुडालो तर यांना घेऊनच बुडायचे."

"अहो जोशी, हे गडगंज झालेत; आपले काय?"

"एमडीसाहेब, तुम्हीसुद्धा आता तसेच व्हा."

"चांगला सल्ला दिलात जोशी. बरं, का आला होतात?"

"साहेब, जरा पैशाची गरज होती. कॅश क्रेडिट वाढवून पाहिजे. व्यवहार वाढलेत, कर्जात पैसा भरपूर गेला आहे; अडकला आहे. वसुली आहे, पण आता नव्या शाखा सुरू केल्या आहेत. जरा पैसा कमी पडणार."

"किती वाढवून पाहिजे?"

"दहा कोटींपर्यंत."

"द्या कागदपत्रे पाठवून, देतो करून."

"साहेब, तुमचे..."

"आमचे काही नाही, नेहमीप्रमाणेच."

"बरं, काही हरकत नाही. साहेब, एक विचारू काय?"

"विचारा!"

"अहो, माझ्यामागे दोन-तीन साखर कारखानदार लागलेत— कर्जासाठी सहभाग घ्या म्हणतात. काय हो ते?"

" 'कन्सोरियम' म्हणतात. म्हणजे सात-आठ बँका मिळून एका साखर कारखान्याला 'फायनान्स' करतात."

"पण त्याला गॅरंटी?"

"सरकार देते."

"सरकार देते का?"

"हो. सरकार कोणालाही गॅरंटी देते. त्याला हमी म्हणतात. सरकार हमी असल्यामुळे लोक बिनधास्त कर्जे देतात."

"पण कर्जे नाही फिटली, तर?"

"सरकारची हमी आहेच; पण मिळेल याची गॅरंटी नाही."

"का?"

"अहो, सरकारचीच 'गॅरंटी'! नाही तर तुमच्या कर्जाच्या गॅरंटीचे काय घेऊन बसलात? आणि सचिवसाहेब आहेतच खो घालायला."

"असं आहे होय!"

"बघा, अडकाल कारखान्यात!"

"नाही तसा अडकणार; पाहूनच करणार सगळं."

एम्.डी. साहेबांचा निरोप घेऊन व सहकारातील अगाध ज्ञान घेऊन जोशी बाहेर पडले. आपण करतो, तेच लोक करतात; त्यापेक्षाही पुढे आहेत, हे ऐकून त्यांना बरे वाटले.

चार दिवसांनी वाढीव कॅश क्रेडिटचे प्रकरण पाठवून दिले. त्याबरोबर ठरलेली रक्कम पाठवली. प्रकरण मंजूर होऊन आले.

जोशी एकदम जोरात होते. कारभार वाढला, पैसा आला व वाढतच चालला. इज्जत वाढली, लायकी वाढली, नाव झालं. रोज नवी-नवी प्रकरणे

होत होती. कर्जे वाढत होती. ठेवी वाढत होत्या. इतरांपेक्षा ठेवीचे दर भरमसाट होते. बऱ्याच लोकांनी त्यांना सांगितले. पण त्याचे एकच उत्तर— "अहो, ठेवीबरोबर कर्जाचे दरही वाढवतोच आपण."

"अहो, जादा कर्जाचे दर हे घातकच."

"परतफेड झाली नाही; तर जप्ती करू, लिलाव करू." असे उत्तर देऊन जोशी रिकामे व्हायचे.

●

गंगानगर सहकारी साखर कारखान्याचे चेअरमन बाबूराव पाटील यांनी एकदा जोशींना बोलवले. जोशी त्यांच्या कार्यालयात गेले.

"या-या जोशीसाहेब, बसा."

चेअरमननी जोशींचे स्वागत केलं.

"नमस्कार साहेब! का बोलावलंत?"

"काय आहे जोशीसाहेब, तुमची पतसंस्था एकदम झकास चालली आहे. त्याचे श्रेय तुम्हालाच. अहो— शंभर शाखा, शेकडो कोटींचा व्यवहार, शेकडो कर्मचारी... जोशीसाहेब, खऱ्या अर्थाने तुम्हीच रोजगार दिलात बघा."

जोशी खूश झाले. जोशी स्तुतिप्रिय होते, त्यामुळे हळूहळू फुगत गेले. चेअरमन पक्का होता.

"जोशीसाहेब, आम्हालाही तुमची मदत पाहिजे."

"बोला साहेब."

"तुमच्या पतसंस्थेच्या माध्यमातून बेरोजगार सुशिक्षित तरुणांना रोजगार देण्याचा साखर कारखान्याचा विचार आहे."

"चांगली गोष्ट आहे."

"आम्ही शंभर तरुण मुलांना ट्रक घेऊन देण्याच्या विचारात आहोत. जर या मुलांना तुम्ही ट्रकसाठी कर्ज दिलेत, तर आम्ही कारखान्यामार्फत त्यांना ऊस वाहतुकीचा धंदा देऊ शकतो व त्यातून तुमची कर्ज परतफेड होऊ शकते."

"चांगली योजना आहे."

"यासाठी प्रत्येकी सात लाख रुपये कर्ज द्यावे लागेल."

"देऊ या, रीतसर प्रस्ताव येऊ दे. संचालक मंडळासमोर ठेवतो."

"अहो, तुम्हीच कर्ते-करविते आहात, हे आता सर्वांना माहीत आहे. तुम्हीच काय ते सांगा."

"साहेब, तुम्हाला माहीत आहेच सगळं. संचालकांना, सहकार अधिकाऱ्यांना

सांभाळावं लागतं.''

''माहीत आहे जोशी, मी चेअरमन आहे सहकारी साखर कारखान्याचा.''

''प्रत्येक ट्रकमागे पन्नास हजार द्यावे लागतील.''

''म्हणजे जोशी, पन्नास लाख रुपये?''

''होय.''

''चालेल. कोटेशनमध्येच वाढवून घेतो, तुम्ही उचलीच्या वेळी काढून घ्या.''

''ठरलं. पाठवा प्रकरणे.''

जोशी दिवसेंदिवस पैशाच्या मागे धावू लागले. चेअरमनला खूश करणे व काही संचालकांना रक्कम देणे चालूच होते.

गोजगेचे प्रकरण आले. संचालक मंडळापुढे ठेवले. त्या वेळी संचालक साळुंखेमहाराज यांनी त्याला विरोध केला.

''अहो जोशीसाहेब, एवढी मोठी प्रकरणे करणे आपल्याला झेपेल का?''

''आपण आता डबक्यात नाही, समुद्रात आहोत. महाराज, अहो, आता मोठी प्रकरणे येणार.''

''अहो, पण जर कर्ज थकले तर?''

''हॉटेल तारण घेऊ की!''

''मग काही हरकत नाही. पण ही तुमची जबाबदारी.''

''होय. अहो, अधिकारीवर्गच सर्व करणार.''

गोजगेचे प्रकरण मंजूर झाले. त्याच दिवशी उचल झाली. जोशींना ठरलेली रक्कम मिळाली. चेअरमन खूश झाले. पतसंस्थेचे तीन कोटी रुपये गोजगेच्या खिशात गेले. त्यांनी ठरवलेलंच की— पैसे घ्यायचे, परत द्यायचेच नाहीत; कुठलं हॉटेल आणि कुठलं काय! एका ठिकाणी अगदी छोटेसे हॉटेल बांधून दहा-बारा लाख खर्च केले की झालं! झाले तेच तीन कोटीचे हॉटेल. पुढे ना हप्ते, ना काही. पतसंस्थेचे अधिकारी जात होते; खात-पीत होते, परत येत होते.

जोशींची फिरती वाढली. जोशी मुंबईला वारंवार जाऊ लागले. तिथे ठेवी चांगल्या मिळू लागल्या. मुंबईत एका शाखेत 'एसी गेस्ट हाऊस' केले होते. दिवसभरात काम झाले की, तिथला कार्यक्रम सुरू होत होता. शाखा व्यवस्थापक, दोन क्लार्क व एक शिपाई जोशींच्या दिमतीला होतेच.

संध्याकाळी सात वाजले की, पिण्यास सुरुवात करायचे. मग चिकन,

मटण बिर्याणी झाली की, पुढची व्यवस्था असायची. प्रत्येक वेळी वेगळी बाई. दोन कारकुनांना कामच होते ते. एखादी नवी बाई मिळाली की, जोशींना फोन करायचे— "साहेब, कधी येता?" साहेब ओळखायचेच. मग जोशी थेट मुंबईला. पुढे-पुढे गेस्ट हाऊसवर जरा कुचंबणा होऊ लागली. त्यामुळे त्यांनी शाखा व्यवस्थापकाला सांगितले, "अरे, इथे फ्लॅट मिळतो का पाहा—" व्यवस्थापक कामाला लागले. पन्नास लाखांचा फ्लॅट स्वत:च्या बायकोच्या नावावर खरेदी केला. ब्रँचमधून अनेक लोकांच्या नावावर कर्ज दाखवले आणि फ्लॅट खरेदी केला. आता त्या फ्लॅटवर कार्यक्रम चालू लागले.

जोशी हळूहळू मोठ्या प्रमाणात व्यसनाधीन होत होते. पैसा, सत्ता आणि मनुष्यबळ हे माणसाला कधी कुठे घेऊन जाईल; सांगता येत नाही. याचा चांगला वापर झाला, तर तो अत्युच्च शिखरावर पोहचतो आणि त्याचा दुरुपयोग झाला, तर खोल दरीत कोसळून मातीमोल होतो.

साखर कारखान्याची प्रकरणे आली. एवढे शंभर ट्रक्स् एकदम घ्यायचे म्हणजे जवळजवळ सातआठ कोटी रुपये लागणार होते. त्याची व्यवस्था जोशींनी केली होती. जिल्हा बँकेकडून दहा कोटींचे कॅश क्रेडिट वाढवून घेतले होते. त्यामुळे पैशाची काळजी नव्हती.

कर्ज प्रकरणे संचालक मंडळाच्या सभेत ठेवण्यात आली आणि संचालक मंडळ 'अवाक्' झाले.

"म्हणजे पैसे किती लागणार?"

"अहो जोशीसाहेब, एकदम शंभर ट्रक घ्यायचे? किती रक्कम लागेल?"

"सात कोटी रुपयांच्या दरम्यान."

"आपल्याकडे आहेत काय पैसे?"

"आहेत."

"परतफेड कशी होणार?"

"साखर कारखान्याने कामाची हमी दिली आहे, तसे त्या एम्डीचे पत्र आहे. आणि शंभर ट्रक हे एकाच्या नावावर घ्यायचे नसून, आपल्याच तालुक्यातील सुशिक्षित तरुण बेरोजगारांना ट्रक द्यावयाचे आहेत. त्यांच्याजवळ 'लायसन्स' आहे. तसेच दोन जामीनदार घ्यावयाचे आहेत. सात-आठ महिने कारखान्याचा ऊस वाहतुकीचा धंदा मिळाला, तर कर्ज निश्चित परतफेड होईल. मुलं आपलीच आहेत. मोकळी फिरतात, निदान कामाला लागतील. चार पैसे मिळतील, कुटुंबाला तेवढाच आधार मिळेल व आपलाही धंदा होईल."

संचालकांचा आवाज बंद! आतापर्यंत बोलणारे साळुंखेमहाराजही गप्प बसले. ग्रामीण भागातील तरुणांना रोजगार मिळतो, कारखाना हमी देतो आहे; मग काय हरकत, असा सर्वांचा समज जोशींनी करून दिला. त्यामुळे प्रकरण मंजूर झाले.

लहान-लहान शेकडो प्रकरणे परस्पर होत होती व पैसा कर्जाच्या रूपाने बाहेर जात होता. ठेवीदारांच्या ठेवींची मुदत संपली की, परत ठेवत होते. कारण ठेवीचा एवढा व्याजदर कुठेही नव्हता. त्यामुळे कष्टाचे, पेन्शनचे, सरकारी कर्मचाऱ्यांचे, व्यापाऱ्यांचे, शेतकऱ्यांचे कोट्यवधी रुपये ठेवींच्या रूपाने पतसंस्थेत होते. शाखा व्यवस्थापकांना अधिकार होते. त्यांच्यावरही हळूहळू जोशींच्या कारभाराचा प्रभाव पडू लागला होता. त्यांच्या मनामध्ये, कर्मचाऱ्यांच्या मनामध्येसुद्धा आपणही काही तरी करावे असे सुरू झाले होतेच.

मुख्य कार्यालयात चीफ अकाउंटंट पाटील होते व दुसरे सब अकाउंटंट पाटकर होते. अगदी जोशींच्या विश्वासातील. जोशींच्या केबिनमध्ये एकदा पाटील एक पक्का निर्धार करूनच गेले.

"साहेब, येऊ का?"

"या-या पाटील. काय काम?"

"महत्त्वाचे."

"बोला!"

"साहेब, गावात एक पतसंस्था काढावी म्हणतोय. म्हणजे, तुम्ही म्हणत असाल तर."

जोशींनी जरा विचार केला.

"अहो पाटील, ही संस्था आहे ना; दुसरी पतसंस्था कशासाठी?"

"आहे हो, पण आपल्या मार्गदर्शनाखाली आणखी एक संस्था काढावी म्हणतो?"

"काय पाटील, तुम्ही नोकरी करता इथे आणि गावात अशाच प्रकारची संस्था काढलीत, तर ते योग्य नाही. नोकरी सोडावी लागेल."

"साहेब, नोकरी सोडून कसे चालेल?"

"मग?"

"साहेब, पतसंस्था तुमच्या नावानं काढणार होतो."

"असं होय? मग काढा-काढा!"

मग जोशींनीच संस्था रजिस्टर कशी करतात, काय करायला पाहिजे

याची सर्व माहिती पाटलांना दिली.

पाटलांनी त्याप्रमाणे सर्व कार्यवाही करून जोशींच्या नावानं पतसंस्था स्थापन केली.

जोशींच्या हस्तेच त्या संस्थेचे भव्य उद्घाटन झाले. महिन्याभराने पाटील यांनी गंगानगर पतसंस्थेकडून कर्जमागणीचा प्रस्ताव जोशींकडे ठेवला.

''साहेब, कर्ज वाटप करायला पाहिजे. ठेवी काय तेवढ्या जमल्या नाहीत; पण कर्जासाठी लोक येत आहेत साहेब.''

''अरे पाटील, बरोबर तुझं. पण पतसंस्थेला पतसंस्था कसं कर्ज देणार? जिल्हा बँकेकडेच जायला पाहिजे.''

''जिल्हा बँकेत देतील?''

''देतील की.''

''मग तुम्हीच जरा एक दिवस काढा आमच्यासाठी.''

''चालेल, येतो.''

''तोपर्यंत साहेब, माझ्या व कुटुंबीयांच्या नावाने या आपल्या पतसंस्थेकडून थोडे-थोडे काढतो आणि नंतर भरतो.''

''चालेल.''

पाटलांनी लगेच स्वतःच्या, बायकोच्या, आई, वडील, भाऊ, चुलत भाऊ, काकांच्या बायकांच्या नावावर पाच-पाच लाखांची प्रकरणं मंजूरही करून घेतली. त्या संस्थेत ती गेली की, कुठे गेली; जोशींनी कधी विचारले नाही आणि ऑडिटरने कधी पाहिली नाहीत.

गंगानगर पतसंस्थेचा झपाट्याने होणारा विस्तार आणि वाढ याकडे सर्वांचे लक्ष होते. जोशी सर्वांना सांभाळत होते. जोशींकडे एक डायरी होती. त्या डायरीत सांकेतिक भाषेत ते लिहीत होते. ज्यांना-ज्यांना पैसे दिले, ते-ते सांकेतिक भाषेत लिहायचे. उदा. 'सहकारमंत्री राजाराम तुकाराम पाटील, आर.टी.पी— एक लाख रुपये.' जोशी मुख्यमंत्र्यांपासून ते जिल्ह्यातील सहकार खात्याच्या शिपायापर्यंत 'मॅनेज' करायचे. पैसे वाटायचे. हे पैसे ज्या-त्या शाखेतून उचलायचे व थोडे वाटायचे. ज्या शाखेतून घेतील, त्या शाखेत लोकांच्या नावे कर्ज प्रकरणं करायचे— जे लोक हयात नाहीत किंवा बोगस आहेत.

एक दिवस मुंबई येथे जोशी मुक्कामाला आले. रात्री जोशींची नेहमीची बडदास्त ठेवलीच होती. दुसऱ्या दिवशी त्यांना मुंबईतील सर्व शाखा व्यवस्थापक भेटायला आले.

"साहेब, पैसे कमी पडतात."

"अरे 'डिपॉझिट' गोळा करा."

"साहेब, ते सुरूच आहे; पण..."

"पण काय?"

"हेड ऑफिसमधून थोडे पाठवा."

"अरे, हेड ऑफिसमध्येच चणचण आहे."

"मग काही तरी करा साहेब!"

"बरं, बघतो."

जोशीनी शिवापूरच्या जिल्हा मध्यवर्ती सहकारी बँकेत एम्डींना फोन लावला.

"साहेब, मी जोशी बोलतो. गंगानगरच्या पतसंस्थेला पैशाची गरज होती... चेअरमनना भेटायला पाहिजे? कुठे आहेत? मुंबईत? मुंबईत कुठे? राज्य बँकेत? भेटतो त्यांना."

जोशी एक-दोघांना घेऊन थेट राज्य बँकेत गेले. ते प्रथमच राज्य बँकेत गेले होते. तिथला तो थाट पाहिला आणि जोशी गारच झाले. शिपाई किती आणि काय किती! संचालक, चेअरमन व एम्डींच्या सेवेत सर्व शिपाई. प्रत्येकाच्या केबिनमध्ये पाच-पाच मिनिटाला चहा काय जातो, वेगवेगळे ज्यूस काय जातात... कोणाला तरी दूध कोल्ड्रिंक घेऊन जाताना जोशींनी एका शिपायाला विचारले,

"अहो, कोल्हापूरचे चेअरमन आलेत काय?"

"नाही."

"मग कुठे असतील?"

"गेस्ट हाऊसवर."

"कुठे आहे हे?"

त्याने पूर्ण पत्ता सांगितला.

जोशी तिकडे धावले. त्या राज्य बँकेच्या गेस्ट हाऊसवर गेले. गेल्या-गेल्या एक हॉल— तिथं टीव्ही, सोफा, चांगल्या खुर्च्या व शेजारी किचन, डायनिंग हॉल व मग खोल्या.

"अहो, कोल्हापूरचे चेअरमन?"

"या समोरच्या खोलीत."

टक् टक् केली. दार उघडलं. कोल्हापूरच्या साहेबांनीच दार उघडलं आणि एकदम भस्कन वास आला. रात्रीची अजून उतरली नव्हती.

"कोण, जोशी?"

"होय साहेब."

"इकडे कुठे? बसा!"

ते पलंगावर बसले, हे खुर्चीत बसले.

"काय घेणार?"

"काही नको."

"असं कसं? अहो, ही राज्य बँक आहे. इथं राजेशाही थाट असतो."

बेल दाबली, शिपाई आला. "खायला आण रे आणि फ्रूट पण घेऊन ये. मग चहा आण."

जोशींनी खोलीत नजर फिरवली. तीन कॉट होत्या. प्रत्येक कॉटजवळ कपाट, त्या खाली चार-पाच चपलांचे जोड.

"साहेब, एका खोलीत बरीचं माणसं राहतात वाटतं?"

"नाही, हे संचालकांसाठी आहे. तिघंच. त्यांचे हे चपलांचे जोड. कपाटात कपडे. जोशी, इथं वहिवाटच असते. पाच वर्षे निवडून आले की ते राजेच. मुंबईत हे स्वत:चे घर म्हणूनच राहतात. गावाकडे तरी काय आहे? लोकांचे काम घेऊन यायचे, कमिशन काढायचे, बँकेच्या पैशानं फिरायचं, खायचं-प्यायचं, बँकेचा भत्ता घेऊन घरी जायचं. अहो, आर्थिक उन्नतीचा मार्ग आहे. इथं फिरायला बँकेची गाडी, घरी खात नसतील ते खाणं-पिणं... मज्जा असते. अहो पंचवीस-पंचवीस वर्षे हलत नाहीत. बँकेतलं काही समजत नाही, पण हे मात्र हलत नाहीत!"

जोशी त्यांच्याकडे बघतच राहिले. कारण त्यांनाही बँकेतील काही समजत नव्हतं. पण त्यांना या बँकेवर निवडून येता आलं नाही, म्हणून ते बोलत होते.

त्यांनी जोशींना येण्याचे कारण विचारले, "जोशी, का आलात?"

"साहेब, राज्य बँकेतून कर्ज पाहिजे, आमच्या गंगानगर पतसंस्थेला—"

"जरा अवघड वाटतं."

"का हो?"

"काय आहे, राज्य बँकेचे कर्ज घेण्यासाठी मेंबर होणे गरजेचे आहे."

"मग होतो आम्ही."

"तुम्ही व्हाल हो, पण त्यांनी करून घेतलं पाहिजे ना?"

"म्हणजे?"

"कुणालाही घेत नाहीत मेंबर म्हणून."

"का?"

"का? राजकारण आहे."

"यामध्ये कसले राजकारण साहेब?"

"तुम्हाला नाही समजणार. ती काय पतसंस्था नाही, येईल त्याला सभासद करून घ्यायला!"

"अहो, ही तर शिखर बँक आहे ना?"

"होय, शिखर बँक."

"मग काय, सर्वांना घ्यायला पाहिजे."

"बँकांची बँक आहे; पतसंस्थांची नव्हे."

"मग साखर कारखाने, सूतगिरण्या कशा सभासद होतात?"

"अहो, त्यांच्यासाठीच आहे शिखर बँक."

"असं कसं साहेब?"

"राज्य बँकेबाबत 'असं कसं?' हा प्रश्न विचारायचा नाही. तुम्ही जोशी, असं करा— तुम्ही या राज्य बँकेत बघा, ऐका आणि मग मला सांगा."

"पण साहेब, तुम्ही मदत केली पाहिजे."

"निश्चित करू. राज्य बँकेच्या चेअरमनना भेटू. आपले संचालक आज येतील. आज संचालक मंडळाची बैठक पण आहे. पाहू या सर्वांना भेटून."

सर्व मिळून राज्य बँकेत आले. राज्य बँकेच्या आवारात गाड्यांची गर्दीच गर्दी होती. काही लाल दिव्यांच्या गाड्याही त्यात होत्या. लिफ्टला गर्दी होती. हे सर्व पायऱ्यांनीच वरच्या मजल्यावर गेले. चेअरमनसाहेबांच्या केबिनसमोर दोन शिपाई होते.

"अहो, शिवापूरचे गावडेसाहेब संचालक आलेत काय?"

"हो, तिकडे एमडींच्या ऑफिसमध्ये आहेत."

"चला, तिकडे जाऊ."

सर्व जण तिकडे गेले. तिथे एमडींच्या केबिनच्या बाहेर दोन शिपाई.

"अहो, शिवापूरचे गावडेसाहेब आत आहेत काय?"

"आहेत."

चेअरमन व जोशी दरवाजा उघडून आत गेले.

गर्दीच गर्दी. गावडे त्यांच्या जिल्ह्याचे चेअरमनना बघतात.

"अहो साहेब, तुम्ही? या—या एम डीसाहेब! हे आमचे जिल्हा बँकेचे चेअरमनसाहेब."

"नमस्कार! काय काम काढलं आहे?"

"साहेब, ही मंडळी गंगानगर पतसंस्थेतून आली आहेत. हे त्यांचे व्यवस्थापक श्री. जोशी. यांचे काय म्हणणे आहे, ते बघा."

"बोला!"

"साहेब, आमच्या पतसंस्थेच्या मुंबईत पाच शाखा आहेत. या शाखांसाठी तुमच्याकडून कर्ज मिळावे, अशी अपेक्षा आहे."

"पतसंस्थांना सभासद? तसे करता येत नाही."

"का हो साहेब?"

"आता, का?"

"अहो, पतसंस्था एवढ्या आहेत की, बोलायचे काम नाही. आणि स्टेट लेव्हलची संस्थाच आपली सभासद करून घेता येते. साखर कारखाने अगर सूतगिरणी किंवा प्रोसेसिंग युनिट एखादे असेल, तर करता येतं."

"आमची स्टेट लेव्हलचीच आहे."

"मग आमच्या चेअरमनसाहेबांनाच भेटा; ते काय ते करतील."

मग सर्व जण चेअरमन यांचेकडे गेले.

चेअरमनसाहेबांकडे हीऽ गर्दी होती. ही मंडळी आत गेल्यावर ओळख वगैरे झाली आणि बसायला सांगितले.

खानदेशातील दोन-तीन नेते आले. अगदी कडक खादीचे कपडे.

"रामराम चेअरमनसाहेब."

"या-या, बसा!"

"अहो, काय बसा? आमच्या कर्जाचे काय केलेत?"

"अहो, काय करणार? तुमचे पहिले घेतलेले कर्ज थकीत आहे, तोपर्यंत हे कर्ज कसं काय देता येईल?"

"अहो, कारखाना आहे तो; त्याला काय कमी खर्च नाही."

"अहो तुमचे कारखान्यांचे, प्रोसेसिंग युनिट आणि सूतगिरणीचे सर्वच कर्ज थकीत आहे."

"अहो, प्रॉपर्टी किती आहे; ती काय पळते काय?"

"अहो, नाबार्डचा सारखा ठेका आहे बँकेवर— वसुली करा, वसुली करा."

"आमच्या एकट्यावरच आहे काय? अहो, संपूर्ण महाराष्ट्रात आहे."

"अहो दादा, असे सर्वांनी म्हटलं तर बँक चालेल काय?"

"अहो, एवढं मोठं सरकार तुमचं; त्यांनी या सर्व कर्जाला हमी दिली आहे, मग कशाला घाबरता?"

"अहो, नाबार्ड ऐकायला तयार नाही."

"अहो, नाबार्ड कोणाचे?"

पुढारी भयंकर बेरकी व भ्रष्टच होता. त्यांच्याकडे जवळजवळ एकशे पन्नास कोटी रुपये थकीत होते.

शासनानेही जे-जे मागतील, त्यांना हमी दिली केवळ राजकारणासाठी. ज्याला घर चालवायची अक्कल नाही, त्याला कारखाना चालवण्यासाठी कोट्यवधींची कर्जे दिली. जो कारखाना वीस ते पंचवीस कोटी रुपयांमध्ये होत होता, त्यासाठी पन्नास कोटी रुपये कर्ज दिले. ते कमी पडले, म्हणून जिल्हा बँकांनी दिले. त्याला शासन-हमी दिली गेली. मंत्री, मुख्यमंत्री, आमदार, खासदार व इतर नेतेमंडळींच्या कारखान्यांना व इतर संस्थांना राज्य बँकेने कर्जव्यवहार केला होता व करत असते.

साखर कारखानदार तर एक प्रकारचा राजकीय व आर्थिक स्त्रोत समजून लोक सहकाराकडे बघत होते. शेतकऱ्यांच्या मालाला किंमत मिळावी, त्याचा आर्थिक लाभ व्हावा, ही बाब दुय्यम झाली. अनेक मार्गांनी शेतकऱ्यांच्या मालातील माल कसा हडप करता येईल, याकडेच पुढारी लक्ष देऊन कारखाना चालवू लागले. त्यामागे शिक्षण विकासनिधी, बिनव्याजी ठेव इत्यादी मार्गांनी पैसे मिळवायचे व ते राजकारणासाठी वापरायचे. कारखान्याच्या मशिनरीपासून साखरेच्या बारदानापर्यंत पैसे काढायचे व खायचे. शेतकऱ्यांच्या उसाच्या वजनात 'काटा मारायचा', वजन कमी दाखवायचे. काही काही जण अनेक प्रकारे वेगवेगळ्या मार्गांनी पैसा काढत असतात.

काही कारखाने उभे करण्याच्या अगोदरच कोसळतात— 'जन्मापूर्वीच मृत्यू!' मशिनरी खरेदी, जमीन खरेदी यातच अमाप पैसा खायचा. तो कारखाना उभाच नाही राहिला पाहिजे. मग त्यावरच इकडून पैसे काढ, तिकडून पैसे काढ आणि स्वत:ची राजकीय कारकीर्द कारखान्याच्या कर्जावर उज्ज्वल करण्याचा प्रयत्न करत राहायचे. जे कारखाने उभे राहिले, ते सुरू करण्यास पैसे नाहीत; मग राज्य बँकेने त्यांना सुरवातीला पैसे द्यायचे. दोन, तीन, चार कोटी. ते तसेच्या तसे उचलायचे आणि राजकारणासाठी व स्वत:साठी वापरायचे. असा सहकार करण्याचे काम राजकीय, स्वार्थी व निष्क्रिय पुढाऱ्यांनी केले. शेतकऱ्यांच्या टाळूवरचे लोणी खायला मागे-पुढे पाहिले नाही.

पांढऱ्या शुभ्र वस्त्रांतील ही कीड म्हणजे, हा राजकीय लोकरी मावाच सर्व समाजावर पडला होता. ही समाजावर पडलेली भयानक कीड आहे. ही कीड आता आटोक्यात येणारी नाही, यावर उपाय नाही; कारण पुढाऱ्यांची मानसिकताच तशी झाली आहे आणि यात समाज नासत चालला आहे.

बँकेतील ती 'पुढाऱ्यांची भाषा' जोशी सर्व ऐकत होते. राज्य बँकेतील ही व अशी बरीच चर्चा जोशी ऐकून होते. संचालक मंडळाच्या सभेची वेळ झाली. गर्दी वाढू लागली. त्या गर्दीतून जोशीही पुढे-पुढे झाले. आपल्याबरोबर असलेल्यांना थांबायला सांगितले व ते शिवापूरच्या संचालकांबरोबर पुढे-पुढे बोर्डरूमपर्यंत आले.

"साहेब, मला बसायचं आहे आत."

"अहो, ते कसं शक्य आहे?"

"अहो, असंख्य कर्मचारी आहेत; त्यांपैकी मी एक."

"बरं— बरं, घुसा!"

जोशी घुसले व कोणाचे लक्ष जाणार नाही, अशा ठिकाणी जाऊन बसले. सर्व संचालक महोदय आले. संचालकांमध्ये आमदार, खासदार, मंत्री यांचाच जास्त भरणा होता. चेअरमन हे नावालाच असतात. मंत्र्यांना विचारूनच सर्व कारभार चालतो. राज्य बँकेची खेळण्यासारखी तऱ्हा झाली आहे. ज्याची सत्ता असेल, त्यांना नीट काम करू द्यायचं नाही. हे सरकारमध्ये असलेल्यांनी करायचं. राज्य बँक अडचणीत कशी येईल, ते पाहायचं. अडवणूक करून आपण म्हणू, ते करायला लावायचं. अमक्याला कर्ज द्या, तमक्याला द्या; नाही तर खात्याकडून त्रास सुरू करायचा. सहकारी बँकांची तऱ्हाही वेश्येसारखी झाली आहे. सरकार, सहकार खाते, नाबार्ड, आरबीआय— या सर्वांनी जसाजसा देता येईल तसा त्रास द्यायचा. सहकारी बँक अडचणीत आहे, ती सोडवण्यास कोणी पुढं येत नाही. सहकारी खात्यातल्या अधिकाऱ्यांचा व 'सहकार' या शब्दाचा सुतराम संबंध नाही.

सर्व संचालक आले, चेअरमन आले, सर्व स्थानापन्न झाले. केवढा मोठा हॉल— ऐसी! अगदी पाहत राहावे असे फर्निचर. बसण्यासाठी असलेल्या खुर्च्या, खाली टाकलेला गालिचा. जोशी भारावून गेले. दहा-बारा शिपाई, प्रत्येक संचालकाच्या मागे बसलेला बँकेचा कर्मचारी. संचालकाच्या समोर काजू, बदाम— 'ड्रायफ्रूट्स', अनेक प्रकारचे ज्यूस. हे प्रत्येक संचालकाच्या समोर ठेवले जात होते. सभा सुरू झाली. एम्डींनी उठून सर्वांचे स्वागत करून सभा

सुरू करण्याची परवानगी मागितली व विषय सुरू झाले. तसे एक मंत्री महोदय मधे बोलले व एमडींना थांबवून म्हणाले, "असे करा— विषय एक, दोन, तीन, चार मंजूर. पाच, सहा, सात ते पंधरा मंजूर. सोळा, सतरा, अठरा ते पंचवीस चेअरमन यांनी पाहवेत." संपली मीटिंग! ज्या मीटिंगसाठी लाखो रुपये खर्च होतो, ज्या बँकेमुळे महाराष्ट्र 'सुजलाम्-सुफलाम्' होण्याची स्वप्नं बाळगली जातात, शेतकऱ्यांचा उत्कर्ष करायचा आहे; त्या बँकेत पाच मिनिटांत सभा संपली? ना कोणत्या विषयाची चर्चा, ना कोणत्या विभागाचे काही म्हणणे— ना धोरण, ना तोरण.

एमडी उठले.

"साहेब, माफ करा; नाबार्डचा अहवाल आलाय, त्यामध्ये काही गंभीर गोष्टी आहेत."

"अहो एम्‌डी, तुम्ही आणि चेअरमन बघा ते."

"नको साहेब, संचालक मंडळाने एक वेळा तरी पाहावे."

"अहो, काय पाहणार?"

"अहो, एन.पी.ए. फारच वाढलाय."

"एन.पी.ए म्हणजे?"

"अनुत्पादक कर्ज. सीआरएआर कमी झालाय."

"हे काय आणि?"

"सीडी रेशो तीस टक्क्यांवर आलाय."

"एम्‌डी, हे काय आम्हाला सांगू नका बघा. ते तुम्ही अन् चेअरमन."

तोपर्यंत सर्वांनी भत्त्याची पाकिटे खिशात टाकली होती आणि सर्व जण उठले. सभा संपली.

महाराष्ट्राची आर्थिक व सहकाराची नाडी असणारी, शेतकऱ्यांचे भवितव्य ठरवणारी 'राज्य सहकारी बँक'— तिची सभा पाच ते दहा मिनिटांत चाळीस विषय संपवून व लाखो रुपये खर्च करून संपली.

जोशींना बरं वाटलं. कारण यापेक्षा आपले बरे, असे त्यांना वाटू लागले. जोशी व शिवापूरचे संचालक खाली आले. शिवापूरचे चेअरमन तिथेच होते. परत सर्वांनी राज्य बँकेच्या चेअरमनची भेट घेतली. चेअरमननी त्यांना अर्ज करायला सांगितले व ते सर्व उठले. बाहेर रस्त्यावर आले.

"अहो चेअरमन, अहो गावडेसाहेब— जेवण करू या."

"चला, जाऊ या."

"काय, शाकाहारी की मांसाहारी?"

"काय जोशी विचारता? आज बुधवार!"

"नाही, आपलं असंच विचारलं."

"अरे, तुम्ही लोकांनी सुरुवात केली, म्हणून आम्ही बंद केलं, असं वाटलं की काय जोशी?"

सर्व जण हसायला लागले व एका बारमध्ये शिरले. मग गंगानगर पतसंस्थेच्या सौजन्याने हजारो रुपयांचे जेवण व पिणं झालं.

●

जोशी मुंबईहून परत आले. चार दिवसांनी ऑडिट होणार होते. ऑडिटची तयारी सुरू झाली. कोण ऑडिटर येणार, त्याची व्यवस्था काय करायची वगैरे सर्व काही प्रत्येकावर जबाबदारी देऊन झाली. ऑडिटरची सर्व व्यवस्था केल्यावरसुद्धा ऑडिटरने काही पॉइंट काढलेच व त्यावर जोशींना विचार करायला सांगितले. त्यामध्ये नातेवाइकांना दिलेले कर्ज, कर्मचाऱ्यांना व त्यांच्या नातेवाइकांना दिलेले कर्ज— ते सर्व कर्ज थकीत होते. काही नवे-जुने केले होते. काही विनातारण, विनाकारण कर्ज दिले होते. काही गोष्टी नियमबाह्य होत्या. पण वर्ग 'अ' दिला होता. एनपीए वाढत होता, वसुली कमी येत होती. 'लिक्विडिटी' नियमाप्रमाणे नव्हती. असे अनेक मुद्दे त्यांनी काढले व 'संचालकांना अवगत करावे व पूर्तता करा, अडचणीचे मुद्दे आहेत', असे जोशींना बजावले.

संचालक मंडळात हे मुद्दे घ्यावेत काय, हा विषय जोशींच्या डोक्यात घोळत होता. काय सांगायचं त्यांना? काय कळतं यामध्ये संचालकांना, तेव्हा उगीच आपण उकरून कशाला काढायचं? म्हणून त्यांनी संचालक मंडळात काही बोलायचं नाही, असं ठरवलं. नेहमीप्रमाणे संचालक मंडळात ऑडिट रिपोर्टमध्ये आपल्या संस्थेला 'अ' वर्ग मिळाल्याचे त्यांनी सांगताच संचालकांनी टाळ्या वाजवल्या. विषय संपला.

●

साखर कारखान्याच्या शंभर ट्रकसाठी कर्जे दिल्यानंतर साखर कारखान्यामध्ये सभासद व्हावे व तिथे शिरकाव करावा, जिल्हा बँकेत शिरकाव करावा— असे जोशींना वाटू लागले. अमाप पैसा मिळवला, संपत्ती केली होती. त्यामुळे त्यांना आता वेगळी स्वप्ने पडू लागली होती, ती सत्तेची.

आज-काल माणसाच्या हातात पैसा आला की, ऐषाराम सुचतो. त्यानंतर राजकारणी व्हावे, असे त्याला वाटते. पैसा आणि राजकारण या एकाच नाण्याच्या

दोन बाजू झाल्या आहेत. पैशाशिवाय राजकारण होऊ शकत नाही आणि राजकारणात आले की पैसाच पैसा मिळवायचा, हा एक राजमार्ग झाला आहे. समाजकारण हे नावाला म्हणायचं. पण कोणीही समाजकारण करत नाही आणि केवळ समाजासाठी लढणारी माणसं राजकारणात पुढे येऊ शकत नाहीत; कारण त्यांच्याकडे पैसा नसतो. आज-काल ज्याला राजकारणाचा धंदा करता येतो, त्यांनीच राजकारणात जावे. जोशींनी सहकाराचा धंदा केला; आता राजकारणाचा धंदा करणे जोशींना सोपे वाटत होते. जो सहकारात येतो, तो मातब्बर होतो. पैसा मिळवतो. मग तो राजकारणात शिरतो व मोठा होतो, हे जोशींनी पाहिले होते. अनेक आमदार, खासदार व मंत्री हे सहकारातूनच मोठे झाले होते.

जोशींनी त्या दृष्टीने पावले उचलायला सुरुवात केली. सहकारी साखर कारखान्याच्या चेअरमनला, आमदारांना, खासदारांना, मंत्र्यांना संस्थेच्या कार्यक्रमाला बोलावायचं; चांगला सत्कार करायचा आणि हळूच एक भलं मोठं पैशाचं पाकीट सरकावयाचं— हा खेळ सुरू केला. पण ते येणारे मुळातच 'राजकारणी' होते. जोशींची ही चाल त्यांच्या लक्षात आली. त्यामुळे त्यांना साखर कारखान्यात साधे सभासदसुद्धा करून घेतलं नाही.

एक दिवस जोशी कारखान्यात गेले. चेअरमनसाहेबांना भेटले.

''साहेब, मला तुम्ही सभासद करून का घेत नाही?''

''जोशीसाहेब, काय करायचं तुम्हाला सभासद होऊन?''

''अहो, मला काम करायचं आहे शेतकऱ्यांसाठी.''

''आता करता ना; मग कारखाना कशासाठी पाहिजे?''

''आम्ही कारखान्यात आलो, तर बिघडलं कुठं?''

''बिघडत नाही. तुमचं घोडं अडेल.''

''कसं काय?''

''अहो, तुम्ही पतसंस्थेकडे लक्ष देणार कधी मग?''

''देतो की.''

''देतो की नको, तसं घडत नाही. एकानं एकच बघावं.''

''अहो, मग ते आमदार-खासदार, मंत्री— सगळीकडेच आहेत, त्यांचे काय?''

''अहो जोशी, ते सरकार आहे. त्यांची बरोबरी करू नका.''

जोशी बोलायचे बंद झाले. ते बाहेर पडले. मनात अनेक विचार घोळत

होते. ते तसेच आपल्या कार्यालयात आले. आज पतसंस्थेत फार गर्दी होती. जोशींनी शिपायाला बोलावून घेतले व विचारले,

"आज एवढी गर्दी कसली रे?"

"साहेब, लोक पैसे ठेवायला आलेत. कालच कारखान्याचे बिल मिळाले म्हणतात."

जोशी खूश झाले. पण त्यांच्या डोक्यात वेगळाच विषय घोळत होता. त्यांची राजकीय इच्छाशक्ती उफाळून येऊ लागली. आपणही जिल्हा बँकेत, राज्य बँकेत जावे; आपणही साखर कारखाना काढावा, आपणही आमदार व्हावं, आपणही शिक्षणसंस्था काढावी— असं जोशींना वाटू लागलं.

●

दुपारची वेळ होती. साळुंखेमहाराज जेवण करून नुकतेच बाहेरच बैठकीवर बसून पान-तंबाखू खात बसले होते. त्यांच्या गल्लीतील एक शेतकरी आला.

"रामराम महाराज!"

"काय रे म्हादू, का आलास?"

"अहो, काय सांगायचं? पोरगा हट्ट करून बसलाय."

"कसला रं?"

"वडापची गाडी घ्यायची."

"मग?"

"पैसे नकोत?"

"मग सांग तसं त्याला."

"तसं नव्हं महाराज......"

"मग कसं रे?"

"अहो, पोरगं धंदा करतो म्हणतंय; त्येला पैसे कसं द्यावं, असं म्हणतोय."

"पैसे नाहीत म्हणतोस आणि..."

"अवो, त्या पायी तर आलोय."

"माझ्याकडं?"

"मग कोणाकडं जाणार? तुमच्या पतसंस्थेनं दिलं थोडं, तर काय होईल?"

"अरे, त्याला गाडीतलं काय कळतंय?"

"चांगली येते म्हणतोय गाडी."

"बरं, किती पैसे लागतील?"

"दीड लाख रुपये."

"अरे म्हादू, कसे फेडणार एवढे पैसे?"

"अहो, गाडीवर फेडणार."

"बघ— तुला हाय ती जमीन तारण द्यावी लागेल. पतसंस्थेकडे दोन जामीन द्यावे लागतील."

"देतो की."

एवढ्यात बँकेचे लोक महाराजांच्या घरात आले.

"नमस्कार साहेब."

"या-या पाटीलसाहेब, बसा-बसा!" आत बघून पत्नीला म्हणाले, "पाणी आण गं. काय काम काढलंय?"

तिघे-चौघे अधिकारी आले होते, ते एकमेकांकडे बघू लागले.

"अहो, बोला— का आलात एवढ्या दुपारी?"

"महाराज, काय आहे— आता नाइलाज झाला म्हणून आलो आणि जोशीसाहेबसुद्धा म्हणाले की, आता महाराजांकडेच जा."

"पण काय ते, सांगाल की नाही?"

"तुमच्या चिरंजीवांनी कर्ज घेतलं, ते फेडलं नाही."

"किती?"

"पाच लाख रुपये."

"कायऽऽ!" महाराज उडालेच.

"हे बघा पाटील, मी जोशींना सांगितलं होतं— कर्ज देऊ नका. आता जोशी जाणोत आणि कर्जदार!"

"पण तो तुमचा मुलगा आहे."

"म्हणून काय झालं? अरे— ठेवी गोळा करता, लोकांच्याकडून घेता आणि तुम्ही नातेवाईक अन् संचालक यांना कर्ज देता; थकलं की आमच्याकडे येता. मुळात मी सांगितले होते, देऊ नका. आता जा, त्यांच्याकडून घ्या फेडून."

"अहो, आमची माणसं सारखी जातात."

"मग?"

"देतो म्हणतात, पण देत नाहीत. संचालकांच्या नातेवाइकांकडची बरीच कर्जे अशीच आहेत महाराज."

"आणि तुम्ही कर्मचारी व त्यांच्या नातेवाइकांनी घेतलीत, ती कर्जे फिटतात काय हो पाटील?"

"ती बी तशीच आहेत."

"मग आमचीच नावं का घेता? आणि त्या तुमच्या जोशीला मी सांगितले होते, कर्ज देऊ नका माझ्या मुलाला. पण त्यांनी ऐकलं नाही, कर्ज दिलं. आता माझ्याकडं कशाला आलात? मुलाकडे जा."

"महाराज, तुम्ही आमचे संचालक; तुमची चर्चा होऊ नये, म्हणून आम्ही आलोय."

"होय हो, ते मला कळतं. पण मी कुठून एवढे पैसे देणार?"

"मग आम्ही काय करावं?"

"जप्ती करा! त्यांनी काय तुम्हाला तारण दिलं असेल, तर जामीनांची प्रॉपर्टी लिलावात काढा."

"कसं करायचं हे?"

"अहो, करावंच लागेल तुम्हाला."

"महाराज, तुम्ही जरा मुलग्याला बोललात, तर होईल सगळं."

"बोलतो."

आभार मानून सर्व जण गेले, पण साळुंखेमहाराज अस्वस्थ झाले. आजपर्यंत कोणाचे कर्ज नाही, कोणाचे देणे नाही, कोणी देणेकरी दारात नाही; आज ही वेळ आली! महाराजांना वाईट वाटले. ते अस्वस्थ झाले. संपूर्ण तालुक्यात त्यांची पत होती.

●

दुसऱ्या दिवशी मुलाकडे गेले. त्याला पतसंस्थेचे पैसे भरण्याबाबत सांगितले. 'भरतो' म्हणाला, पण महाराजांचे समाधान झाले नाही. त्याला खूप बोलले. पण बोलून काही उपयोग नाही, असे त्यांना वाटले. ते पाणीसुद्धा न घेता घरी परत आले. विचार करू लागले— कसे फेडायचे हे पैसे?

●

सहकार वाढला, रुजला, फुगला, सुजला आणि आता कुजला म्हणायची वेळ आली. अनेक पतसंस्थांमध्ये गैरकारभार होऊ लागले. चेअरमन, व्यवस्थापक, संचालक व त्यांचे नातेवाईक यांनीच कर्जे घेऊन थकवली होती. त्यांचा अतिरेक झाला होता. ऑडिटरला अधिकाऱ्यांनी 'मॅनेज' करून ती प्रकरणं तिथल्या तिथं मिटवली जाऊ लागली.

●

गंगानगर पतसंस्थेच्या जोशींनी एक ट्रस्ट निर्माण केला— 'शैक्षणिक

ट्रस्ट'. त्यामध्ये याच संचालकांची मुलं, त्यांचे मित्र, आप्त-स्वकीय— सगळे घेतले आणि एक-दोन नव्हे, दहा माध्यमिक शाळा, एक इंग्रजी माध्यमाची शाळा, एक कॉलेज सुरू केले. त्यासाठी लागणारी जमीन, इमारतीसाठी गंगानगर पतसंस्थेच्या संचालकांना काहीही माहिती होऊ न देता कोट्यवधी रुपये कर्ज घेतले. व्यवस्थापक आणि ब्रँचचे लोक सामील झाले की, काहीही करू शकतात— हे त्याचे उदाहरण.

●

गंगानगर पतसंस्था आता महाराष्ट्रात एक नंबरची पतसंस्था म्हणून गणली जाऊ लागली. शंभर शाखा, मोठं भांडवल, कर्जव्यवहार, मागेल त्याला कर्ज, अटी नाहीत, तारण फारसं नाही, कटकटी नाहीत... मग लोकांचा ओघ वाढला. तसेच ठेवीदारांना कुठेही ठेवीवर दर नाहीत एवढे दर मिळू लागले. त्यामुळे ठेवीदारांची गर्दी होऊ लागली. सर्वांना कसं 'आलबेल' चाललंय, असंच वाटू लागलं.

जोशी जोरात होते. ते आता थांबायला तयार नव्हते. शिक्षण संस्थेपाठोपाठ त्यांनी साखर कारखाना काढायचा विषय आपल्या पतसंस्थेच्या संचालक मंडळासमोर फक्त 'चर्चा' म्हणून मांडला.

"आपल्या भागात साखर कारखाना नाही. आपल्या सर्व शेतकऱ्यांना दुसऱ्या कारखान्यावर अवलंबून राहावे लागते. तेव्हा आपण सर्वांनी मिळून जर सहकारी साखर कारखाना काढला, तर......."

"अहो, बरंच होईल की!"

एका संचालकाने त्यांचीच 'री' ओढली.

"पण त्याला भांडवल, जागा, त्याची मंजुरी— या गोष्टी?"

साळुंखेमहाराजांनी विचारले.

"महाराज, मी सर्व जबाबदारी घेतो. तुम्हाला कसलीही तसदी देणार नाही. फक्त माझ्यावर विश्वास ठेवा."

"अहो जोशीसाहेब, आतापर्यंत विश्वासच ठेवलाय."

"माझं भाग्य आहे ते महाराज."

"म्हणूनच परत विश्वास ठेवतो. पण कुठेही अडचण येणार नाही अन् आम्ही अडचणीत येणार नाही, याची काळजी घ्या."

"ते तर महाराज, माझं प्रथम कर्तव्य आहे. पण सर्वांनी शेअर्स गोळा करण्यासाठी मदत केली पाहिजे."

"अहो साहेब, तुम्ही एवढं करता म्हटल्यावर आम्ही सगळ्या गावात फिरून हा कारभार करू की! तुम्ही बिनधास्त कामाला लागा. लवकर कारखाना होऊ दे."

"आणि हो, आपलं केंद्र सरकारकडे काम आहे. ते होईपर्यंत या कानाचे त्या कानाला कळता कामा नाही."

"नाही कळणार."

सर्वांनी खात्री दिली आणि पतसंस्थेचा कारभार सोडून जोशी साखर कारखान्याच्या कामाला लागले.

●

साखर कारखाना सहकारी तत्त्वावर असल्याने त्याची नोंदणी केली पाहिजे. ती साखर संचालक/आयुक्त यांच्याकडे करायची असते. त्यासाठी मंत्रालयातून सर्व काही करावे लागते. मग कोणाला हाताशी धरायचे, काय करायचे याची जोशींना पूर्णपणे कल्पना होती. ती सर्व तयारी त्यांनी सुरू केली. जोशींनी कागदपत्रांची पूर्तता केली. नंतर मंत्र्यांपर्यंत पैसे देऊन सर्व 'मॅनेज' केले आणि वर्षभरात 'लायसेन्स' मिळेल याची त्यांना खात्री वाटू लागली.

सर्व संचालक साखर कारखान्याला जागा पाहू लागले. शेअर्स गोळा करण्यासाठी गावोगाव सभा होऊ लागल्या. लोकांचा प्रतिसाद मिळू लागला तसतसं राजकीय वातावरण बदलू लागले. आमदारांचे काम वाढले. आमदारांनी जोशी यांना बोलावून घेतले.

"अहो जोशीसाहेब, काय चालवलंत माझ्या मतदारसंघात?"

"अहो साहेब, साखर कारखाना काढायचाय."

"आम्हाला न सांगताच?"

"तुम्हाला बोलणार होतोच."

"कधी, सगळं झाल्यावर?"

"नाही-नाही, अजून काहीच नाही."

"म्हणजे?"

"अहो, आता लोकांचा कल कुठं आहे, हे पाहण्यासाठी सभा घेतोय."

"अहो, माझ्या कार्यकर्त्यांनी सांगितले की, झाला मंजूर."

"अजून काहीच नाही. तुम्ही चौकशी करा."

"कुठं करू?"

"साखर संचालकांकडे."

"द्या फोन."

"हा घ्या—"

म्हणून जोशींनी फोन नंबर दिला. आमदारांनी पीएला फोन लावायला सांगितला. फोन लावला. पीएनी आमदारांच्या हातात फोन दिला.

"अहो साहेब, आमदार - गंगानगर बोलतोय. अहो, गंगानगरला साखर कारखाना मंजूर झाला? बरं-बरं, ठीक आहे. खरं हाय तुमचं जोशी."

"अहो, झालं की सांगतो आणि तुमच्याशिवाय आम्ही करणार काय? तुम्ही पण त्यात आहातच."

"मग ठीक. आमचे कार्यकर्ते म्हणजे..."

"जाऊ द्या, चला."

जोशी बाहेर आले. तेवढ्यात एक कार्यकर्ता पळतच त्यांच्या मागे आला.

"जोशीसाहेब!"

"काय?"

"अहो, तुमच्या साखर कारखान्याला जागा पाहिजे काय?"

"होय, कुठं आहे?"

"आहे. आमच्या गावाजवळच मोठं माळरान हाय. मालक बाहेर मुंबईला असतो. चार-पाच भाऊ आहेत. तुम्हाला पत्ता देतो... पण माझं कमिशन?"

"मिळेल. पत्ता दे, मीच भेटतो."

"उद्या घेऊन येतो."

दुसऱ्या दिवशीच पत्ता घेऊन तो कार्यकर्ता आला.

"साहेब, पत्ता आणलाय."

"काय नाव? बघू पत्ता—"

"नाही साहेब, मला घेऊन चला— मी तुमच्याबरोबर येणार."

जोशींना आश्चर्य वाटलं.

"अरे, माझ्यावर विश्वास नाही?"

"विश्वास आहे, पण व्यवहार आहे."

"बरं, कधी जायचं?"

"तुम्ही म्हणाल त्या वेळी."

"मुंबईला?"

"हो, उद्या रात्री जाऊ या."

●

दुसऱ्या दिवशी जोशी त्या कार्यकर्त्याला घेऊन मुंबईला गेले. गाठ-भेट झाली आणि व्यवहार ठरला. जोशींना जमीन माहीत होती, कारण त्याच भागात ते बऱ्याच वेळा फिरले होते. अत्यंत मोक्याची जमीन रस्त्याला लागून होती. व्यवहार ठरला. सर्व भाऊ मुंबईतच होते. त्यामुळे इथेच व्यवहार करून टाकू या, असे ठरले. एकरी चार लाख रुपयांनी जमीन ठरली. कार्यकर्ता होताच जोडीला. पैशाची व्यवस्था केली पाहिजे.

जोशींचा मुंबईत त्यांच्या फ्लॅटवर मुक्काम होता. मग काय, त्या कार्यकर्त्याची चंगळच! जोशींनी शाखा व्यवस्थापकांना बोलावून घेतले आणि त्यांना शंभर नावांची यादी दिली. प्रत्येकी चार लाख रुपयांप्रमाणे कर्जाची उचल करून द्यायला सांगितली. त्यांच्यासमोरच गंगानगर कार्यालयात फोन करून त्यांच्या पीएला शंभर कर्जरोखे घेऊन यायला सांगितले. दुसऱ्या दिवशी ते शंभर कर्जरोखे घेऊन आलेही. दिवसभरात ते पूर्ण केले आणि मंजुरीच्या सहीने ते ब्रँच मॅनेजरकडे दिले व चार कोटी रुपये उचलून शंभर एकर जमीन स्वत:च्या पाच नातेवाइकांच्या नावे खरेदी केली. खरेदीसाठी त्यांना मुंबईला बोलावून घेतले. त्यामध्ये ते स्वत:, बायको, मेहुणे होते.

●

व्यवहार संपवून ते गंगानगरला आले आणि संचालक मंडळाच्या बैठकीत लवकरच आपल्याला खाते उघडायला परवनगी शासन देणार आहे, असे सांगितले; पण जागा निश्चित झाल्याशिवाय प्रस्ताव पूर्ण होत नाही, असे जोशी यांनी सांगताच एक संचालक म्हणाले.

"अहो, मागच्या वेळी सर्व झालंय म्हणालात; मग हे मध्येच काय हो?"

"अहो, सर्व कागदपत्रं दिली आहेत. 'नियोजित गंगानगर सहकारी साखर कारखाना' असे नाव दिले आहे."

"पण कुठे? ते घ्यावे लागणार. गावाचं नाव नको?"

"अरे, होय! मग हे तुमच्या लक्षात अगोदर का आले नाही? आताच कसं काय आलं म्हणतोय मी?"

"अहो, म्हटलं, होईल सावकाश. आता नाव देण्याचा अवकाश; लगेच दुसऱ्या दिवशी खाते उघडायला परवानगी हातात."

"बरं, मग तुमचा आता मुद्दा काय?"

"मुद्दा असा की, जमीन शंभर एकर पाहिजे."

"शंभर?"

"हो, हो— शंभर एकर, तीही कमीत कमी."

"कुठं मिळायची हो एवढी?"

"यापेक्षा जास्त लागणार."

"काय म्हणता?"

संचालक चिंताग्रस्त झाले.

"अहो जोशीसाहेब, एवढी मोठी जमीन कशी मिळेल आणि जमीन किती महाग झालीय!"

"कुलकर्णीकाका, काही झाले तरी तेवढी जमीन घ्यावीच लागणार."

"बरं, घेतली. त्याला पैसे?"

केतकर संचालकांनी प्रश्न विचारला.

"आता पैसे लागतील, पण कमीत कमी किमतीला आपण बघू या."

"तरी किती लागतील?"

"गावातील पडीक माळरान जमीन घ्यायची."

"पडीक आता राहिली कुठे जमीन?"

साळुंखेमहाराज बोलताच चेअरमन लगेच म्हणाले,

"साळुंखेमहाराज, आपण साखर कारखाना काढायचा ठरवला की नाही?"

पतसंस्थेच्या चेअरमननी हस्तक्षेप केला.

"बरोबर आहे बंडोपंत, पण चर्चा करू या."

"कशाला चर्चेचे गुऱ्हाळ? अहो, तोपर्यंत आपण जी किंमत होईल, ती पतसंस्थेकडून घेऊन देऊ आणि नंतर शेअर्सचे पैसे आले की परत करू."

"ते कसं काय करणार?"

"जोशी करतील ते काम."

"काय हो जोशीसाहेब?"

संचालकांनी जोशींना विचारले.

होय करतो. मला अधिकार द्या, मी करतो— सगळं व्यवस्थित करतो."

सर्व संचालकांनी मान्यता दिली. साळुंखेमहाराज गप्प बसले.

त्यानुसार जोशींना विनासायास अधिकार मिळाले. ते सर्व कर्जरोखे केले होते, त्याला याच संचालक मंडळात मंजुरी घालून घेतली. जोशींची सोय झाली.

सहकारी साखर कारखान्याला जमीन खरेदीसाठी चार कोटी रुपये पतसंस्थेकडून शंभर लोकांच्या नावे दिले गेले. ती जमीन जोशी यांच्या नातेवाइकांच्या नावेच झाली होती. हे ज्या वेळी पतसंस्थेच्या संचालकांना कळले, त्या वेळी

जोशींना संचालकांनी प्रश्न विचारला,

"अहो जोशीसाहेब, जमीन साखर कारखानाच्या नावे घेणार होतो ना?"

"होय!"

"मग ही जमीन तुमच्या व तुमच्या नातेवाइकांच्या नावे कशी व कधी झाली?"

"संचालक महोदय, व्यवहार करताना खात्याची परवानगी पाहिजे होती; ती नाही मिळाली. आता नेमके नाव आपल्याला समजले, त्या ठिकाणीच साखर कारखाना काढायचा आता नक्की झालेय. त्यामुळे आपल्याला पाहिजे त्या वेळी साखर कारखान्याच्या नावे जमीन करून देणारी माणसं पाहिजेत, म्हणून मी माझ्या व माझ्या नातेवाइकांच्या नावे जमीन खरेदी केली. आपण म्हणाल त्या वेळी ती कारखान्याच्या नावे मी करीन."

संचालकांचा आवाज बंद झाला. जोशींनी संचालकांची नाडी ओळखली होती. त्यांना सहकारातील, हिशेबातील, प्रशासकीय व संस्थेच्या इतर कारभारातील काहीही माहिती नाही, हे जोशींना माहीत होते. त्यामुळे जोशी त्यांना फसवत होते. त्यांच्या तोंडावर त्यांना पटेल अशीच अगदी सहजासहजी माहिती फेकत होते. खोटे बोलत होते आणि आपला कार्यभाग साधत होते. संचालकांना सर्व बरोबर वाटत होते.

साखर कारखान्याला 'नियोजित सहकारी संस्था' म्हणून खाते उघडण्यास परवानगी मिळाली आणि शेअर्स गोळा करण्यास सुरुवात झाली. जोशी, संचालक व इतर अधिकारी जोमाने कामाला लागले. रोज लाखो रुपये गोळा होऊ लागले. चार कोटींचे शेअर्स गोळा करणे गरजेचे होते. साखर कारखाना होतोय म्हटल्यावर काही लोकांनी दागिने गहाण टाकून, बँका व पतसंस्थांकडून कर्ज घेऊन शेअर्स खरेदी केले.

●

जिल्हा बँकेच्या कार्यालयात आत जरा जास्त धावपळ होती. अधिकारी, संचालक सर्व चेअरमनच्या केबिनमध्ये होते. शिपाई एकमेकांवर धडकतच संचालकांना ऑर्डरप्रमाणे खाणं-पिणं पुरवत होते.

"एमडी, आजचा सीए अहवाल ठेवायलाच पाहिजे का?"

"होय साहेब. आणि सीएच्या अहवालावर जी पूर्तता केली आहे, ती वाचून त्याला मंजुरी घ्यायची आहे."

"काय हाय त्यात?"

"बरंच काही आहे साहेब."

"म्हणजे?"

"ऑडिट रिपोर्टमध्ये महत्त्वाच्या शेऱ्यांवर विचार करावा लागेल."

"अहो, मग तुम्ही कशाला आहात?"

"आम्ही काय करणार?"

"काय करणार म्हणजे?"

"चेअरमनसाहेब, आम्ही हुकमाचे ताबेदार."

"म्हणजे?"

"तुम्ही— संचालक मंडळ जे सांगाल, तेच होतं की नाही?"

"पण तुम्ही शिफारस करता."

"काही ठिकाणी आमची शिफारस नसते, त्या वेळी 'आम्ही सांगतो म्हणून करा', असा आदेश संचालक देतात. त्या वेळी प्रोसिडिंगमध्ये तसे नमूद करून आम्ही करतो."

"म्हणजे, आता आमच्यावर आणलंय म्हणा की."

"तसं नाही साहेब. संपूर्ण कारभारालाच संचालकच जबाबदार असतात. स्टॅम्प पेपरवर तसं लिहून तुम्ही दिलेले आहेच. पण साहेब, आपण चर्चा करू या व मार्ग काढू. सीएंना भेटू, बोलू, चर्चा करू."

"काळजीचं कारण नाही ना?"

"तसं आहे पण व नाही पण."

"चला सभागृहात!"

सर्व संचालक, अकाउंटंट, व्यवस्थापक, अधिकारी सभागृहात बसले.

"सन्माननीय चेअरमन, व्हा. चेअरमन व संचालक महोदय— आज अत्यंत महत्त्वाच्या विषयावर आपली सभा आयोजित केली आहे. बँकेचे 'ऑडिट' झाले आहे व त्या ऑडिटमध्ये..."

तेवढ्यात संचालक मंडळाच्या सर्व संचालकांच्या भत्त्याची पाकिटे व सहीसाठी रजिस्टर घेऊन एक अधिकारी आत आला आणि संचालकांना पाकिटे देऊ लागला.

"ओऽ काय करता? जरा थांबा, विषय तर सुरू करू. सभा चालू तरी होऊ द्या, मग पाकिटं घ्या; तुम्हाला घाई कसली?"

"अहो, त्यांना घाई नाही; आम्हाला घाई हाय एमडी साहेब! आम्हाला दुसरी कामं आहेत. बँक एके बँकच घेऊन कसं चालेल आम्हाला?"

"पुढे बोला."

चेअरमननी 'पाकिटे देण्याचे काम सुरू ठेवा' असं खुणेनं सांगितले आणि काम सुरू झाले.

"तर महोदय 'ऑडिट रिपोर्ट'मध्ये जे काही ताशेरे मारले आहेत, ते पाहिले, तर बँकेची परिस्थिती..."

फळे, काजू, बदाम, खारकांच्या प्लेट्स भरून संचालक मंडळाच्या सभेत शिपाई घुसलेच.

"अरे, थांबा... सभा सुरू तरी होऊ द्या— महत्त्वाचा विषय आहे."

शिपाई सहकारातलेच— प्रत्येक संचालकाच्या वशिल्याने आलेले... ते काय दाद देतात!

"बोला हो एमडी, हे आम्ही गेले कैक वर्षे ऐकतोय, ऑडिट रिपोर्टबद्दल. पुढे बोला."

असे बोलून त्या संचालकाने प्लेटमधील मूठभर बदाम घेतले आणि तोंडात टाकायला सुरुवात केली. तशी सर्वांनी त्याचं अनुकरण केलं.

" खरं आहे, पण या ऑडिट रिपोर्टमध्ये जरा गंभीर मुद्दे आहेत."

"अहो, गंभीर काय ते सांगा?"

संचालकांना त्या ऑडिट रिपोर्टचं वाचन, त्यावर चर्चा याचे काही देणं-घेणं नव्हतं. सहकारातील हा महत्त्वाचा विषय असतो. पण सहकारात काम करणाऱ्या कार्यकर्त्यांची मानसिकताच जर पैसे मिळवायची असेल; तर कितीही कायदा करा, कितीही प्रशिक्षण घ्या— काहीही उपयोग नाही. सहकाराची पातळी घसरली नाही; तर संचालक व त्यात काम करणाऱ्या अधिकाऱ्यांची नैतिक, मानसिक व प्रशासकीय पातळी पूर्णपणे घसरली आहे. सहकाराचा स्वाहाकार झाला आहे. त्याला संचालक, कार्यकर्ते व अधिकारीच फक्त जबाबदार नसून, त्यासाठी राजकारण आणि सहन करणारे राजकीय पुढारी जबाबदार आहेत. आपण सहकारी संस्थेत का आलो, हेच त्यांना कळत नाही. भत्ता खिशात व मिष्टान्न पोटात गेले की— झाला सहकार. सहकार म्हणजे राजकीय शिडी आहे, असाच काहींचा गैरसमज आहे. सहकार हाच पैसा मिळवायचा मार्ग आहे, असंच लोकांचे मत आहे. सहकार म्हणजे खाणं-पिणं, मौज-मजा— तीही संस्थांच्या खर्चाने.

"बोला एमडीसाहेब, काय गंभीर बाबी आहेत, त्या लोकांपुढे सांगा."

चेअरमनच्या इशाऱ्याने एमडी बोलू लागले.

"साहेब, लोकांच्या ठेवींत लक्षणीय घट झाली आहे.''

"मग त्याला आम्ही जबाबदार आहोत काय? हे कर्मचाऱ्यांनी बघायचं हाय.''

"संचालक महोदय, मी गंभीर मुद्दे काय आहेत ते सांगतो आहे; जबाबदार संचालक आहेत, असे म्हणत नाही.''

"बरं - बरं, पुढं बोला.''

"बँकेचा सीआरएआर कमी होत चाललाय.''

"काय असतंय हो ही भानगड एमडी? आजपर्यंत कधी खाली आली नव्हती, ती आताच कशी आली?''

चेअरमननी त्या संचालकांना हातानेच खाली बसण्याची खूण केली.

"बँकेचा एनपीए वाढत चाललाय.''

"अहो एनपीए म्हणजे नफा ना? मग वाढतोय तो वाढणारच; तुम्ही कशाला घाबरता?''

"साहेब, एनपीए म्हणजे 'थकीत कर्जाचे प्रमाण' वाढतंय, अनुत्पादित कर्जे वाढतात.''

"अनु... का— काय म्हणालात?''

"अनुत्पादित.''

"म्हणजे?''

"वसूल न होणारी कर्जे.''

"मग वसुली करा.''

"कशी?''

"जशी दिलीत, तशी.''

"संचालक महोदय, पुढे हा विषय येणार आहे; त्यावर आपण बोलूच.''

"सीडी रेशो फारच पुढे गेलाय त्यामुळे. 'लिक्विडिटी' बरोबर होत नाही. हे गंभीर प्रश्न आहेत.''

"अहो चेअरमनसाहेब— हे काय बोलतात, हे समजत नाही.''

"अहो संचालक, अगोदर ऐकून घ्या.''

"जो काय निर्णय घ्याल, तो मंजूर आम्हाला.''

असं म्हणून एक-एक संचालक हळूहळू उठून निघून गेले. दोन-चार राहिले त्यांनीही, 'एमडीसाहेब, तुम्ही काय ती समर्पक अशी उत्तरे द्या', असे सांगून सभा आटोपती घेतली.

व्यवस्थापक सुन्न झाले. अधिकारी हतबल झाले. काय करावं, ते सुचलं नाही. बँकेचा कारभार दिवसेंदिवस हाताबाहेर चालला होता. त्याचे सोयर-सुतक संचालकांना नव्हते, तसेच इतर कर्मचाऱ्यांनासुद्धा नव्हते. कर्मचारी पगार नियमापेक्षा जास्त होता. कर्मचारीसंख्याही स्टाफिंग पॅटर्नपेक्षा जास्त होती. त्यांतले निम्मे कर्मचारी नामधारीच होते. खालच्या पोस्टवर काम करत असूनही किंवा नोकरीवर असूनही अधिकाऱ्यांना दम देत होते. कारण संचालकांचा त्यांना पूर्ण पाठिंबा होता.

●

एमडी सुन्न होऊन आपल्या केबिनमध्ये बसले होते. काही अधिकारी आले.

"साहेब, काय करायचं?"

"तेच सुचत नाही!"

"सीएंनी आपल्याला खूप काही सांगितले आहे."

"—पण हे संचालक ऐकायलाच तयार नाहीत."

"मग आता?"

"अहो, आपण कितीही सुधारायचं म्हटलं, तरी हे आपल्याला आडवं करणारच."

"मग आपण तरी का आडवं व्हायचं?"

"काय करू या मग?"

"आपण शिफारसच करायची नाही."

"अहो, हे इथून पुढचं झालं; याच्या मागचं काय?"

"होय, ते पण आहेच."

"साखर कारखाने, सूतगिरण्या, शिक्षणसंस्था, सोसायट्या, प्रॉपर्टी खरेदी, नातेवाइकांकडील कर्जे... काय काय निघणार आहे, कोणाला ठाऊक!"

"साहेब सीएंना 'मॅनेज' करू या."

"अहो, आता कराल; पुढे काय?"

"पुढचं पुढं बघू या साहेब."

"असं म्हणता? तर, बघा प्रयत्न करून."

"बघतो साहेब."

●

जिल्हा बँक ही सहकारातील मुख्य बँक. या बँकेचा आदर्श घेऊन इतर बँका चालतात. या संचालकांनी आदर्श बँक चालवून दुसऱ्यांच्या समोर आदर्श

उदाहरण घडवून दाखवायचं; त्याच बँकेत कुणाचा कुणाला मेळ नाही, अशी अवस्था. संचालक कसेही निवडून येतात. बँकिंग क्षेत्रातील शून्य अनुभव आणि बँकेत काम करण्याचा वेगळाच दृष्टिकोन, तरीही स्वत:ला सहकारमहर्षी समजणारे महाराष्ट्रात खूप कार्यरत आहेत. त्यांना आवरले, तर सहकार खूप सुधारेल; पण कोण सांगणार?

हे सुधारावं, हे कोणाला वाटत नाही. प्रत्येक गोष्ट ही राजकारण म्हणून तिच्याकडे पाहिल्यामुळे कोणी कोणाला दुखावत नाहीत. नेते कोणाला बोलायला तयार नसतात. 'काय करतोय ते करू दे, मरू दे त्याचा तो'— ही भूमिका. त्यामुळे सहकारक्षेत्राची अधोगती झाली. वाईट प्रवृत्ती वाढली, भ्रष्टाचार बोकाळला आणि सामान्य माणसासाठी असलेल्या सहकाराची होळी होण्याची वेळ आली आहे.

●

जोशींनी भरपूर तयारी केली. साखर कारखाना कोणत्याही परिस्थितीत उभा करायचाच, यावर ते ठाम होते. लायसेन्स मिळवण्यासाठी लागणारे भागभांडवल जमा केले होते. जमीन होती, त्याचे संमतिपत्र करून झालं होतं. आणि सर्व कागदपत्रांसह साखर कारखान्याच्या नोंदणीसाठी प्रकरण दाखल केलं. तसंच शासनाची एन्ओसी घेऊन आता केंद्र शासनाकडे परवाना मिळण्यासाठी प्रयत्न सुरू केले.

जोशींनी पुढची तयारी सुरू केली. साखर कारखान्याच्या प्रकल्प अहवालाप्रमाणे मशिनरी, कामगार, तांत्रिक अधिकारी, कोटेशन... कामालाच लागले. गंगानगर पतसंस्था ही जोशींच्या मार्गाने सुरू होतीच.

वार्षिक तपासणी आली. जोशींनी आलेल्या ऑडिटरशी संधान बांधलं. नेहमीप्रमाणे जे-जे करायचे, ते-ते केलं.

"साहेब, 'अ' वर्ग मिळाला पाहिजे."

"जोशी, मी आज आलो; बघतो अगोदर. तुम्ही माझा पाहुणचार केलाच आहात. बघू या."

जोशींना जरा शंका आली. त्यांनी त्यांचे दोन-चार अधिकारी याच कामासाठी ठेवले होते. सलग आठ वेगवगळ्या शाखांना भेटी देण्यासाठी ऑडिटर फिरत होते. आठ दिवसांनी ऑडिटर मुख्य ऑफीसला आले. तिथं काही कागदपत्रे वगैरे तपासली आणि एकदम त्यांनी जोशींना सांगितले,

"जोशी, मुंबईच्या ब्रँचेस बघायच्या आहेत."

"कशाला साहेब इतक्या लांब? सर्व व्यवस्थित आहे."

"नाही, मला गेलेच पाहिजे."

"बरं, मग आपण जाऊ या."

"आपण नाही—"

"मग?"

"मी जाणार; तुम्ही बरोबर नको."

जोशी हादरलेच. घाम फुटला.

"बरं-बरं. दोन अधिकारी देतो, गाड्या देतो; तुम्ही या जाऊन."

मुंबईला ऑडिटर हजर झाला. तसे जोशींच्या 'प्लॅन'प्रमाणे त्यांच्या फ्लॅटवरच थेट ऑडिटरला घेऊन गेले आणि संध्याकाळी ऑडिटरसाहेबांना पंचतारांकित हॉटेलमध्येच नेऊन जेवण वगैरे दिले. ऑडिटर डुलत-डुलत आले. फ्लॅटवर दुसरा बंदोबस्त होता. अधिकारी त्यांना आत सोडून बाहेर येऊन थांबले.

ऑडिटरसाहेब आत जाताच एक सुंदर स्त्री समोर आली. ऑडिटरसाहेब एकदम अवाक् झाले. तिच्या सौंदर्याने घायाळ झाले आणि पाहता- पाहता तिच्या बाहुपाशात कधी शिरले, ते कळलेच नाही. जाग आली, त्या वेळी सकाळचे नऊ वाजले होते. ते उठले. रात्रीचा प्रसंग त्यांच्यासमोर होताच. ते एकदम सावरले. पण खूश होते. त्यांनी बेल वाजवली. अधिकारी दार उघडून आत आले.

"साहेब, कशी काय वाटली मुंबईची नाईट?"

"एकदम जबरदस्त आणि मस्त!"

"खूश ना साहेब?"

"होय, बेहद खूश."

"मग आज काय?"

"आज बारबाला... डान्सला जायचं."

"वाऽ वा साहेब, आमच्या मनातलं बोललात!"

साहेबानं सर्व उरकलं आणि चहा-नाश्ता झाला. दोन्ही अधिकाऱ्यांनी त्यांना शॉपिंगला नेलं. ब्रँच मॅनेजर होतेच बरोबर. एक लाख रुपयांची खरेदी केली. साहेबांचे डोळेच विस्फारले.

●

मुंबईहून ऑडिटरसाहेब आले आणि पतसंस्थेला 'अ' वर्ग मिळाला. पण

त्यांनी काही मुद्दे जोशी यांना सांगितले. त्यामध्ये वसुली होत नाही, अशी कर्जे होती.

संचालक मंडळासमोर ऑडिट रिपोर्ट वाचला. वसुलीची टक्केवारी फारच कमी होती. असे अनेक मुद्दे होते. ते न सांगताच 'अ' वर्ग मिळाला म्हणून संचालकांनी त्या दिवशी चेअरमनकडून चिकन, मटण पार्टीवर ताव मात्र मारला. मग सर्व जण घरी गेले.

●

या संचालकांनाही बदलत्या पतसंस्थेची व बँकिंग उद्योगाची आणि त्यांच्यावरील निर्बंध व कायद्याची कल्पना नव्हती. जोशींनी कधी त्यांना ती कळू दिली नाही. काही सहकारी संस्थांमध्ये व्यवस्थापक अभ्यासू, कामसू व प्रामाणिक आहेत. पण त्यांना संचालक सरळ काम करू देत नाहीत. दुसरीकडे संचालकांना व चेअरमननाच बिघडवण्याचे आणि त्यांना काहीच कळू न देण्याचे महत्त्वाचे काम व्यवस्थापक व अधिकारीच करत असतात. स्वत:लाच कळतं, आपणच ते करू शकतो, संचालकांना काही कळत नाही व कळावं अशी गरजही नाही— अशी समजूत काही अधिकारी करून घेतात. संचालक फक्त भत्त्यासाठी येतात, खाण्यासाठी येतात. ते त्यांना दिलं, तर आपण जे-जे समोर ठेवू, ते-ते मंजूर करून घ्यायचे काम आपले आहे, असे समजून संस्था चालवतात.

जोशी यांची अनेक कामे अशीच चालली होती. त्यांना राजकरणाचीही स्वप्नं पडत होती. साखर कारखाना झाला की, त्याचे चेअरमन व्हायचे होते. त्या दृष्टीने ते गावोगावी फिरतही होते. ठरावीक कार्यकर्त्यांना सांभाळण्यासाठी ते मागतील तेवढे कर्जही विनातारण देत होते.

●

जोशींनी अधिकाऱ्यांची बैठक बोलवली व जी कर्जे थकीत झाली होती, ती सर्व नवी-जुनी करायचे आदेश दिले. म्हणजे जे कर्ज थकले असेल ते व त्याच्यावर होणारे व्याज मिळून सर्वाला परत मंजुरी घ्यायची, म्हणजे ती कर्जे नियमित झाली. अनेक कर्जे या पद्धतीने नवी करून घेतली. कोट्यवधी रुपयांची कर्जे नियमित झाली. चेअरमन यांना त्यांनी तशी कल्पना दिली होती की, असे आपल्याला करायचे आहे. सर्व जिल्हा बँकेत असंच करतात.

●

जोशी जिल्हा बँकेच्या मुख्य कार्यालयात एमडींच्या कार्यालयात गेले. बरेच अधिकारी तिथे उपस्थित होते. जोशींनी आणलेला भला मोठा फुलांचा

गुच्छ नव्या एम्डींना गेल्या-गेल्या दिला व आपली ओळख सांगितली.

"बसा, जरा माहिती घेतो व मग बोलू या.''

"मोठी पतसंस्था आहे साहेब, बँकेला काही दिवसांत मागे टाकेल.''

"नाही हो एमडीसाहेब, कुठे जिल्हा बँक— कुठे आमची पतसंस्था!''

"एमडीसाहेब, हा एक विषय संपवू या.''

एका अधिकाऱ्याने सूचना केली तसे एमडींनी जोशींना थांबायला सांगितले. जोशी बसून ऐकू लागले. अधिकारी एमडींना विचारत होता,

"साहेब, विकास सोसायट्यांच्या थकीत कर्जाबाबत काय करू या? कारण ती कर्जेही या वर्षी एनपीएसाठी तरतुदीला येणार आणि ती फार आहेत.''

"काय करायचं? सरळ वसुलीला गेलं, तर कुठली तरी निवडणूक येते. संचालक वसुली करू देत नाहीत. जप्ती टाकावी, तर संचालक तीही टाकू देत नाहीत. कसं करावं, या संचालकांच्या समोर? कशी टिकवायची बँक? काय व्हायचं या बँकेचे?''

"साहेब, एक सुचवू काय?''

एका अधिकाऱ्याने एमडींना विचारले.

"बोला.''

"नवे-जुने करू या साहेब.''

"अहो, पण किती वर्षे करणार?''

"पण आता तरी काय करणार आपण? हे वर्ष करू आणि पुढं बघू.''

"अहो, पुढे काय हे संचालक बदलणार आहेत? वर्षानुवर्षे वहिवाटच लावून बसलेत. करायचं काय?''

"साहेब, आपल्या हातात हेच एवढे बाकी आहे.''

"बरं, करा काय ते.''

"आणि त्या सहकारी साखर कारखान्याचे काय करू या?''

"कसले साहेब?''

"अहो, 'प्री-सीझनल' उसाची कर्जे मंजुरीसाठी राज्य बँकेकडे पाठवायची आहेत; त्याचे काय?''

"त्याचं होय— नेहमीप्रमाणे.''

"म्हणजे?''

"अहो साहेब, पाठवायलाच पाहिजे; नाही तर शेतकरी अडचणीत आणला,

शेतकऱ्याला कर्जापासून वंचित ठेवलं, वगैरे वगैरे बोंबाबोंब करून बँकांची अब्रूच हे पुढारी काढतात.''

''पण पूर्वीची कर्जे फिटलेली नाहीत आणि आता ही नवी कर्जे?''

''ही द्यावीच लागतात साहेब. उसाचे उत्पादन घटेल व त्याला जबाबदार सरकारही बँकांनाच धरणार.''

''याला गॅरंटी?''

''शासन-हमी!''

''मागील हमीचं काय?''

''ते शासनालाच माहीत.''

''कसं व्हायचं हो या बँकांचे? शेकडो कोटी रुपयांची मागील शासन-हमी मिळाली नाही. कारखाने बंद, सूतगिरण्या उभ्या राहिल्या नाहीत. व्याज थकीत. हप्ते वसुलीला जावं, तर 'शासनाने हमी दिली आहे, परत येऊ नका', अशी धमकी. शासनाकडे हमीची रक्कम मागावी, तर... तुम्ही अगोदर वसुलीची कार्यवाही करा; त्या संस्थांची, कारखान्यांची प्रॉपर्टी विका व मग राहिलेल्या पैशासाठी आमच्याकडे या, मग बघू... असे शासनाचे सचिव सांगणार. कठीण आहे या सहकाराचे!''

'आई जेवू घालीना व बाप भीक मागू देईना'— अशी अवस्था बँकेच्या अधिकाऱ्यांची व कर्मचाऱ्यांची झाली. त्यातच सहकार खाते हे सहकार वाढवण्यासाठी नसून सहकाराच्या वृक्षाची छाटणी कशी करता येईल, यातच धन्यता मानत आहे, हे दुर्दैव आहे.

एमडीसाहेबांकडे अधिकारी येत होते, ते एकेक प्रकरणात मार्ग काढण्यासाठीच. पण काय मार्ग काढणार? ते तर प्रत्येक गोष्ट आजची उद्यावर ढकलत होते. त्यामुळे तेही चिंतेत होते. जिल्हा बँकेचा कारभार हा शेतकऱ्यांच्या जीवनाशी निगडित असतो. ही शेतकऱ्यांची बँक समजतात. राष्ट्रीयीकृत बँका कुठल्याही शेतकऱ्याला उभे करत नाहीत. ही खंत या देशाची नव्हे, तर दुर्दैव आहे शेतकऱ्यांचे. 'देश सत्तर ते ऐंशी टक्के ग्रामीण भागात राहणाऱ्या कष्टकरी व शेतकरी कामगार यांचा आहे', असे निवडणुकीच्या भाषणात बोलायचे आणि निवडून गेल्यावर मग पंचतारांकित हॉटेलमध्ये बसून उद्योजक, व्यापारी व दलाल यांच्यासमवेत बसून शेतकऱ्यांसाठी नसलेले पण तसे दाखवणारे 'बजेट' सादर करायचं. 'बजेट' असतं एक, पण त्यात वास्तव दुसरंच असतं.

अनेक योजना शेतकऱ्यांसाठी म्हणून असतात, पण त्या असतात खऱ्या

उद्योजकांसाठीच. सबसिडी ही शेतकऱ्यांसाठी नसते; शेतकऱ्यांच्या नावावर उद्योजकांना जाते. शेतकऱ्यांसाठी देण्यात येणारी सबसिडी ही कशासाठी आहे; तर अवजारे, ट्रक्टर, औषधे, बियाणे अगर कोणत्याही गोष्टींवर त्यांची किंमत प्रथम निश्चित करावी व मग घ्यावी. पण तसे घडत नाही. सबसिडी जाहीर होताच त्या सर्वांच्या किमती तेवढ्याच वाढवतात; मग शेकऱ्याला काय फायदा? कोण बोलणार? कोण ऐकणार? काय हा प्रकार असतो?

शेतकऱ्याच्या मालाला किंमत नाही म्हणून शेतकरी ओरडतो, तर महागाई झाली म्हणून शहरातील माणसे टाहो फोडतात. मात्र दोष कोणाचा, हे काय सरकार नावाच्या राजाला माहीत नाही? या देशात प्रत्येक गोष्ट राजकारणातून बघितली जाते, त्याचा वापर राजकारणासाठी होतो. प्रत्येक गोष्टीत राजकारण केलं जातं. राजकारणातील माणसं सांभाळण्यासाठी केलं जातं. सर्वांना आपलं राजकारण, पक्ष व सत्ता चालवायची आहे; पण देश कुणालाच चालवायचा नाही.

मग बँक चालावी— असं चेअरमन, संचालक व कर्मचाऱ्यांना तरी कसं वाटेल? एखादा अधिकारी चांगला असतो, तेव्हा शंभर नालायक असतात. एखादा संचालक चांगला असतो, तेव्हा बाकीचे भ्रष्ट असतात. सहकारी संस्था सुरवातीला अत्यंत चांगली चालते, पण नंतर तिचा उकिरडा झालेला बघायला मिळतो. सहकारात काम केलेल्या जुन्या लोकाचं नशीब म्हणायचं, त्यांनी चांगला सहकार पाहिला व अनुभवला.

एमडींसमोर बसलेल्या अनेक अधिकाऱ्यांनी आपापली गाऱ्हाणी, अडचणी आणि कसा त्रास होतोय, हे सांगितले. ते सांगायलाच खरं तर आले होते. जोशींना हे काही नवे नव्हतेच. ते यातून जातच होते. किंबहुना, त्यांच्याही पुढे होते.

“जोशी, वेळ आहे ना तुम्हाला?”

“होय साहेब! होऊ द्या तुमचं, मी आहे इथं.”

“बरं-बरं. बोला एक-एक जण.”

“साहेब, जिल्ह्यात पाच हजार विकास सोसायट्या आहेत.”

“काय?”

“अहो, बाराशे गावं आणि पाच हजार विकास सोसायट्या कशा?”

“अहो, एका-एका गावात पाच-पाच आहेत!”

“होय?”

“तुम्ही अलीकडे आलात. आपण नवीन आहात.”

बरोबर होते. ते एमडी नुकतेच हजर झाले होते. ते नाबार्डकडे काम करत होते. व्हीआरएस घेऊन निवृत्त झाले आणि इकडे आले. येताना अनेकांनी विरोध केला. काहीनी ‘अहो, हे नाबार्डचे आहेत. लफडी बाहेर येतील, बोंब होईल; घेऊ नका—’ अशी ओरड केली; पण ते पालकमंत्र्यांचे पाहुणे होते, त्यामुळे इलाज चालेना. कारण पालकमंत्री पडले शासनाचे प्रतिनिधी.

एमडींना भेटायला जोशी आले होते. एमडींना सहकाराचा थेट अनुभव नव्हता, फक्त ऐकून अनुभव होता. ते कारभार सुधारण्याचा प्रयत्न करत होते. पण त्यांनी जे काही या दोन महिन्यांत ऐकले, पाहिले आणि अनुभवले; ते भयंकर होते.

“बोला. पाच हजार सोसायट्यांमध्ये काय सांगत होतात? आपला जो ‘फायनान्स’ आहे......”

“तो विनाकारण आहे.”

“म्हणजे?”

“सोसायटीमार्फत आपण पीककर्ज देतो. त्यावर बोजा असतो ‘इ’ करारावरून.”

“बरं, मग?”

“इतर जो फायनान्स करतो— घरदुरुस्ती, घरबांधणी, गाय-म्हैस खरेदी, गाडी खरेदी, लग्नाला—”

“लग्नाला?”

“हो. लग्नासाठीही देतो.”

“मग ही प्रकरणे वर का येत नाहीत?”

“तालुक्याच्या समितीला अधिकार आहेत.”

“मग काय, बघायला नकोच.”

“साहेब, ती सर्वच थकीत आहेत. कर्जरोखे नाहीत, जामीन नाहीत. काही माणसं गायबं आहेत. तारण नाही; फक्त आपलं मरण आहे.”

“म्हणजे?”

“ज्यांच्या नावावर कर्ज आहेत, तेच नाहीत गावात.”

“अरे नशिबा! निदान त्यांचा पत्ता?”

“अहो, ती व्यक्तीच नाही. बनावट सर्व.”

“घरकर्ज, घरदुरुस्ती... घरच नाही. काहीच नाही; सर्व बोगस कर्ज?”

"पीककर्ज, बांधबंदिस्ती, विहीर, कालवे बांधणे वगैरे चार-चारपट कर्जं आहेत."

"म्हणजे हो?"

"अहो, चार भाऊ असतील— चार एकर जमीन असेल, तर प्रत्येकानं चार एकर जमीन गृहीत धरून सर्व कर्जे घेतली; म्हणजे चार भावांना पीककर्ज चार-चार एकर म्हणजे सोळा एकरांसाठी. सातबारा मात्र चार एकर. विहिरी चार, बांध-बंदिस्ती चौघांना... त्याच शेतावर!"

"अहो, काय म्हणताय काय!"

"साहेब, ही सर्व कर्जे दीड हजार कोटींची आहेत."

एमडींनी पाण्याचा ग्लास तोंडाला लावला.

"साहेब, काय करायचं?"

"काय करायचंय... आता मी काय सांगणार?"

"अहो साहेब, तुम्ही नाबार्डमध्ये काम केलंय, तुम्हाला सर्वच माहीत पाहिजे."

"नाही, चूक आहे तुमचे. अहो, तुम्हाला व इतरांना नाबार्ड कर्जे देते; ती शंभर टक्के आपोआप वसूल होतात. त्यामुळे नाबार्डचा एनपीए शून्य टक्के राहतो. शंभर टक्के वसुली होते. मग आम्ही इतरांची तपासणी करणार व ते इतरांना शहाणपण शिकवणार. बँक कशी चालवली पाहिजे, तळागाळांतील शेतकऱ्यांना थेट कर्जे देणे, ती वसूल करणे, पुढाऱ्याची पद्धत, कर्मचारी, इतर सर्व गोष्टींची आम्हाला माहिती नसते, अनुभव नसतो. सांगणे व करणे यांत फरक आहे."

"साहेब, खरं आहे. नाबार्ड व आरबीआयचे सर्व जण सहकारी बँकांच्या विरोधात आहेत. त्यांचे मार्गदर्शन राहिले बाजूला; कुठे चुकतात, तेच पाहतात."

"सहकार चांगला, पण त्याला चालवणारे चांगले राहिले नाहीत. हेच खरं आहे— मग ते कर्मचारी असोत अगर संचालक."

"बरं साहेब, हे एक हजार पाचशे कोटी नवं-जुनं करणे अवघड आहे. जितके करता येईल तेवढं करावं, बाकीचे थकीत राहतील."

"तरी किती?"

"पाचशे कोटी तरी राहतील."

"राहू दे. पाहू नंतर पुढे. तुमचे?"

दुसऱ्या अधिकाऱ्याने सांगायला सुरुवात केली.

"साहेब, साखर कारखान्यांना दिलेली कर्जे सर्व थकीत आहेत."

"किती वर्षे झाली?"

"आठ-दहा वर्षे होऊन गेली."

"पण केंद्र शासनाने 'शुगर पॅकेज' दिलं होतं, त्याचा काहीच उपयोग नाही?"

"नाही!"

"का?"

"अहो, पॅकेजमध्ये शासनाने एक पैसा दिला नाही; उलट व्याज मुदलात घातलं आणि त्याचे पाच हप्ते पाडून दिले होते. लोकांना वाटले, शासनाने साखर कारखान्यांवर खैरात केली. पण ही फसवणूक नाबार्डने केली. आता नाबार्ड म्हणते, शंभर टक्के तरतूद करा."

"मग?"

"अहो, मग काय— शंभर टक्के तरतूद केल्यावर शेकडो कोटी तोटा होईल."

"कसा?"

"बघा हे स्टेटमेंट—"

एमडींनी स्टेटमेंट पाहिले.

"अहो अधिकारी, कसे होणार हो?"

"साहेब, नाबार्डला आपण कळवले आहे."

"काय?"

"की, तुम्ही दिलेल्या पाच वर्षांच्या मुदतीनंतर त्यांनी परतफेड केली नाही, तर साखर कारखान्यांची तरतूद आम्ही प्रत्येक वर्षी करू."

"मग?"

"त्याचे उत्तर नाही. पण हे करावं लागणार साहेब."

"किती आहे हे सर्व कर्ज?"

"सातशे ते आठशे कोटी होईल."

"साहेब, साखर कारखाने म्हणजे मोठी धेंडं आहेत. पूर्ण राजकीय संरक्षण आहे आणि राज्य बँकेच्या वतीने कर्जे दिली आहेत. म्हणजे, दहा-बारा बँकांनी एकत्र येऊन कर्जे दिली आहेत."

"कुठले कारखाने आहेत?"

"काही जिल्ह्यातील व काही जिल्ह्याबाहेरील."

"कसं काय दिलं कर्ज हो?"

"अहो, राजकीय दबाव! वरून फोन आला, शिवाय कर्जाला शासनहमी आहे."

"मग अडचणीचं काय?"

"शासन हीच अडचण आहे साहेब."

"कशी काय?"

"अहो, कर्ज द्यायला सांगतात, हमी देतात व थकली की, तुमचं तुम्हीच बघा— असं सांगून मोकळे होतात. आम्ही खूप प्रयत्न केला. जसे साखर कारखान्यांचं तसंच सूतगिरण्यांचे."

"सूतगिरण्यांचं पण आहे?"

"होय!"

"किती?"

"ते कमी आहे. तरी दोनशे कोटींपर्यंत."

नाबार्डमधून आलेल्या या एमडींना हे नवीनच होतं. त्यांचं डोकं गरगरायला लागलं. नाबार्डच्या ऑफिसमध्ये बसून इतरांचे चुकीचे कसे आहे, हे सांगणे फारच सोपे आहे, असं त्यांना वाटू लागले. या सगळ्यांवर उपाय एकच होता— तो म्हणजे तरतुदी करणे. पण सर्वच थकीत; मग उत्पन्न कसले मिळणार? अन् तरतुदी कशा करायच्या? या सर्वांवर उपाय काय, हाच विचार ते करत होते. या बँकेत येऊन चूक तर केली नाही ना, अशी भीती त्यांच्या मनात उमटू लागली.

"आपण असं करू या? दुपारी बाकीच्या विषयावर बोलू. पाच वाजता बसू चला."

सर्व जण उठून गेले. जोशी समोर येऊन बसले.

"बोला, काय काम काढलंत?"

"काही नाही साहेब, तुम्ही नुकतेच हजर झालात, शुभेच्छा द्याव्यात म्हणून आलो. आमच्या पतसंस्थेला भेट द्या."

"देऊ या. अगोदर हे सगळं समजावून घेतो. मला वाटतं, माझ्या समजण्याच्या पलीकडचे आहे."

"काही नाही साहेब, सहकारात असंच असतं. साहेब, काहीही होत नाही. राजकीय वरदहस्त असतो, काही होत नाही."

"बरं, तुमचं काही काम?"

"साहेब, मी म्हणजे— आम्ही एक साखर कारखाना उभा करतोय."

"अहो, ते चालत नाहीत. आता ऐकलंत ना सगळं?"

"ते वेगळं, आमचं वेगळं साहेब."

"वेगळं म्हणजे?"

"अहो साहेब, खाण्यासाठीच सर्व; मग कसं काय उभं राहणार?"

"पण आता कर्ज..."

"आता म्हणजे गरज लागल्यास मदत करा."

"अहो, मी कोण करणार? संचालक मंडळ करणार!"

"त्यांचं मी बघतो साहेब. येतो. नमस्कार."

●

जोशी निघून गेले, पण एमडी त्यांच्याकडे बघतच राहिले. विषय कोणता चालला होता, त्या विषयाचे गांभीर्य काय आहे आणि जोशी त्याच विषयासाठी परत कर्ज मागतो. मानेला एक झटका दिला आणि एमडींनी समोरच्या स्टेटमेंटमध्ये डोकं घातलं.

●

जी जमीन जोशींनी आपल्या नातेवाइकांच्या नावे घेतली होती तिचे खरेदीखत सहकारी साखर कारखान्याच्या नावाने झाले. शेअर्स म्हणून असलेले सर्व पैसे परत जोशींच्या खिशात आले आणि ज्यांच्या नावाने पूर्वी कर्जरोखे केले होते, त्यांच्या नावे ते कर्ज तसेच राहिले. याची कुणाला जराही कल्पना आली नाही. हेच खरे रूप होते जोशींचे.

●

"ओ जोशीसाहेबऽऽ"

"या संचालक महोदय."

संचालक कांबळे जोशींच्या केबिनमध्ये आले. फेटा बांधलेला, मिशा राखलेला उंच गडी. कायम प्रथमपासून राखीव मतदारसंघातून घेतलेला.

"अरे, चहा सांग."

"असो. पाणी पाजा अगोदर."

"दमलाय वाटतं."

"तर! काय तुमचं अधिकारी? बिनकामाचं. टकुरं फिरवत्यात. त्यांना सांगा."

"का हो, काय झालं?"

"अहो, आमच्या गावात एक पोरगा हाय, त्याचा एक ट्रक वडून आणलाय."

"का?"

"आता का? ते तुमच्या अधिकाऱ्याला विचारा."

"कोण अधिकारी?"

"पाटील असंल बघा. तेच्या बिगर कोण करणार ओढाताण?"

"अरे, पाटलांना बोलवा."

"येऊ साहेब?"

"या— या पाटील. यांचे काय ओढलेत तुम्ही?"

"साहेब, हसण्यावारी नेऊ नका. काय हा, ट्रक जप्त करून आणलात की नाही?"

"होय!"

"का?"

"अहो, वर्षभर एक रुपया नाही— ना मुद्दल, ना व्याज."

"पळतुया का काय कुठं?"

"पळत नाही हो, पतसंस्था चालली पाहिजे."

"अशी चालते का? आणि चालवणार कोण— तुम्ही, की आम्ही संचालक? साहेब, आताच्या आता ट्रक त्या पोराच्या ताब्यात द्या, नाही तर हा माझा राजीनामा."

"अहो संचालक, असं करून कशी चालेल पतसंस्था? पतसंस्था चालायची असेल, तर वसुली व्हायला पाहिजे की नको?"

"पण गरिबाचीच का?"

"अहो, सगळ्यांचीच करावी लागेल."

"ते काही नाही; चावी देता की नाही? पाटील, द्या चावी."

"पण साहेब......"

"द्या. बघू नंतर."

पाटलांनी चावी शिपायाकडून पाठवली. त्या वेळी कुस्ती जिंकल्यासारखा तो संचालक मिशांवर हात फिरवत पतसंस्थेच्या कार्यालयातून बाहेर पडला.

काय म्हणायचं या असल्या संचालकांना? कशा चालायच्या पतसंस्था, बँका? असे संचालक असतील, तर यांच्याकडून अपेक्षा तर काय करायची व कशी? शासनाची बोटचेपी धोरणंच कारणीभूत. वसुलीच करायची नाही, तर

संस्था चालणार कशी? पण जोशींनाही काही देणं-घेणं नव्हतं.

●

“साहेब, आत येऊ का?”

“या— या पत्रकार, तुम्हाला कोण अडवणार?”

“तसं नाही; तुम्ही सहकारातील लोक.”

“म्हणूनच तुमची मज्जा आहे.”

“अहो, देवाण-घेवाण असते.”

जोशींनी ‘ड्रॅव्हर’मधून पाकीट काढलं आणि त्यांच्या हातात दिलं. दोघही अर्थपूर्ण हसले. पत्रकार निघून गेले.

पत्रकार, सहकार, शासन आणि सर्व जण पाकीटसंस्कृतीत रुजल्यासारखे आहेत. देणाऱ्याला काही वाटत नाही अन् घेणाऱ्यालाही काही वाटत नाही.

शेतकऱ्यांच्या आत्महत्येचा प्रश्न संपूर्ण महाराष्ट्रात वणव्यासारखा पसरत होता. विरोधी पक्षाने आंदोलन करून, राज्य व केंद्र शासनावर कडक टीका करून शासन बरखास्त करावं, अशी राष्ट्रपतींकडे मागणी केली. तालुक्यात, जिल्ह्यात मोर्चे काढले. सर्व बाजूंनी वणवा पेटला. सरकार हतबल झाले. त्यात जिथं-जिथं आत्महत्या झाल्या, तिथं शेतकऱ्यांना ‘पॅकेज’ दिलं. शेती ही निसर्गावर अवलंबून असते; म्हणून शेतकऱ्यानं दुय्यम धंदा करावा, म्हणून गाई, म्हशी, शेळ्या यांचं वाटप झालं. त्यात पुढाऱ्यांनी व अधिकाऱ्यांनी मोठ्या प्रमाणात भ्रष्टाचार केला. लाभार्थी व गरजू शेतकरी राहिला बाजूला, अधिकारी व पुढाऱ्यांनीच पॅकेज लाटलं. परत ‘ये रे माझ्या मागल्या!’

खासगी सावकारी कर्जे जास्त होऊ लागली. लोकांच्या जमिनी सावकारांनी बळकावण्याचा सपाटा सुरू केला. लोक हैराण झाले. पुढारी बेईमान झाले. विधानसभेत एक, आंदोलनात एक व शेतकऱ्यांकडे दुसरेच बोलू लागले.

यात शेतकरीसुद्धा दोषीच. ज्याच्यासाठी पैसे घेतले असतील, त्यासाठी खर्च न करता पोरीच्या लग्नाला, घरबांधणीला, घरदुरुस्तीला व व्यसनांसाठी पैसे खर्च करू लागला; तर शेतकरी कर्जबाजारी होणारच आहे.

वरिष्ठ पातळीवर चर्चा फारच रंगली. शेतकरी सोडवला पाहिजे, तुंबलेलं गटार साफ केलं पाहिजे, आत्महत्या थांबवल्या पाहिजेत... यावर मार्ग काय काढायचा, यावर अर्थतज्ज्ञ दिल्लीत चर्चा करू लागले.

संपूर्ण देशाचा विचार सुरू झाला आणि सर्व पक्ष एकवटले. आता

सरकारने काही तरी केले पाहिजे आणि एक दिवस सरकारनं जाहीर केलं—
'सरकार यावर जरूर विचार करीत आहे. लावकरच तोडगा काढणार.' विरोधी
पक्ष आता धास्तावला. आता काय-काय करणार आणि जर चांगली योजना
आणली, तर आम्हाला कोण आणि कसं मत देणार? जे सरकार काही करत
नाही म्हणून बोंबलत होतो, ते सरकार आता काही तरी करणार म्हणून विरोधक
काळजीत होते.

●

पतसंस्थेच्या ऑफिसमध्ये चेअरमन आणि जोशी बसले होते. तेवढ्यात
हातात बॅग घेऊन साळुंखेमहाराज आले. घामाघूम झाले होते. बरोबर त्यांचा
पुतण्या होता.

"या— या महाराज! एवढ्या दुपारी?"

"काय करणार? जोशींनी उपकार केले आमच्यावर!"

"मी, आणि कसले उपकार महाराज?"

"अहो, नको म्हणताना माझ्या मुलाला कर्ज दिलंत."

"अहो, मग नाही म्हणणं योग्य होतं का?"

"हे घ्या पैसे— बोलवा कोणाला तरी आणि सगळं भरून पैसे भरल्याची
पावती व कर्ज नसल्याचा दाखला द्या."

जोशींनी बोलावणे केले. अधिकारी आला. त्याने पैसे घेतले आणि
थोड्या वेळाने पावती व पत्र घेऊन आला. पत्रावर सही वसुली अधिकाऱ्याची होती.

"महाराज, काय केलंत?"

"अहो, पूर्वी गंगानगरमध्ये एक प्लॉट घेऊन छोटंसं घर बांधलं होतं; ते
विकलं."

"कायऽऽ"

दोघांना आश्चर्य वाटलं.

"अहो महाराज, कशाला विकलंत? घाई केलीत."

"घाई? अहो, तुमचे अधिकारी रोज दारात येण्यापेक्षा तुमचे पैसे भरलेले
चांगलं. आता एक करा— माझ्या कोणत्याही नातेवाइकांकडे कर्ज नाही; आता
देऊ नका."

"नाही देत महाराज... माफ करा महाराज." जोशी उठून म्हणाले.

"नाही जोशीसाहेब, तुमचा दोष नाही; दोष आमच्या संस्कारांचा आहे
येतो."

साळुंखेमहाराज आले तसे पाणीही न घेता पतसंस्थेचे कर्ज पूर्णपणे फेडून रिकामी बॅग एका हातात व धोतराच्या सोग्याने घाम पुसत गेले. जोशी तिकडे एकटक बघतच राहिले.

"साहेब, संघटनेचे पदाधिकारी आलेत भेटायला. त्यांना वेळ दिला होता."

शिपायाच्या या वाक्याने ते भानावर आले.

"मीटिंग हॉलमध्ये बसायला सांग."

चेअरमन व जोशी दोघे मीटिंग हॉलमध्ये गेले.

"बसा— बसा. बोला."

"साहेब 'ॲग्रीमेंट' अजून झाले नाही. या वेळी भरघोस वाढ झाली पाहिजे. शिवाय काही मागण्या आहेत."

"हे बघा, पतसंस्था म्हणजे बँक नव्हे. तुम्ही संस्थेत काम करता. संस्थेची परिस्थिती आता भरघोस वाढ देण्यासारखी नाही."

"अहो, त्यात आमचा काय दोष? कर्मचारी काम करतातच की. आमच्या मागण्या मान्य करा."

"तुमच्या मागण्यांवर चर्चा झाली आहे."

"म्हणूनच म्हणतोय, मागण्या मान्य करा; अन्यथा आम्ही संपावर जाऊ व कोर्टातही."

"अहो, कोर्टाची भाषा कशाला? तुम्ही काय परके आहात? संचालकांनी तुम्हाला नोकरीला लावले आणि आता संघटनावाले आले व आमच्यावरच उलट फिरता? अरे, संस्था राहिली तर तुम्ही कर्मचारी राहाल; संस्था बुडली तर...?"

"अहो, बुडंल कशी?"

"तुम्हाला भरमसाट पैसे दिले तर तोट्यात जाणार."

"आम्ही हक्काचे मागतोय."

जोशींनी तोंड घातले. "हे बघा, तुम्ही असे करा— उद्या माझ्याशी बोला. काढू या तोडगा काही तरी."

सर्व जण उठून गेले. चेअरमन व जोशी राहिले.

"चेअरमनसाहेब, जिल्हा बँकेत हीच संघटना आहे. तिथं हाच प्रश्न आहे. आपले अनेक प्रश्न आहेत, अनेक प्रकरणे आहेत. हे 'ब्लॅकमेल' करणार. तेव्हा त्यांना पगारवाढ देऊ व तुम्हाला-मला किती सुटतात, ते मी तुम्हाला सांगतो." चेअरमन खूष झाला.

संघटनेशी जोशी यांनी चर्चा केली आणि करार करायचा ठरविला. त्यामध्ये जोशींना पाच लाख व चेअरमनला पाच लाख मिळाले. कर्मचाऱ्यांना लाखो रुपये पगारवाढ मिळाली. पतसंस्थेवर त्याचा व्हायचा तसा अनिष्ट परिणाम झाला.

जिल्हा बँकेतसुद्धा हेच घडले होते. त्यामुळे जिल्हा बँकेला कोट्यवधी रुपयांचा भुर्दंड संघटनेशी झालेल्या करारामुळे सोसावा लागत होता. त्यामुळे जिल्हा बँक अधिकच डबघाईला आली होती. पण चेअरमन व संचालक यांचा नाकर्तेपणा आणि बँकेप्रति असलेला निष्काळजीपणा व स्वार्थ यामुळे हे घडत होते.

कर्मचाऱ्यांना पगारवाढ देणे गैर नाही. पण शासनासारखी पगारवाढ देणेही बरोबर नाही. बँक ही पूर्णपणे बँकेने म्हणजे कर्मचाऱ्यांनी केलेल्या एकूण वाढीव व्यवहारावर अवलंबून असते. नफा-तोटा त्यावर अवलंबून असतो. जशा ठेवी कमी झाल्या, वसुली कमी झाली, उत्पादन वाढलं नाही; तर पगारवाढ देणार कशी? कोठून? पण एक वेळ पगारवाढ झाली, तर बँकेचे उत्पन्न वाढो-न वाढो; पगारवाढ दिलीच पाहिजे. पगारवाढीबरोबर अनेक भत्ते मिळतात. त्यामध्ये नको ते भत्ते दिलेलेच असतात. तेही संचालक मान्य करतात. का, तर संचालकांनी केलेल्या गैरव्यवहारांवर संघटना बोट ठेवते. 'ब्लॅकमेल' करते. पेपरबाजी करते. हे टाळण्यासाठी संचालक मंडळ संघटनेला शरण जाते. पण संघटनांनी, कर्मचाऱ्यांनी हे लक्षात ठेवायला पाहिजे की, बँक राहिली तर तुमचे पगार व तुम्ही राहणार आहात. अशा किती तरी बँका बंद पडल्या व त्यांचे कुटुंबीय उघड्यावर आले आहेत. संघटनांचे पुढारी मात्र वातानुकूलित गाडीतून फिरतात. बंगल्यात राहतात. मजा लुटतात. ते तुपाशी खातात, कर्मचारी उपाशी राहतात. तेव्हा हे सर्वांनी विचार करण्यासारखे आहे. गिरणी कामगारांचे काय झालं? तुटेपर्यंत ताणले आणि लाखो कामगार रस्त्यावर आले. कामगारनेता कोणी रस्त्यावर आला नाही. कामगारांनी मुंबई सोडली. गावी आले आणि शेतीवर मजुरी करू लागले. कामगारनेता गावी येऊन रोजगार करताना कोणी पाहिला नाही. याला कोण जबाबदार? म्हणून संघटनांनी कर्मचाऱ्यांचे हित बघताना त्यांच्या नोकरीला बाधा येईल असा पवित्रा घेऊ नये व कर्मचाऱ्यांना संकटात टाकू नये.

गंगानगर पतसंस्थेच्या संचालक मंडळाच्या बैठकीत हा पगारवाढीचा विषय गाजला. काही संचालकांच्या मते, पगारवाढ द्यावी; आपलीच पोरं नोकरीला

आहेत. पण साळुंखेमहाराजांनी विचार मांडले की,

"पोरं जशी आपली, तशी पतसंस्थाही आपली. पतसंस्थाही टिकली पाहिजे. पगारवाढ ही नियमित होते. मग आणखी कसली पगारवाढ? पतसंस्थेवर किती बोजा पडतो, हे जोशींनी सांगावे."

तसे जोशी उठले व कागद उगीचच पुढे घेऊन त्या कागदावर काहीही माहिती नव्हती, पण ते वाचत होते. संचालकांना कसे बनवावे, हे त्यांना चांगले अवगत झाले होते.

"महाराज, काही नाही; फक्त पाच-दहा लाख वाढतात. त्यामुळे पतसंस्थेवर मोठा परिणाम होत नाही. नफा हा दर वर्षी वाढत जात आहे. त्यामुळे ही वाढ देण्यास काही हरकत नाही."

सर्व संचालकांनी मंजुरी दिली.

"करा बाबांनो काय ते." म्हणत साळुंखेमहाराज पतसंस्थेच्या बाहेर पडले. ते थेट घरी आले. त्यांचा लहान मुलगा घरी आला होता. तो नोकरीला होता. शिक्षक होता तो, तिकडेच नोकरीच्या गावीच राहायचा.

घरात आल्यावर महाराज कॉटवर बसले. बेचैन दिसत होते. मुलगा पुढे झाला.

"काय हो, काय होतंय? कशाला उन्हातून गेला होता?"

"पतसंस्थेची सभा होती."

"बास झाली पतसंस्था; राजीनामा द्या! झेपत नाही, काही नाही. आता करतील कोण तरी."

"उद्या घेऊन जा राजीनामा."

●

दुसऱ्या दिवशी मुलगा राजीनामा घेऊन पतसंस्थेच्या कार्यालयात गेला. जोशींकडे तो राजीनामा दिला. जोशींनी वाचला आणि जोशींना घामच फुटला. कारण महाराज पतसंस्थेतून बाहेर पडले; तर लोक वेगळा विचार करतील, आणखी दोन-तीन संचालक जातील आणि मग आपण उघडे पडू. दुसऱ्या दिवशी जोशींनी साळुंखेमहाराजांचं घर गाठलं आणि सरळ-सरळ पाय धरले.

"महाराज, राजीनामा का दिलात? काय चुकलं आमचं?"

"काही नाही जोशीसाहेब, माझी तब्येत बरी नाही म्हणून."

"नका, राजीनामा देऊ नका. तुम्हाला बरं वाटेल त्या वेळी या."

"अहो, तसं कसं चालेल?"

"मी माणूस पाठवतो घरी सहीला. गाडी पाठवतो आणायला. मीटिंगच्या

दिवशी फार तर येऊ नका. पण राजीनाम्यानं तालुक्यात नाही, पण जिल्ह्यात वेगळी प्रतिक्रिया उमटेल. ते पतसंस्थेच्या दृष्टीने वाईट होईल. फार तर ही टर्म पूर्ण करा. पुढील टर्मला तुमच्या मुलग्याला घेऊ या.''

''नको-नको, तसं नको. तुम्ही म्हणताच, तर या वेळी फक्त ऐकतो— पतसंस्थेच्या भल्यासाठी.''

''फार उपकार होतील. हे घ्या राजीनाम्याचे पत्र— फाडून टाकतो.''

''फाडा.''

राजीनामा फाडला. जोशी चहा घेऊन परत फिरले. पण आता जोशींच्या मनात साखर कारखाना नाचू लागला. लवकरच व्हायला पाहिजे. गावागावांत परत-परत सभा घेतल्या. कोट्यवधी रुपयांचे शेअर्स जमा केले, पण पुढे काहीच नाही. बऱ्याच लोकांना पैसे वाटून झाले, पण यश येईना.

●

जोशी गंगापूर तालुक्यात चांगले प्रसिद्ध होते. गावागावात चांगल्या ओळखी होत्या. अनेकांना मदत केली होती. कारखान्याच्या निमित्ताने गाठी-भेटी, चर्चा, सभा होत होत्या. जनसंपर्क वाढत होता. आणि गंगानगर पतसंस्थेकडे दुर्लक्ष होत होते. शाखा कर्मचारी व शाखा व्यवस्थापक यांच्यावर लक्ष नव्हते. त्यांनाही शाखापातळीवर एक लाख रुपये मंजुरीचे अधिकार होते, त्याचाही ते गैरफायदा घेत होते.

●

एक दिवस सकाळीच जोशी पेपर वाचत होते. तेवढ्यात पतसंस्थेचा एक कर्मचारी आला.

''साहेब, पेपर वाचलात?''

''नाही.''

''वाचा.''

''काय आहे?''

''पेपर वाचा, म्हणजे समजेल.''

''अरे, पण काय?''

''एका शाखेतील दागिनेच गायब!''

''म्हणजे रे?''

जोशींनी पेपर पट्कन घेतला. पहिल्याच पानावर 'गंगानगर पतसंस्थेतून सोन्याचे दागिनेच गायब. खऱ्या सोन्याच्या ठिकाणी खोटे दागिने सापडले!'—

ही बातमी.

जोशींनी लगेच कपडे घातले. गाडी काढली आणि ती शाखा गाठली. पाठोपाठ इतर अधिकाऱ्यांना येण्याच्या सूचना दिल्या.

जोशी शाखेत गेले. बरीच गर्दी, पेपरवाले जमले होते. जोशी आत गेले. शाखा अधिकारी व कर्मचारी चोरासारखे उभे होते.

"काय झाले रे?" जोशींनी शाखा अधिकाऱ्याला विचारले.

"अरे, बोलत का नाही?"

"साहेब, शिपायानं हा कारभार केला."

"मग तू काय करत होतास?"

"दागिने वजन केले की, मी आत तिजोरीत ठेवायला देत होतो. तो मधेच ते दागिने बदलत होता."

"मग हे लक्षात कधीं आलं?"

"एकाने काल दागिने सोडवले आणि परत ठेवले. ठेवताना सोनाराने कस लावून तपासले, तर दागिने खोटे! त्या ग्राहकाने दंगा केला. लोक जमले. पोलीस आले. त्यांनी सर्व सील केलं आणि आज सकाळी पोलिसांनी सर्व दागिने तपासून घेतले. ते सर्व खोटे निघाले. ते सील करूनच ठेवले आहेत. आता येतीलच पोलीस. सर्व ग्राहकांनी गर्दी केली. तोडफोड केली. पेपरवाले आले. आम्हाला मारहाण केली आणि इथेच आम्हाला नजरकैदेत ठेवले आहे."

पोलीस आले. जोशींची ओळख करून दिली.

पतसंस्थेचे इतर अधिकारी आले. त्यांनी सर्व तपासायला सुरुवात केली. कागदपत्रांची छाननी केली. सोने कर्जव्यवहाराचा तपशील काढला. दोन कोटी रुपये होते. नावांसह यादी तयार केली. एवढ्यात चेअरमन आणि काही संचालक आले. सर्व माहिती घेतल्यानंतर, सोने तारण ठेवणाऱ्यांनी चेअरमनवर प्रश्नांचा भडिमार केला. सर्वांना थांबवत चेअरमननी सर्वांना आश्वासन दिले—

"जे काय झाले, त्याला आम्ही जबाबदार आहोत. आताच्या आता मी या सर्व कर्मचाऱ्यांना निलंबित करतो. जो जबाबदार असेल, त्याला नोकरीतून कमी करतो आणि तुमचे जे काय नुकसान झाले असेल, त्याची आम्ही पतसंस्थेमार्फत भरपाई देऊ."

सर्व जण शांत झाले.

"कधी देणार पैसे?"

"या आठ दिवसांत तुम्हाला पैसे मिळतील."

चेअरमनांच्या आश्वासनानंतर सर्व जण निघून गेले. नंतर जोशी आणि चेअरमन यांनी चर्चा करून या शाखेच्या सर्व कर्मचाऱ्यांना निलंबित केल्याचे सांगून त्यांच्या जागी दुसरे कर्मचारी तत्काळ नेमले. तोपर्यंत जे अधिकारी बरोबर आले होते, त्यांना तिथे ठेवून बाकीचे निघून गेले. सतत दोन दिवस पेपर गाजत होता. त्याचा परिणाम सर्व शाखांत होऊ लागला.

●

सत्ता कशासाठी असते, राजकारण कशासाठी असतं— याबाबतचे सर्व संकेत पायदळी तुडवून शासन व प्रशासन चालले आहे. ही दोन चाके देशाला कोणत्या दिशेने ओढत घेऊन चाललीत व कोणत्या समुद्रात नेऊन बुडवणार आहेत, हेच समजत नाही.

सामान्य माणसाला उद्याची काळजी असते. उद्या काही तरी चांगलं घडेल, असं त्याला रोज वाटतं. पण गेली पासष्ट वर्षे तो फक्त उद्याची स्वप्नंच बघतो आहे.

देश चालावा, चांगला चालावा— असं कोणाला वाटतं? फक्त माझं चांगलं चालावं, असं प्रत्येकाला वाटत आहे. जो-तो मला आज लाभ काय झाला, याचा विचार करत आहे. सर्वसामान्यांसाठी घटनेने अनेक विभाग तयार केले. अधिकारी नेमले. कर्मचारी नेमले. पण दोघांनी मिळून शासन व प्रशासनाची वाट लावून देशाची अवस्था दयनीय केली आहे.

कोणतेही धोरण यशस्वी होत नाही; कारण जो पदावर असेल, त्याला वाटेल ते धोरण. आज मंत्री, सचिव, अधिकारी त्या-त्या क्षेत्रात किती तज्ज्ञ आहेत? कसली धोरणं तयार करणार आणि राबवणार? जे करू नये ते करणार, जे राबवू नये ते राबवणार आणि वाईट प्रथा पाडून मतांचा गठ्ठा कसा आपल्याकडे राहील, ते प्रत्येक जण बघणार.

सहकारातील धोरणाचा हाच बट्ट्याबोळ झाला आहे. संपूर्ण महाराष्ट्रातील गावागावांत त्याचे स्वरूप आपल्याला पाहायला मिळते.

एका-एका गावात दोन ते पाच विकास सहकारी संस्था, सात-सात पतसंस्था, चार-चार दुग्ध सहकारी संस्था! एका गटाने काढली की, दुसऱ्या गटाने काढायची. त्यासाठी कोणाला तरी हाताशी धरून पैसे चारायचे, 'खास बाब' म्हणून मंजुरी आणायची. कशा चालतील त्या संस्था? संस्था काढणारे कोण? तर, त्यांना आर्थिक, सहकार व सामाजिक काहीही देणं-घेणं नाही— असे. अभ्यास नाही. नव्याण्णव टक्के संचालक व चेअरमन अशा सर्व प्रकारच्या

सहकारी संस्थांमध्ये आहेत की, ज्यांना तेरीज-ताळेबंद कसा काढायचा माहीत नसतो अगर कळतच नाही. किती लोक पदवीधर पदाधिकारी असतात? या गोष्टीचा अभ्यास वा विचार सहकार खाते, राज्यकर्ते कधी करणार आहेत का नाही?

●

प्रत्येकाला घाई झालीय सहकारमहर्षी म्हणून उपाधी लावून घ्यायची. शिक्षणमहर्षी झाले; आता हे महर्षी कसले? हे महर्षी तर या क्षेत्राला लागलेल्या घुशी आहेत. या घुशींनी सारा देश पोखरला आहे. केवळ सांगाडा उभा आहे. केव्हा ढासळेल हा डोलारा; सांगता येत नाही.

●

बँकेचे एमडी हाच विचार करीत बसले होते. त्यांना लगेच आठवण आली— पतसंस्थेचे जोशींना थांबायला सांगितल्याची. त्यांनी चट्कन बेल वाजवली आणि जोशींना बोलवायला सांगितले. जोशी आत आले.

"या— या जोशी, काय काम काढलेत?"

"साहेब, साखर कारखाना मंजूर होतोय."

"कुठं?"

"आमच्या गावाकडे."

"बरं, मग?"

"मीच चेअरमन आहे."

"अरे वा! चांगली प्रगती आहे."

"धन्यवाद साहेब! पण..."

"पण काय?"

"तुमची मदत पाहिजे."

"आमची?"

"होय!"

"कसली?"

"अहो, तुमच्या बँकेकडून कर्ज पाहिजे."

"अहो जोशी, तुमची पतसंस्था एवढी मोठी आहे, घ्या त्यातूनच. आम्ही अडचणीत आहोत. तुम्हाला साखर कारखान्यासाठी कर्ज देणे अवघड आहे."

"साहेब, मी आमच्या पतसंस्थेकडून घेणारच आहे. पण कमी पडलेले दहा कोटी तरी तुम्ही घ्यावेत, अशी विनंती करायला आलोय."

"माफ करा, हे कर्ज देऊ शकत नाही."

"साहेब, एक बोलू काय?"

"बोला!"

"तुमचे जे काय असेल ते सांगा— मी पुरे करतो."

एमडी त्यांच्याकडे बघतच राहिले. रागाने त्यांच्यावर ओरडलेच—

"जोशी, काय म्हणता? डोकं ठिकाणावर आहे का?"

"साहेब, रागावू नका. हे असंच चालतं इथं."

"शटअप ॲन्ड गेट आऊट!"

"सॉरी सर— सॉरी! पण माझं कर्ज तुम्हाला मंजूर करावंच लागेल."

"आऊट!"

जोशी गेले. एवढ्यात कर्ज विभागाचे सरव्यवस्थापक आत आले. साहेबांना चिडलेले पाहून म्हणाले,

"काय झालं?"

"अहो, जोशी कर्जासाठी मला लाच देऊ करतो."

"त्यांचं काय चुकीचे नाही साहेब."

"म्हणजे?"

"साहेब, चेअरमनपासून सर्वच जण हा धंदा करत आहेत. कित्येक वर्षे..."

"काय म्हणता कायऽ!"

"होय साहेब."

नव्या एमडींना प्रश्न पडला होता की, या स्वाहाकारानं थैमान घातलंय. इथं बँकेचे काय होणार? 'ही सामान्य शेतकऱ्यांची बँक आणि हे असले शेतकऱ्यांचे कैवारी?' बँक होते आहे दुबळी, शेतकरी करतोय कर्जामुळे आत्महत्या आणि पदाधिकारी होताहेत मालामाल.

●

जोशींनी साखर कारखान्याचा परवाना मिळवला. इकडे गंगानगर तालुका पतसंस्थेचा विस्तार वाढत होता. ठेवी वाढत होत्या, कर्जे वाढत होती, कर्मचारी वाढत होते आणि जोशींच्या राक्षसी महत्त्वाकांक्षेमुळे शत्रूही वाढवत होते.

संपूर्ण देशात शेतकरी हळूहळू कर्जबाजारी होऊ लागले. शेतीमालाला भाव मिळेना. काढलेले कर्ज परतफेड होईना. सावकारांनी जमिनी, घरे बळकावायला सुरुवात केली. लोक आत्महत्या करू लागले. बातम्या पेपरमधून, टीव्हीवरून झळकू लागल्या. आंदोलने, मोर्चे व सरकारविरोधी मुलाखती सुरू झाल्या. यासाठी शासनाला जबाबदार धरून विरोधी पक्षांनी याचे राजकीय भांडवल केले

आणि शेतकऱ्यांच्या जीवावर संपूर्ण देश पेटवायला सुरुवात केली. शासनाला जाग आली. त्यांनी सुरुवातीला सबुरीचा सल्ला दिला आणि मग कर्जमाफीची घोषणा केली. विरोधक हवालदिल झाले. धसकाच घेतला. सत्ताधारी सभा घेऊन श्रेय घेण्यात गुंतले. यामध्ये प्रशासनाने अनेक अटी घातलेला कर्जमाफीचा जी.आर. काढला. टाइम-टेबल दिले. राज्य बँक, जिल्हा बँक, सहकारी संस्था— शेतकऱ्यांना कर्जमाफी तत्काळ मिळावी म्हणून सर्व स्तरांवर धावपळ सुरू झाली. कर्जमाफीच्या याद्या तातडीने तयार केल्या. त्या प्रसिद्ध केल्या. तालुक्यातील ऑडिटरने तपासल्या. त्या शाखेत प्रसिद्ध करण्यात आल्या. शेतकऱ्यांना कर्जमाफीचे प्रमाणपत्र द्यावे व मग याद्या मंजुरीसाठी राज्य बँकेकडून सहकार आयुक्तांकडे पाठवाव्यात. त्या मंजूर झाल्यावर पैसे मिळतील. आयुक्त मंजूर करणार, पण त्याची जबाबदारी संस्थेची आहे. गडबड इतकी झाली की, लोकांना काही सुचेना. किती सालापासून घेणार? कुठपर्यंत घेणार? कोणती-कोणती कर्जं घेणार? यात काय काय होणार? काही कळेना. प्रत्येक सहकारी संस्थेच्या सचिवांनी अनेकांच्या नावावर कर्ज काढली होती. ती सर्व कर्जं माफ करून घेतली. आणि एकाच घरात अनेकांच्या नावांवर विविध कारणांसाठी घेतलेली कर्जे व पुढाऱ्यांची सर्व कर्जे माफ झाली. सहकारी संस्था मोकळ्या होऊ लागल्या. जिल्हा बँका चांगल्या झाल्या. आर्थिक स्थिती सुधारली. हजारो कोटी रुपये माफ झाले.

कर्जमाफी झाली तसे काही अंशी शेतकरी सुटले. तुंबलेलं गटार मोकळं झालं, पण नेहमीची घाण त्यातून वाहतच आहे. त्यात समाजात नासकी व कुजकी मनोवृत्ती जिथं-तिथं दिसते. ते आपलं कार्य करत असतात. त्याप्रमाणे कर्जमाफीबाबत मुख्यमंत्र्यांपर्यंत तक्रारअर्ज केले. कर्जमाफीत घोटाळा झालाय, पैसे खाल्लेत, चुकीची कर्जमाफी झाली. मुख्यमंत्रांनाही काम नसल्यासारखा त्यांनी 'चौकशी करावी' असा शेरा नेहमीप्रमाणे मारला. तो खाली आला. सहकार खात्याला आयती संधी मिळाली. मग अधिकाऱ्यांचे काम सुरू झाले. प्रत्येक संस्थेला कारवाईची नोटीस पाठवली. पैसे परत भरण्याची धमकी, शासनाची फसवणूक केल्याबाबत फौजदारीची धमकी. बाहेरच्या जिल्ह्यातील ऑडिटरमार्फत तपासणीची जोरदार मोहीम सुरू केली. काही विरोधक त्यामध्ये सामील झाले. पेपरमध्ये बातम्या येऊ लागल्या. मग गावांगावांत गटागटानं भांडणं असतातच. गावागावांतून अर्ज येऊ लागले. मिटवण्यासाठी पैशाची अमाप मागणी होऊ लागली. काही जण माहितीच्या अधिकाराचा पुरेपूर उपयोग

करून घेऊ लागले. त्यामध्ये 'प्रकरण काढतो, एवढे द्या', अशा मागण्या होऊ लागल्या. संस्थेचे बिचारे चेअरमन, सचिव बेजार झाले. लोक संशयाने पाहू लागले. तक्रारीच तक्रारी सुरू झाल्या. हाणामाऱ्या सुरू झाल्या. प्रत्येक जिल्ह्यातील वातावरण बिघडलं. नेत्यांच्या डोक्याला ताप झाला. अधिकारी तर खातच सुटले. नवरा मरो, नवरी मरो... अशी अवस्था अधिकाऱ्यांची झाली. अधिकाऱ्यांना आयती संधी मिळाली.

काही लोकांनी पत्रकारांना हाताशी धरलं. बातम्या छापून येऊ लागल्या. शिवापूर जिल्हा मध्यवर्ती बँकेतील अधिकारी धास्तावू लागले. निलंबनाची कारवाई होणार, अशी बातमी सहकार खात्यातून पसरली. मग अधिकाऱ्यांनी पदाधिकारी, पुढारी यांना गाठलं. तुम्ही सांगितल्यामुळेच आपण कर्जे माफीत बसवली, शेतकरी मोकळा झाला, पण आम्ही सापडलोय; त्याचं काय? मग पुढाऱ्यांनी मंत्र्यांकडे धाव घेतली. दोन सहकारी संस्थांनी मंत्र्यांकडे अपिलात जायचे ठरले. पण सहकार खात्याकडून काहीच उत्तर येईना. काही अधिकाऱ्यांना भागवले होते, पण काही जण उपाशी होते. त्यामुळेचं त्यांच्याकडून शेवटी वसुलीचा दणका आलाच. एका खालच्या दर्जाच्या अधिकाऱ्याने कर्जमाफी चुकीची घेतली आहे, ती तत्काळ भरावी; अन्यथा फौजदारी केली जाईल, अशी धमकीची पत्रेही पाठवली. ही 'शासनाची फसवणूक' केली, असे त्यांचे म्हणणे होते. त्यांवर 'स्टे' आणण्यासाठी संस्थांच्या चेअरमननी मंत्र्यांकडे अपील केले, काहींनी केले नाही. पहिल्या टप्प्यात पन्नास संस्थांची यादी आली. नंतर दुसऱ्या टप्पात, तिसऱ्या टप्प्यात अशी संपूर्ण जिल्ह्यातील कर्जमाफी तपासणार व कारवाई करणार, अशी चर्चा सुरू झाली. वातावरण बिघडलं. संपूर्ण महाराष्ट्रात याचे पडसाद उमटले.

मंत्र्यांकडे वजनदार लोक गेले. त्यांनी फोनवरून आयुक्तांना 'हे सर्व थांबवा' असे सांगितले. 'शेतकऱ्यांना कर्जमाफी दिली आहे आणि कर्जमाफीचा अधिकार शासनाला आहे; मग वसुलीचा अधिकार व सूचना शासनाने तुम्हाला दिल्या आहेत काय? ज्या कारणांसाठी तुम्ही कर्जमाफी चुकीची आहे असे ठरवलेत, ते शासनाच्या निर्णयामध्ये आहे काय? स्पष्ट केले आहे की, या कारणासाठी देऊ नये म्हणून? तसेच ज्यांनी ही कर्ज रक्कम मंजूर केली— म्हणजे आयुक्तांनी— त्यांनी का तपासले नाही? जो मंजुरी देतो, पहिला आरोपी त्यालाच ठरविला पाहिजे. शासनाकडून चुकीची कर्जमाफी झाली असेल, तर ती वसूल कशी करावी? करावी की न करावी, याबाबत शासन निर्णयात

नमूद केले आहे काय? जर नसेल, तर हे कशासाठी करता आहात? कोण करतो आहे? —याचा अहवाल मला तत्काळ द्यावा.'

या निर्णयामुळे शिवापूर जिल्ह्यातलं वातावरण एकदम बदललं. तकार करणाऱ्या लोकांच्या घरावर मोर्चे काढले. त्यांना माफी मागायला लावली.

कर्जमाफीच्या या घोळामुळे बँकेत व सहकारक्षेत्रातील वातावरण पूर्णपणे ढवळून निघाले.

एक-दोघं हायकोर्टात गेले. हायकोर्टाने नाबार्डला व सरकारला विचारले, 'कर्जमाफीची प्रमाणपत्रे दिलीत; आता वसुली कसली करता?' या निर्णयामुळे कर्जमाफीवर पडदाच पडला.

●

शिवापूर जिल्हा मध्यवती सहकारी बँक एकदा बऱ्यापैकी सावरलेली दिसली; पण जी कर्जे शेतीव्यतिरिक्त घेतली, ती वसूल होतच नव्हती. साखर कारखान्यांना दिलेली कर्जे तर फिटतच नव्हती; उलट वाढत होती.

एक दिवस सर्व अधिकाऱ्यांना घेऊन जिल्हा बँकेचे एमडी स्वत: एका कारखान्याच्या वसुलीला गेले. चेअरमन यांच्या केबिनसमोर मोठी गर्दी होती. त्यातून त्यांना आत जाणे कठीण होतं. म्हणून ते कारखान्याच्या एमडींच्या ऑफिसमध्ये गेले. पण ते चेअरमनच्या ऑफिसमध्ये असल्याचे कळले. एका शिपायाला हाताशी धरून एक चिठ्ठी चेअरमन यांना पाठवली. तास-दोन तास गेले. गर्दी कमी झाली आणि चेअरमन ऑफिसबाहेर पडले. बँकेचे एम्‌डी व इतर अधिकारी लगबगीने पुढे गेले.

"साहेब, भेटायचं होतं."

"का? तुम्ही कोण?"

"आम्ही बँकेची माणसं आहोत."

"मग इथं? इथं काय काम?"

"कर्जाची मोठी थकीत रक्कम— आपल्या साखर कारखान्याची..."

"नंतर या, मला वेळ नाही."

"अहो चेअरमनसाहेब, नाबार्डने आम्हाला धारेवर धरले आहे वसुलीला."

"तुमच्या चेअरमनला सांगा माझ्याशी बोलायला."

"अहो, जप्तीची वेळ येईल."

"कोणता सुक्काळीचा जप्ती करायला येतोय, ते बघू. तंगड्या राहतील का जाग्यावर? जा तुम्ही..."

साखर कारखान्याचा दुसरा एक संचालक डोळे लाल करून डाफरला.

चेअरमन धोतराचा सोगा हातात धरून, चमच्यांना बरोबर घेऊन तरातरा निघून गेले.

बँकेचे एमडी व अधिकारी 'आ' वासून फक्त त्यांच्याकडे बघतच राहिले.

काय हे नेतृत्व? कसा कारखाना वर येणार? काय विचार आहेत? काय पुढाऱ्यांची मानसिकता? असे अनेक प्रश्न एमडींच्या मनात येत होते. ज्या उद्देशाने पूर्वीच्या नेत्यांनी सहकाराची चळवळ उभी केली, वाढवली— शेतकरी सुखी व्हावा, आर्थिक उन्नती व्हावी, सामाजिक प्रगती व्हावी, हा त्यांचा विचार कुठे आणि आज सहकार धुऊन-पुसून खाऊन गब्बर होणारे हे असले नेते कुठे!

एमडींचे डोके दुखू लागले. काय करावे, तेच त्यांना सुचेना. सर्वांना घेऊन ते परत आले.

कार्यालयात आल्या-आल्या त्यांना बँकेच्या चेअरमननी बोलावल्याप्रमाणे ते चेअरमनच्या केबिनमध्ये गेले; तर गंगानगर पतसंस्थेचे जोशी तिथं बसले होते.

"या एमडीसाहेब."

"नमस्कार साहेब."

"काय हो, तुम्ही काल काय काय पराक्रम केलात?"

"कोणी? मी?"

"होय, तुम्ही!"

"काही नाही!"

"अहो, काही नाही कसं? साखर कारखान्याच्या वसुलीसाठी गेला होतात?"

"होय."

"काय होय? कुणी सांगितले तुम्हाला हे उद्योग?"

"अहो साहेब, कर्जवसुली नको का करायला?"

"पण काय झालं त्यामध्ये?"

"काय झालं?"

"ते आमचे नेते आहेत."

"अहो, बँकेचा विचार केला पाहिजे; नेत्यांचा नव्हे."

"खड्ड्यात गेली तुमची बँक; आमचं पद महत्त्वाचं! इथून पुढे आम्हाला विचारल्याशिवाय कुठेही जप्तीला, वसुलीला जायचं नाही. आणि हो— हे जोशीसाहेब, मोठ्या पतसंस्थेचे व्यवस्थापक आहेत. त्यांना कारखाना

काढायचा आहे. कर्ज प्रकरण स्वीकारा आणि कर्ज देणार असल्याचा दाखला द्या.''

''पण साहेब, अगोदरच साखर कारखान्यांची भरपूर कर्जे थकीत आहेत.''

''थकू दे ना! तुमचे काय जातंय?''

''आमचे काही नाही जात, ठेवीदारांचं जातं.''

''त्यांना व्याज मिळतं ना?''

''अहो, शेकडो कोटी थकीत आहेत, व्याज येत नाही; मग ठेवीदारांचे पैसे कसे परत करायचे?''

''परत करायचे नाहीत. परत त्याची ठेव म्हणून व्याज द्यायचे— हाय काय त्यात?''

''पण साहेब, हे कर्ज देणं कठीण आहे.''

''काय म्हणालात?''

''जोशींच्या कारखान्याला कर्ज देणं अवघड आहे.''

''अहो, कर्ज कोण द्या म्हणतोय?''

''मग.''

''फक्त 'आम्ही द्यायला तयार आहोत' असा दाखला द्यायचा आहे.''

''पण पुढे द्यायची वेळ आली, मग?''

''पुढचं पुढं! संचालक मंडळात निर्णय होईल.''

जोशींनी एक कटाक्ष एमडींच्यावर टाकला. एमडी बाहेर निघून गेले.

''जोशी, कर्ज मंजूर करून देण्याचे काम माझं. पण कमिशन रोख पाहिजे.''

''साहेब, दिले. त्याची काळजी नको.''

एमडी जरा सुरुवातीला जोरात होते. काही तरी करावं; वसुली, जप्ती करावी, म्हणून धडाका लावला. पण जिकडं-तिकडं अडवणूक, धमक्या आणि शिव्या येऊ लागल्या. थकीतचं प्रमाण वाढू लागले. नोकरांचे पगार भागवणे कठीण होऊ लागले. त्यात संघटनेनं पगारवाढीची नोटीस दिली. संपाचीही धमकी दिली.

संचालक मंडळाची बैठक बोलावली. त्यामध्ये संघटनेने मागितलेल्या पगारवाढीचा विषय चर्चेला ठेवला होता. संचालकांना संघटनेच्या पदाधिकाऱ्यांनी गाठलं होतं. चेअरमनना गाठून काही देणं-घेणं ठरलं होतं. एमडींनी या विषयाची संचालकांना कल्पना यावी, म्हणून एक स्वतंत्र टिप्पणी प्रत्येक संचालकाला

सादर केली होती. तो विषय येताच संचालक पोपटासारखे बोलायला लागले. 'देऊन टाका पगारवाढ' हे एकच वाक्य सर्वांच्या तोंडून येऊ लागले. एमडींना सहन झाले नाही. ते उठले आणि बोलू लागले—

"संचालक महोदय, आपली सगळ्यांची इच्छा आहे की, पगाारवाढ द्यावी. पण ज्या प्रकारे पगारवाढ मागितली आहे, ती बँकेला न परवडणारी आहे."

"का परवडणार नाही?" एका संचालकाने दरडावून विचारले.

"आपले उत्पन्न घटले आहे. काही कर्जांचे व्याज व मुद्दल येत नाही. त्यामुळे तोटा दर वर्षी वाढत चालला आहे. एनपीए आता वीस टक्के झाला आहे."

"होऊ द्या की! काय बिघडलं तुमचं त्यात?"

"माझे काही बिघडत नाही. त्यात तुमचं व माझे, म्हणजे बँकेचं बिघडत चाललं आहे. नाबार्ड व आरबीआयच्या निकषांच्या पलीकडे आपण चाललो आहोत. एक दिवस फार मोठी अडचण होणार आहे."

"आता काय अडचण नाही, नव्हं? मग पगारवाढ द्या."

"देऊन टाका; पुढचं पुढं बघू."

"आमच्या कार्यालयाच्या मते जी टिप्पणी दिली आहे, त्यामध्ये कार्यालयीन शिफारस आम्ही केलेली नाही."

"अहो, ती तर तुम्ही बऱ्याच कर्ज प्रकरणांत शिफारस करत नाही. म्हणून आम्ही तुमचं ऐकलं? संचालकांनी मंजूर केले. अधिकार शेवटी आमचेच हाती. लक्षात ठेवा, तुम्ही नोकर आहात."

एमडी खाली बसले, तसा एक संचालक उठला,

"चेअरमनसाहेब, आपण या एमडींना चांगले म्हणून आणलेत, पण हे तर आपल्याला शिकवू लागले आहेत. हे असं चाललं, तर कसं व्हायचं आमचं? आमच्या कार्यकर्त्यांचं? ते काही नाही, याचा सोक्षमोक्ष लावा. हे प्रत्येक गोष्टींला नाही म्हणणारे एमडी नकोत आम्हाला."

सर्व संचालकांनी त्याची 'री' ओढली आणि दंगा सुरू केला. चेअरमनने सर्वांना शांत केले. बसण्यास सांगितले.

"आपण निर्णय करू. जरा शांत राहा. ही सभा होऊ द्या. विषय होऊ द्या. शेवटचा विषय घेऊ या."

चेअरमनच्याही मनात तेच होतं. एमडी शांत होते. इतर अधिकारी बेचैन

होते.

"पुढील विषय घ्या."

चेअरमननी आदेश दिला. पुढील विषय वाचला. तो होता, 'गंगानगर सहकारी साखर कारखान्याचा कर्जमंजुरी देणेबाबत पत्र देणे.' संचालक व चेअरमन यांना जोशी भेटले होते. ते स्वत:ही आले होतेच. एमडींनी त्यांना 'नाही' सांगितले, त्यामुळे ते इरेला पेटले होते.

नेहमीप्रमाणे संचालकांनी 'देऊन टाका' असे सांगून टाकले. एमडी परत उठले.

"ओऽ उठू नका तुम्ही. काय सांगणार, ते आम्हाला माहीत आहे. बसा खाली." एमडीनी चेअरमनकडे पाहिले.

"थांबा, बोलू द्या त्यांना. शेवटी आपणच निर्णय करणार आहोत; मग कशाला ओरडता?"

"सगळ्यांनाच याचीही टिप्पणी दिली आहे, ती वाचावी."

"अरे, आम्ही वाचत बसलो तर मग तुम्ही कशाला? वाचून वर इचार करून बँक चालवत बसायचं काय आम्ही?"

"जिल्ह्यात जवळजवळ सर्व कारखान्यांकडील कर्जाची पूर्ण थकबाकी झाली आहे. त्याची मोठी तरतूद करावी लागणार आहे."

"अहो एमडी, त्या कर्जाला शासनाची हमी आहे?"

"आहे ना! पण शासन आज सात वर्षे झाली तरी पैसे देत नाही."

"तुम्ही पाठपुरावा करा; तुमचं काम आहे ते."

"आमचे काम सुरू आहेच, पण यश येत नाही. म्हणून परत आपण मोठ्या कर्जाच्या बाबतीत विचार करावा आणि हे कर्ज नामंजूर करावे, अशी माझी शिफारस आहे."

"असू द्या, तुमची शिफारस तुमच्याजवळ ठेवा. चेअरमन, कर्ज मंजूर."

सर्वांनी आवाज उठवला. एमडी नाराज झाले. काय या संचालकांना करावं, कसं सांगावं— हेच त्यांना कळेना. ते अस्वस्थ झाले. या बँकेचे भविष्य चांगले नाही, हे त्यांच्या लक्षात हळूहळू येऊ लागले. ते तिथे काहीही बोलेले नाहीत. सभा संपली. एमडी स्वत:च्या कार्यालयात आले. इतरही अधिकारी आले.

"साहेब, काय करायचं आता?"

एका अधिकाऱ्यानं विचारलं.

“काही नाही— काय काय होतं, ते पाहायचं. सहकार आहे हा. असाच चालणार, असं दिसतं. आणि हा असाच चालणार असेल, तर आपण तरी काय करणार? लोकशाही आणि त्यातून निर्माण झालेली ही सहकार चळवळच लोकांना कळली नाही, समजली नाही; तर तुम्ही-आम्ही करणार काय? सहकार आणि सरकार म्हणजे पिढ्यान् पिढ्यांची तरतूद करण्यासाठीची शासनाने केलेली नेत्यांसाठीची कुरणं आहेत. त्यात आपण व आपली पिढी यथेच्छ चरायचं आणि इतरांना चरायला लावयचं— हाच तर प्रत्येकाचा समज झाला आहे; तर तुम्ही-आम्ही काय करणार?”

“खरं आहे साहेब; पण शेतकऱ्यांचं काय?”

“कोणाला पडलंय? ज्या शेतकऱ्यांसाठी हा सहकार आहे, ज्या मतदारासाठी ही लोकशाही आहे; त्यांना तरी वाटतं काय, या सहकारात किंवा सरकारात चांगली माणसे निवडून द्यावीत म्हणून? मग कसा सुधारणार देश?”

चांगला विचार करणारे एमडी खिन्न झाले. हे असंच असतं. ‘चांगला विचार करणारा उद्विग्न होतो. आणि सानेगुरुजींसारख्यांना हे सहन होत नाही, म्हणून ते आत्महत्या करतात. पण यातून काही होणार नाही— काही नाही होणार. चांगली माणसं बाजूला होणार. निसर्गाचा नियम कसा उलटा आहे बघा— जर समुद्रात कितीही घाण आली, तरी समुद्र ती घाण-कचरा काढून किनाऱ्यावर टाकतो; पण समाजात, राजकारणात, सहकारात अगर लोकशाहीत आलेली ही भ्रष्टाचाराची घाण चांगल्या माणसांना बाहेर फेकून देते.’

गंगानगर पतसंस्थेचे व्यवस्थापक जोशी एमडींच्या कार्यालयात आले.

“नमस्कार साहेब!”

एमडी व इतरांनी तिरस्कारने पाहिले.

“माफ करा साहेब.”

“का हो?”

“मला चेअरमन व संचालकांकडून ते प्रकरण मंजूर करून घ्यावं लागलं.”

“जोशी, कर्ज प्रकरण मंजूर झाले म्हणजे सर्व काही झालं, असं नाही.”

“साहेब, तुम्हाला अजून सहकार कळला नाही.”

“मला कळलाच आहे; तुम्हाला कळला नाही.”

जोशी हसायला लागले.

“हसू नका जोशी.”

"हसू नको तर काय करू? अहो, मी सहकार कोळून प्यायलो आहे."

"प्यायलात ना? आणखी प्या, म्हणजे एकदा..."

"एकदा? काय होईल?"

"सर्व बाहेर पडेल; मग कळेल."

"नाही साहेब, तसं काही होत नाही सहकारात. तुमचा गैरसमज आहे हा."

"जोशी, गैरसमज नाही; कायदा आहे."

"अहो, कायदा पैशापुढं नांगी टाकतो."

"टाकेल. किती दिवस? कुठपर्यंत?

"सर्व तेच ते करतात हो, त्यामुळे कोणाची चौकशी कोण करणार? कायद्यात कुणाला अडकवणार? कायदा करणारेच कायदा मोडतात."

"असू दे जोशी, काळच ठरवेल. या तुम्ही आता."

"राग नका मानू साहेब."

"कशाबद्दल?"

"माझं कर्ज मंजूर झाल्याबद्दल."

"राग कशाचा? माझा अधिकार मी वापरला व संचालकांचा अधिकार त्यांनी वापरला. लोकशाही आहे ही जोशी. त्यात राग मानायचा नसतो."

"खरं आहे. पण साहेब, एक सांगू?"

"सांगा!"

"तुम्ही संचालक मंडळ मुठीत ठेवलं पाहिजे. मी बघा— मी मनात येईल ते करतो व संचालकांना 'हो' म्हणायला लावतो."

"जोशी, तुमची पतसंस्था आहे."

"असू द्या, सहकार सगळीकडे सारखाच."

"ठीक आहे. चला तुम्ही. नको आहेत तुमचे हे ज्ञानाचे व सल्ल्याचे डोस."

"येतो मग साहेब."

"या-या..."

जोशींनी गंगानगर पतसंस्थेतर्फे काय काय सुरू केलं होतं! संचालकांना माहीत नसताना, त्यांना अंधारात ठेवून अनेक ठिकाणी कर्जव्यवहार केला होता. तारण नाही, जामीनदार नाहीत. कोट्यवधींची कर्जे नातेवाईक व जवळच्या लोकांना दिली होती. कर्मचाऱ्यांच्या नावानं कोट्यवधींची कर्जे काढून त्यांनी चालवलेल्या संस्थांसाठी वापरली होती. शिक्षणसंस्था काढली— हायस्कूल,

महाविद्यालये, प्रशिक्षण वर्ग... त्यासाठी जमिनी खरेदी, इमारती बांधणे इत्यादी... साखर कारखाना शेअर्ससाठी कर्जव्यवहार केला. कोट्यवधींचे शेअर्स जमवले. कारखान्याची जागा निश्चित करून खरेदी केली. स्वत:च्या नावावर लायसन्स मिळवले आणि भला मोठा कार्यक्रम आयोजित केला.

मुख्यमंत्री, सहकारमंत्री, पालकमंत्री, आमदार, खासदार या कार्यक्रमाला आले. जाहिराती आणि जोशींचे मोठ-मोठे कटआऊट्स, वाजत-गाजत मिरवणूक काय... आणि फटाक्यांची आतषबाजी काय...! सारा तालुकाच दणाणून टाकला. त्याच दिवशी स्वत:च्या हातानेच स्वत:ची कबर खोदली.

साखर कारखान्याच्या या विराट सभेने खजील झालेले आमदार, खासदार व इतर पुढारी मंडळी - जोशींची मोट बांधण्याचा विचार करू लागली. हा असाच पुढे गेला, तर आपल्यालाच अडचण होणार आहे, हे त्यांनी ओळखले. ते संधी शोधू लागले.

आमदार तर फारच अस्वस्थ झाले. त्यांनी त्यांच्या विश्वासातले काही कार्यकर्ते बोलावले आणि ही गोष्ट त्यांच्या कानावर घातली. 'याचा बंदोबस्त कसा करायचा' याचाच विचार तीही मंडळी करायला लागली. आमदारांनी सहकारमंत्र्याना गाठलं आणि त्यांची काय चर्चा झाली, कोणाला ठाऊक. आमदार बाहेर आले. गावी आले. कार्यकर्त्यांना एक सह्यांची मोहीम हाती घ्यायला सांगितली.

'गंगानगर नागरी सहकारी पतसंस्थेची चौकशी व्हावी' यासाठी एक अर्ज तयार केला. सह्यांची जमवाजमवी सुरू झाली.

आमदार घरात लोडाला टेकून बसले होते. काही कार्यकर्ते जवळ होतेच. चर्चा चालूच होती, तेवढ्यात दोन-तीन लोक आले.

"साहेब!"

"या-या."

"काय काम काढलंत?"

"अहो, मी गंगानगर नागरी पतसंस्थेत कर्ज काढलं नाही आणि ही नोटीस आली बघा हो वसुलीची!"

एकानं आमदाराला कागद दाखवला.

"आण-आण, बघू."

ती नोटीस बघितली आणि आमदारांनी लगेच फोन उचलला. पत्रकारांना बोलावले आणि 'ही घ्या बातमी, छापून आली पाहिजे.' म्हणून त्यांच्या हातावर

पैसे टेकवले व कागदही त्यांच्या हातात दिला.

"तू जा, बघतो मी आता."

असं म्हणून त्यांनी आलेल्या लोकांना परत पाठवलं.

दुसऱ्या दिवशी स्थानिक वर्तमानपत्रात बातमी आलीच. बातमी वाचल्या-वाचल्या त्याचे महत्त्व नागरी पतसंस्थेच्या लोकांना कळले नाही. फक्त चर्चा झाली, विषय तिथंच थांबला. तरी साळुंखेमहाराज संचालक आले आणि त्यांनी व्यवस्थापकाला बोलावून घेतले व विचारले,

"काय हो जोशीसाहेब, आज पेपरमध्ये आले त्याचे काय?"

"काही नाही. कोणी तरी चुकून दिले असेल किंवा नजरचुकीने आमच्याकडून त्याला नोटीस गेली असेल."

"बघा हो!"

"तुम्ही काळजी करू नका."

विषय तिथंच थांबला.

दोन-चार दिवस गेले असतील— गंगानगर नागरी पतसंस्थेच्या एका शाखेत चार-पाच लोक ठेव काढण्यास गेले. त्यांना पैसे मिळाले नाहीत. शाखेत पैसे नव्हते. 'जरा थांबा' असे शाखा व्यवस्थापकाने सांगताच, ते तसेच आमदाराकडे गेले. आमदारांनी लगेच पत्रकार परिषद घेतली आणि 'गंगानगर नागरी सहकारी पतसंस्था लोकांच्या ठेवी देत नाही, इतरांच्या ठेवी बुडणार, पतसंस्था बुडाली', अशी मुलाखत देऊन रिकामे झाले.

दुसऱ्या दिवशी त्या बातमीने संपूर्ण जिल्ह्यात हाहाकार माजवला. गंगानगर नागरी पतसंस्थेच्या सर्व शाखांमध्ये ठेवी काढण्यासाठी रांगा लागल्या. जोशींचे फोन खणखणू लागले. लोकांना काय उत्तर द्यावे, हे कोणाला समजेना. पैसे तर नाहीत; काय करावं? जोशींची धावपळ सुरू झाली. शाखेच्या व्यवस्थापकाला घेराव घातला. काही शाखांची मोडतोड केली. पोलीस आले. तो दिवस कसा तरी गेला, पण उद्याचं काय? कसं घडलं हे? कोण याच्या मागे? आमदारांकडे जोशी व चेअरमन धावले. आमदारांनी हात वर केले.

"लोक माझ्याकडे आले, पत्रकार माझ्याकडे होतेच; त्यांनी छापले, मी काय करणार?" अशी भूमिका घेतली.

"चेअरमनसाहेब, तुम्ही जरा जिल्हा बँकेच्या चेअरमनला बोलून दहा कोटी देतात का बघा."

जोशींनी अगदी गयावया करून आपल्या चेअरमनना सांगितले.

"जोशी, आता कोण पैसे देतील आपल्याला?"

"बघा तरी प्रयत्न करून."

"आपण उद्या सकाळी जाऊ या."

दुसऱ्या दिवशी ठेवीदारांनी परत पतसंस्थेच्या शाखांवर मोर्चा नेला होता. त्यामुळे कर्मचाऱ्यांनी शाखांना कुलपं लावली.

दुसऱ्या दिवशी दोघं बँकेत गेले. जिल्हा बँकेच्या चेअरमनकडे एमडी बसले होते. जोशी व त्यांचे चेअरमन आत गेले. जोशींकडे एमडीने पाहिलं, एमडी हसले. जोशींनी मान खाली घातली.

"बोला, का आला होता?"

"साहेब, पतसंस्थेचे आपण वाचले असेल—"

"हो, वाचलं. मग?"

"आपण मदत करा."

"कसली?"

"अहो, आपलं एक— तात्पुरते एक दहा कोटींचे कर्ज मिळाले तर... जे ठेवीदार आहेत त्यांना थोडे-थोडे देतो. मग आमची वसुली येईल तशी आम्ही इतर ठेवी व तुमचे कर्ज देऊ."

"काय एमडी, यांना आता काय मदत करता येईल?"

"नाही."

"का?"

"यापूर्वी यांना आपण दहा कोटी 'कॅश क्रेडिट' दिले आहे."

"साहेब, काही तरी करा."

"जोशी, काहीही करता येणार नाही."

"चेअरमनसाहेब, तुम्हीच काही तरी बघा."

"बघतो संचालक मंडळापुढे."

"नाही साहेब, तसे केलेत तर मी राजीनामा देईन."

एमडींनी चोख सांगून टाकलं.

नंतर काय चर्चा झाली, ते कळलं नाही; पण दहा कोटी रुपये द्यायचा निर्णय संचालकांनी केला. त्याच सभेत एमडींनी राजीनामा दिला व ते बाहेर पडले.

एमडींच्या कार्यालयात अधिकारी जमले. त्यांनी एमडींचे मन वळवण्याचे प्रयत्न केले. पण एमडींनी त्यांना स्पष्ट शब्दांत सांगितले,

“हे बघा मित्रांनो— मी एक सरळ, नियमित व नियमाने चालणारा माणूस आहे. मला वाटलं होतं, आपण सहकारात काही तरी करावं; ही बँक नावारूपाला आणावी. कारण लाखो शेतकऱ्यांचे हित जपणारी, त्यांचे संसार फुलवणारी व अनेक आर्थिक अडचणीत मदत करणारी, ही सर्वसामान्यांची बँक आहे. पण निवडून आलेली ही माणसं अत्यंत अडाणी, भ्रष्ट, स्वार्थी आणि अत्यंत कपटी आहेत. स्वत:ला काय मिळते, हेच ते बघतात. संस्थेचे वाटोळे झाले तरी त्याचे सोयरसुतक त्यांना नाही. त्यांना नाबार्डच्या नियमांशी घेणं-देणं नाही, रिझर्व्ह बँकेच्या नियमाचं ज्ञान नाही. सहकारात स्वाहाकार चालतो; आम्ही खातो, तुम्हीही खा, म्हणून सहकार बदनाम करणारा पदाधिकारी आणि अधिकारी— टोळीतलेच सर्व दरोडेखोर आहेत. मित्रांनो, माझी आता पूर्ण खात्री आहे, ही बँक आता बुडणार आहे. तुम्ही सावध राहा.’’

एमडींनी बॅग उचलली. एवढ्यात शिपाई पुढे आला. एमडींनी त्याला हातानेच ‘नको’ म्हणून सांगितले आणि ते बाहेर पडले. त्यांचा पीए व इतर अधिकारी सर्व त्यांना पोहोचवण्यासाठी बँकेच्या बाहेर आले. ड्रायव्हरने गाडी लावली. त्यांनी ‘नाही’ म्हणून सांगितले आणि ते पीएच्या गाडीत बसून स्वत:च्या घराकडे निघाले.

एमडींच्या मनामध्ये असंख्य प्रश्न व असंख्य विचार थैमान घालत होते. इकडे जोशींनी दिलेल्या पार्टीत सर्व संचालक बुडून गेले होते.

काय ही अवस्था आहे? जेवढे जेवढे या सर्व क्षेत्रांमध्ये खोल जावे तितका जास्तच चिखल झाला आहे. आपण म्हणतो— घाण उपसायची असेल, स्वच्छ करायची असेल; तर घाणीतच उतरले पाहिजे. पण उतरणाराच त्यात बुडून गुदमरून जाणार असेल, तर कोण चांगला माणूस स्वत:हून आत्महत्या करेल? चांगल्या माणसांनी राजकारणात, सहकारात यावं— असे प्रत्येक जण ओरडतो. पण तो चांगला माणूस कोणाला हवा आहे? आपण ज्या शेतकऱ्यासांठी हे सर्व बोलतो, तेच निवडून देतात ना या लोकांना? चांगला माणूस निवडून येऊ शकत नाही आणि आला, तर जास्त टिकू शकत नाही.

जोशींना त्या दिवशी आपण जिंकलो, असे थोडा वेळ वाटले. पण दुसऱ्या दिवशी परत लोकांनी, पत्रकारांनी आणि ठेवीदारांनी उठाव केला. त्यामध्ये सरकारला हस्तक्षेप करावा लागला आणि ऑडिटरची नेमणूक करून संपूर्ण कारभाराची चौकशी करण्याचे आश्वासन सहकारमंत्र्यांनी दिले. त्या वेळी

पेटलेला वणवा जरा कुठे शांत झाला. जरी हा वणवा थंड झाला, तरी तो धगधगत होता. त्याच्या अनेक ठिणग्या अनेक ठिकाणी पडल्या. पतसंस्थांचे अनेक कारभार चव्हाट्यावर येऊ लागले आणि पतसंस्थांतील ठेवी ठेवीदार परत मागू लागले.

पतसंस्थांच्या माध्यमातून जी सहकार चळवळ रुजली, वाढली, फुगली, सुजली; आता ती कुजली होती. कारण किरकोळ पुढारी किंवा कुणीही वाटेल त्यानं प्रथम एक पतसंस्था स्थापन करून ठेवी गोळा करून अत्यंत सुसज्ज वातानुकूलित कार्यालय करून त्यात तो रात्रंदिवस राजकारण करू लागतो. बँकिंग काय असते आणि ते कशाशी खातात, हे त्यालाही माहीत नसते. त्यांना नोंदणी देणाऱ्या अधिकाऱ्यालाही माहीत नसते.

एका गावात, परिसरात, तालुक्यात, जिल्ह्यात शाळा, माध्यमिक व महाविद्यालये किती असावीत याचा 'मास्टर प्लॅन' आहे. पण आर्थिक संस्था किती असाव्यात, याचा 'मास्टर प्लॅन' नाही. म्हणजे काय हो? शासन चालवायचं म्हणजे काय चालवायचं, हेच जर चालवणाऱ्यांना कळलं नाही; तर बेबंदशाहीला सामोरे जावे लागतं. भ्रष्टाचार बोकाळतो, प्रशासन राहत नाही, आर्थिक परिस्थिती कोलमडते आणि मग अराजकता माजते. देशात तसंच चालू आहे. सहकार हे अनेक खात्यांपैकी एक खातं झालं. अशीच प्रत्येक खात्यांची तऱ्हा असेल, तर जनतेनं तरी कोणाकडे पाहावं?

गंगानगर पतसंस्थेची चौकशी सुरू होणार, हे ऐकल्यावर जोशींचे धाबे दणाणले. इतर संचालकांनी चेअरमनना, जोशींना धारेवर धरले.

"काय हो चेअरमन, काय चालवलंय?"

"मी नाही, या जोशींनाच विचारा."

"वा साहेब, मी एकटाच का; आपण सर्वांनी मिळून या चौकशीला सामोरे जाऊ."

"अरे, पण चौकशी कसली होणार, ते तरी सांगा?"

रामचंद्र सांळुखेमहाराज व इतर संचालकांनी जाब विचारला.

"महाराज, काळजी नका करू. ऑडिटर येईल, नेहमीप्रमाणे चौकशी करेल. मी बघतो काय ते, तुम्ही काळजी नका करू."

"अहो जोशी, एवढं सगळं झालंय... बातम्या आल्या, मोर्चे निघाले, तरी तुम्ही निगरगट्टासारखे मी बघतो म्हणून सांगता? तुम्ही काय करणार आहात या पतसंस्थेचं?"

रामचंद्र साळुंखेमहाराज चिडून बोलले होते.

"हे बघा महाराज..."

"काय बघायचे? काय, शिल्लक आहे काय बघायला?"

"अहो, आपल्या विरुद्ध कुणी तरी कुरघोडी केली."

"कोणी केली?"

"आमदारांनी."

"का केली?"

"आपली नाहक बदनामी करण्यासाठी पत्रकार व ठेवीदारांना हाताशी धरून हे सगळं घडवून आणलं आहे."

"जोशी, तुम्ही एवढे सहकारात हुशार समजता; मग का अपुरे पडलात? का नाही लोकांच्या ठेवी परत केल्यात?"

"कर्जवसुली नाही झाली."

"का झाली नाही? सांगा, कोण जबाबदार याला— तुम्ही की आम्ही?"

"ओ जोशी, लोक आमच्याकडे शंकेने व वेगळ्या नजरेने बघत आहेत. आपल्याकडे बघून चेष्टा-मस्करी करत आहेत. आम्ही न ऐकल्यासारखे करून पुढे जातो. काय दोष आमचा?"

"महाराज, दोष आपल्या सगळ्यांचाच आहे. अहो, या जोशींवर आपण सर्व सोपवलं ना, त्याचा हा परिणाम. जोशी, हे सर्व थांबलं पाहिजे."

"थांबेल हो संचालक महोदय, जिल्हा बँकेने दहा कोटी मंजूर केलेत."

"हो? अहो, आजचा पेपर वाचा— तुमच्या दहा कोटींसाठी एक चांगला एमडी बँक सोडून गेला."

"जिल्हा बँकेच्या एमडीने राजीनामा दिला. त्याला कारण गंगानगर नागरी संस्थेला दहा कोटी रुपये मंजूर केले, त्याला एमडींचा विरोध होता म्हणून."

"जाऊ द्या हो, तो फारच शहाणा होता."

"जोशी, तो शहाणा अन् आपण..."

"चला, चर्चा नको. जोशी, कामाला लागा. तो ऑडिटर कोण येतो, तो बघा. ठेवीदारांचे पैसे परत करण्यासाठी किंवा त्यांना थांबविण्यासाठी काय ते तुम्ही करा. वसुली पथके नेमा. गाड्या करा. मोठमोठ्या कर्ज प्रकरणांतील थकीत रक्कम वसूल करा. लागा कामाला, चला."

चेअरमननी सारवासारव केली. पण संचालकांनी चेअरमनवर तोंड टाकलेच.

"चेअरमन, काय सारवासारव करता? जर यातून काय घडलं, तर तुमचे

व जोशींचे पायतानानं केस काढीन!''

संचालक जोरात भडकले. मग मिटवा-मिटवी, थांबवा-थांबवी झाली व मीटिंग संपली.

जोशी कामाला लागले. त्यांनी दहा जीपगाड्या भाड्याने केल्या. पाच-पाच अधिकारी व कर्मचारी प्रत्येक गाडीतून वसुलीला वेगवेगळ्या विभागात पाठवले.

दोन-तीन दिवस थोडी-थोडी वसुली येत होती. त्यातून ठेवीदारांची थोडी-थोडी रक्कम द्यायला सुरुवात केली. जिल्हा बँकेकडे मंजूर झालेली रक्कम आणण्यासाठी चकरा सुरू झाल्या. पण शेकडो कोटी ठेवींची पतसंस्था; त्यामध्ये जिल्हा बँकेने दिलेले दहा कोटी कुठे पुरणार होते? तरीपण 'बुडत्याला काडीचा आधार' अशी परिस्थिती होती.

काहींना मध्यस्थी घालून, आमदारांना थोडे हाता-पाया पडून काही संचालकांनी व व्यवस्थापकांनी त्यांना थोडे 'मॅनेज' केले आणि विनंती केली— ''जरा हे थांबवा. आम्ही हळूहळू सर्व व्यवस्थित करू.'' असे आश्वासन त्यांना दिले. त्याच वेळी आमदारांनी जोरात सांगितले,

''जोशी, राजकारण आम्ही करायचं; तुमच्यासारख्या कर्मचाऱ्यांनी नाही. मला शह देण्याचा मनसुबा मी उधळला आहे. यापुढे नादाला लागलात आणि तालुक्यात मोठं होण्याचा प्रयत्न केलात, तर पूर्ण नागडे करू. हे लक्षात ठेवा. तुमच्या पतसंस्थेचे जे काय झाले, ते मी काही आता थांबवू शकत नाही. पण काही दिवस मी त्यात नाही, एवढेच सांगतो.''

''अहो आमदार, पण ही सहकारी संस्था हाय. ही जर बदनाम झाली, तर बुडीत काढावी लागणार.''

''मग काय, जोश्याला मोठा करून मला बुडीत काढायचा आणि माझे राजकारण बुडीत काढायचा तुमचा इरादा आहे काय?''

''नाही हो, नाही; तसं काही नाही. आम्ही तुमची माणसं आहोत. कशाला हे असे करणार?''

''पण हे तुमचा मॅनेजर करतो, त्याचं काय?''

''आता ते करणार नाहीत.''

''मग झालं तर.''

आमदार आणि संचालकांचा संवाद जोशी ऐकत होता व 'एवढं किटाळ जाऊ दे, मग बघतो.' असं मनातल्या मनात म्हणत होता.

“चला.” म्हणून सर्व संचालक आमदारांचे आभार मानून बाहेर पडले.

एक झालं होतं— आमदार ज्यांना-ज्यांना हवा भरून पाठवायचे, ते आता बंद होणार होतं; पण जे पेटलं होतं, ते कसं विझणार? हे संचालक मंडळ, व्यवस्थापक यांनी तालुक्यातील काही पुढाऱ्यांना गाठून हे वादळं थोडं शमवलं आणि 'ऑडिट होईपर्यंत काही करू नका. तोपर्यंत आम्ही जे-जे ठेवीदार पैसे परत मागतील, त्यांना पैसे देऊ,' असे सांगून सर्व थांबविण्याचा प्रयत्न करत होते.

व्यवस्थापकाला खात्री होती की, ज्यांना-ज्यांना मोठ्या रकमेची कर्जं दिली होती, ती त्यांचे नातेवाईक व जवळच्याच लोकांना दिली होती; ती नक्की परत मिळतील. तशी पत्रं घेऊन अधिकारी कर्जदारांकडे बसले होते, पण कर्जदार दाद देत नव्हते. रोज काही-काही कारण सांगायचे व परत पाठवायचे. पुढे-पुढे ते त्यांच्यावर डाफरायला लागले. 'घरातून जा' म्हणायला लागले. 'तुम्हाला काय करायचे ते करा', अशी धमकी पतसंस्थेच्या अधिकाऱ्यांना देऊ लागले. मग स्वत: जोशी काही लोकांकडे गेले.

“या-या जोशीसाहेब! काय काम काढलंत?”

“शेवडे, अहो, तुम्हाला आम्ही दहा कोटी रुपये अडचणीच्या काळात दिले.”

“हो, दिले.”

“पण ते परत केले नाहीत, व्याजही नाही दिले.”

“साहेब, तुम्ही दहा कोटींवर एक कोटी कमिशन घेतलंत, त्या वेळी सांगितलंत— तुम्हाला ज्या वेळी शक्य होईल, त्या वेळी द्या.”

“अहो, कर्ज आहे हे.”

“मग मी काय करू?”

“म्हणजे काय? अहो, तुम्ही कर्जफेड करणार की नाही?”

“बघू या.”

“बघू या म्हणजे? हा निर्लज्जपणा आहे.”

“ओ जोशी, जास्त बोलायचं नाही.”

“काय, मला दम देता?”

“हो! काय करायचं, ते करा.”

“जप्ती आणावी लागणार.”

“आणा, जा. कशावर आणणार? अहो, मी एक गुंठा जमीन दिली नाही अन् जामीनपण दिला नाही. तुम्ही नंतर बघू या म्हणालात. ते तसंच हाय हो

साहेब. चला, उठा.''

जोशी घाबरले. त्यांना घाम फुटला. आता कळून चुकलं— उचल देताना कागदपत्रं कोणतीच न घेता, जामीनतारण न घेताच कर्ज उचल दिली होती. त्यांना कसं तरी होऊ लागलं. स्वत:ला सावरतच ते बाहेर आले व गाडीत बसले.

●

जिल्हा बँकेत एमडी कोण नेमायचे, यावर खडाजंगी सुरू होती. अनेक अधिकारी आपला द्रोण लावण्याच्या मागे लागले होते. प्रत्येकाने संचालकांची लॉबी करून प्रयत्न सुरू केले होते. पण इतर अधिकाऱ्यांना इथला कोणीच नको होता. शेवटी चेअरमन यांनी आमदार, खासदार व संचालक मंडळींसह सहकारमंत्री यांची भेट घेऊन एकाचे नाव निश्‍चित केले व एमडीची नियुक्ती केली. तो एमडी म्हणजे 'हो'ला 'हो' करणाराच होता. नाबार्ड, आरबीआय व सहकार खाते यांच्या नियमाचे त्याला देणं-घेणं नव्हते. जे चेअरमन व संचालक म्हणतील, तेच तो करणारा होता. कर्मचाऱ्यांनाही तेच पाहिजे होते. पण काही अधिकारी मात्र नाराज झाले.

एमडीच्या पहिल्याच संचालक मंडळाच्या बैठकीत कर्मचारी संघटनेचा पगारवाढीचा विषय आला. करार करून टाकावा, अशी टिप्पणी त्या बोर्डाला सादर केली. चेअरमन व संचालक यांना अगोदरच युनियनच्या लोकांनी 'मॅनेज' केले होते. त्यामुळे तो विषय कोणाच्याही लक्षात न येता मंजूर झाला व करार झाला. बँकेवर एकदम सात-आठ कोटींच्या खर्चाचा बोजा पडला. पण फारसं कोणी लक्ष दिलं नाही.

बँकेत नाबार्डचं पत्र आलं. नाबार्डच्या अधिकाऱ्याने केलेल्या तपासणीचा अहवाल व त्यावर उत्तर मागवले होते. एमडीने ते पत्र चेअरमनना दाखवले.

''साहेब, हे नाबार्डचं पत्र आलंय.''

''काय?''

''बरंच काय-काय आहे.''

''अहो, वाचा.''

पत्र इंग्रजीत होतं. त्यामुळे एमडीची पंचाईत झाली, कारण त्यांना तेवढं इंग्रजी येत नव्हते. तरीसुद्धा त्यांनी —आपल्या बँकेची थकीत रक्कम चारशे ते पाचशे कोटी असून, नियमबाह्य कर्जे दिली आहेत. तसेच 'एनपीए' वीस टक्क्यांहून जास्त आहे. असे अनेक मुद्दे, जे त्यांनी पत्राच्या आधारे अगोदर लिहून काढून आणले होते तेच वाचले. चेअरमन यांना त्यात रस नव्हता.

"असू दे ते. असं करा, त्याचं वाचन नंतर बोर्डात करा."

"ठीक आहे साहेब. पण याचे उत्तर द्यावे लागणार."

"द्या. तुम्ही सर्व जण बसून लिहा."

"साहेब, उत्तर काय देणार?"

"आता ते मी सांगू? पगार तुम्ही घेणार आणि याचं उत्तर काय द्यायचं ते मी शिकवणार? तेही बरोबर. तुम्ही सर्वच वशिल्याचे आहात. ना शिक्षण, ना पात्रता, ना विद्वत्ता; पण करायचं काय! शेवटी 'ज्या गावच्या बोरी, त्याच गावच्या बाभळी.' प्रत्येक जण एकमेकात गुंतलाय. द्या काय ते उत्तर. आम्हाला तरी त्यात काय? आम्ही आज हाय, उद्या नाही. पण तुम्ही कायम आहात; लक्षात ठेवा."

नाबार्डची पत्रावर पत्रं येत होती. बँक मात्र ढिम्म होती. राज्यात या वर्षी काही सहकारी बँकांवर प्रशासक नेमले होते, त्याचीच भीती प्रामाणिक कर्मचाऱ्यांना होती. या बँकेचे काय होईल? काही कर्मचाऱ्यांनी त्यांच्या ओळखीच्या संचालकांच्या कानावर गोष्टी घातल्या. पण संचालक धुंदीत होते. सरकार आपलं, प्रशासन आपलं, मंत्री आपले; कोण काय करणार आपलं?

गंगानगर पतसंस्थेच्या ऑडिटसाठी श्री. भोसले 'ऑडिटर' म्हणून नेमण्यात आले. ते ज्या दिवशी गंगानगर पतसंस्थेत येणार होते, त्या दिवशी जोशींनी त्यांच्या स्वागताची जय्यत तयारी केली होती. त्यांना ओवाळण्यासाठी कर्मचाऱ्यांमधून पाच महिला निवडल्या होत्या. हार-तुरे, रांगोळी वगैरे सर्व तयारी केली होती. आल्यावर त्यांच्या बसण्याची व्यवस्था इतकी सुरेख केली होती की, एखादा माणूस गारच झाला पाहिजे.

चेअरमन, संचालक व व्यवस्थापक जोशी, इतर अधिकारी कर्मचारी, सर्वच बाहेर ऑडिटर श्री. भोसले यांची वाट पाहत उभे होते. अनेक लोक पतसंस्थेत येत होते, जात होते. हातात एक छोटी बॅग घेऊन मध्यम वयस्कर साधा हाफ शर्ट, पँट, चप्पल घातलेली एक व्यक्ती सर्वांच्या मधूनच पतसंस्थेत आत गेली आणि त्यांनी शिपायाला विचारले, "व्यवस्थापकांचे ऑफिस?" शिपायाने एक वेळ त्यांच्याकडे पाहिले व बोटानेच दाखवले. ती व्यक्ती व्यवस्थापकाच्या कार्यालयात गेली. समोरच्या खुर्चीवर बसली. बॅगेतून एक कागद काढला आणि बोलावून विचारले,

"व्यवस्थापक कुठे गेलेत?"

"ते काय दारातच उभे आहेत."

"का, कोण येणार आहे काय?"

"होय, मोठे साहेब येणार आहेत."

"असं करा— हा कागद जरा त्यांना दाखवा."

"जरा तुम्ही थांबा. ते साहेब येतील एवढ्यात, मग मी देतो. नाही तर भडकतील माझ्यावर."

"नाही भडकणार; फक्त हा कागद द्या."

तो कागद घेऊन शिपाई गेला. सर्व जण कंटाळलेले होते.

"काय हो जोशी? अहो, तुमचे ते ऑडिटर येतात की नाही?"

"चेअरमनसाहेब, बराच उशीर झाला. ते यायला पाहिजे होते; पण का आले नसावे?"

"तुम्हाला नक्की माहीत होते का, येणार म्हणून?"

"हो तर! मला त्यांच्याच कार्यालयातील एकाचा फोन होता. आणि तो एवढेही म्हणाला— सांभाळून. व्यक्ती फारच विचित्र आहे."

"अस्सं?"

"मग मी म्हणालो, आम्ही सरळ करू त्यांना."

एवढ्यात त्या शिपायानं व्यवस्थापकांच्या हातात कागद दिला. त्यांनी तो पाहिला.

"अरे, हा कागद कोणी दिला तुझ्याकडे?"

"ते तुमच्या ऑफिसात बसलेत."

"काय! चेअरमनसाहेब, हा माणूस माझ्या केबिनमध्ये बसला आहे. चला तिकडे."

सर्वांचा घाई-गोंधळ उडाला. सर्व जण व्यवस्थापकांच्या केबिनकडे धावले— हार-तुरे, आरत्या घेऊनच. चेअरमन, व्यवस्थापक आत गेले. दरवाज्याजवळ हीऽ गर्दी— एखाद्या हीरोला बघायला जमावी, तशी. हार-तुरे, आरत्या आत आल्या.

"साहेब, नमस्कार!"

"नमस्कार!"

"मी जोशी. हे आमचे चेअरमन."

"असू दे, असू दे. अहो, हे काय?"

"स्वागत!"

"थांबा, हे नाटक बंद करा. मी काय तुमचे हार-तुरे, स्वागत-सत्कार स्वीकारायला आलो नाही. चला, प्रथम बाहेर चला." सर्व बाहेर आले. "व्यवस्थापक, माझी बसण्याची व्यवस्था करा. तुम्ही सोडून सर्व बाहेर व्हा प्रथम. चला, नाही तर..."

सर्व घाबरले. चेअरमन व संचालक हादरले आणि आपापल्या जागेवर जाऊन बसले.

"व्यवस्थापक, तुमचे ऑडिट करायला आलोय मी. मला एक खोली खुर्ची-टेबल फक्त द्या."

"साहेब, तुमची व्यवस्था केली आहे— चला."

ऑडिटर भोसले, जोशी व त्यांच्या मागून एक शिपाई चालू लागले. एक केबिन उघडली, 'एसी' चालू होता. आत बसण्याची अत्यंत चांगली व्यवस्था, एका कोपऱ्यात टी-पॉय, सोफासेट, त्यावर वेगवेगळ्या फळांनी भरलेल्या प्लेट्स, कोल्ड्रिंक्स, संपूर्ण खोलीभर गालिचा... काही विचारू नका. ती व्यवस्था बघून कोणीही थक्क झाला असता. दार उघडून पाहिल्यावर भोसले मागे फिरले.

"जोशी, मला एक साधी खोली, खुर्ची-टेबल पाहिजे. मी इथं मौज-मजा, विश्रांती, आराम करायला आणि तुमचा पाहुणचार झोडायला आलो नाही. समजलं?"

जोशींचं तोंड पाहण्यासारखं झालं होतं. त्यांनी समोरच्या एका खोलीत त्यांची व्यवस्था केली. भोसले तिथं बसले. पिशवीतून फाईल काढली. जोशी उभे होते.

"तुम्ही का उभे?"

"काही नाही, तुम्हाला काय लागणार असेल तर..."

"तुमचे दोन अधिकारी व एक शिपाई फक्त मला पाहिजे. मी जी मागेन, ती कागदपत्रं मला तत्काळ उपलब्ध करून द्यावी लागतील."

"होय साहेब."

"आणि हो— मला इतर कोणतीही गोष्ट लागत नाही. मी चहासुद्धा पीत नाही. जेवणाचा डबा मी आणला आहे."

जोशींची पंचाईत झाली. काय बोलावं, ते त्यांना सुचेना. ते तसेच मागे फिरले आणि आपल्या केबिनमध्ये गेले. डोके धरून बसले. त्यांना काही सुचेना. काय करावं, कसं करावं, कसा याला खिशात टाकावा— याचा विचार करत होते. शिपाई आला.

"साहेब—"

"काय?"

"ते साहेब, दोन लोक..."

"हो— हो! असं कर, कांबळे आणि चौगुलेंना पाठव."

शिपाई कांबळे व चौगुलेंना घेऊनच आला.

"हे बघा, त्यांना तुम्ही जी माहिती पाहिजे ती द्या. पण अडचणीची असेल, तर कसा त्याला पटवायचा बघा. पण फायलीत असं काय असणार— कागदपत्रे..."

जोशींना घाम फुटला.

"साहेब, जेवढं त्यांना पटवून सांगता येईल तेवढं पटवून सांगतो."

"अहो, तो साधा नाही. तमाशा करणार... तो वाटोळे करणार, काढणार सर्व बाहेर!"

"काय करायचं साहेब?"

"साहेब, जातो आम्ही. आता काय करायचं, ते करतील."

"काय?"

"नाही, त्यासाठीच आलेत ते."

"होय रे. तुम्ही प्रामाणिक आहात, म्हणून मी पाठवतोय."

"आम्ही नाही कुठे म्हणतोय? पण..."

"पण साहेब, ते ऑडिटर आहेत. चांगलं कधी पाहणार नाहीत आणि चुकीचं शोधल्याशिवाय जाणार नाहीत."

"जा-जा तुम्ही."

जोशींनी परत डोक्याला हात लावला. तेवढ्यात चेअरमननी बोलावलं.

"काय जोशी, मासा गळाला लागतोय काय?"

"त्यानेच मला गिळलाय!"

"म्हणजे?"

"माझी मात्रा लागू पडणार नाही."

"मग हो?"

"बघू या— नशिबात काय ते साहेब. काहीही चालणार नाही. अहो, जेवणाचा डबा घेऊन आलाय. चहासुद्धा घेत नाही."

"मग हो?"

"मला तीच चिंता आहे. बघतो, काय 'कनेक्शन' मिळतं का ते. जिल्ह्याला

जाऊन येतो.''

''या-या! काय ते लवकर करा.''

ऑडिटरने आपले काम सुरू केले. दोन अधिकारी व एक शिपाई यांना सांगून जी-जी कागदपत्रं त्यांना हवी होती, ती मागवून शहानिशा करत होते. काही आपणही तयार करत होते. त्या अधिकाऱ्यांना हे कसं, ते कसं— सर्व काही माहिती घेत होते. अधिकारीही जी माहिती आहे ती सांगून, माहिती नसलेली 'माहीत नाही' म्हणून सांगत होते.

जोशींनी जिल्हा गाठला होता. 'ऑडिटर' भोसले यांच्या कार्यालयात बरीच चौकशी केली. पण सर्वांनी त्याला सांगितले— भोसले कोणाचेच ऐकत नाहीत. त्यांना काहीही चालत नाही. सरळ, प्रामाणिक आणि कडक स्वभावाचा माणूस आहे. हताश होऊन ते परत आले.

गंगानगर पतसंस्थेची चौकशी करायला 'ऑडिटर' आलाय, हे कळल्यावर ठेवीदारांनी थेट मुख्य कार्यालय गाठले. शंभर-दोनशे लोकांचा जमाव पतसंस्थेच्या समोर गोळा झाला. घोषणाबाजी सुरू केली.

जोशी आणि चेअरमन यांच्या नावाने शिव्या देण्यास सुरुवात केली. जोशी हादरलाच. काय करावे, सुचेना. बाहेर जावे, तर लोक काय करतील; माहीत नाही. त्यानं सरळ ऑडिटरकडे धाव घेतली.

''भोसलेसाहेब—!''

''काय हो?''

''बाहेर लोक आलेत.''

''मग मी काय करू?''

''त्यांना जरा समजावून सांगा.''

''ते माझं काम नाही; मी त्यासाठी आलो नाही.''

''पण चौकशी सुरू आहे, असे तरी सांगा.''

''संबंध नाही. मी त्यांचे पैसे घेतले नाहीत. तुम्ही जा.''

नाराज होऊन जोशी परत आले. त्यांनी पोलिसांना फोन केला. पोलिसांची गाडी आली. इन्स्पेक्टर शिंदे सरळ जोशींकडे आले.

''या-या शिंदेसाहेब, बसा.''

''बोला, काय करायचं?''

''काही नाही. यांना सांगा— चौकशी सुरू आहे. शासनाचा माणूस आलाय. काम सुरू आहे.''

"अहो जोशी, ते काय चौकशीच्या घोषणा देत नाहीत."

"मग?"

"अहो, त्यांच्या ठेवी परत मागताहेत."

"साहेब, त्यांच्या ठेवीतून कर्जे दिलीत, ती वसूल करण्याचे काम युद्धपातळीवर सुरू आहे. शिवाय, जिल्हा बँकेने दहा कोटी दिलेत. रोज वसुली होते. त्यातून काही ठेवी परत दिल्या आहेत."

"ठीक आहे, मी सांगतो. पण जोशी, हे किती दिवस चालणार? कर्जे वसूल झाली नाहीत तर..."

"नाही-नाही, असं कसं होईल साहेब?"

"बघू या. मी आता त्यांना सांगतो, बघू या पुढं."

इन्स्पेक्टरने त्या लोकांना समजावले.

लोक हळूहळू निघून गेले.

पण हे वारंवार घडू लागले. गंगानगरमध्येच नव्हे, तर जिल्ह्याच्या ठिकाणी कृतिसमिती स्थापन झाली. त्या कृतिसमितीचा ताबा ठेवी नसलेल्या, त्याचं राजकारण करणाऱ्या लोकांनीच घेतला. आक्रमक वक्ते भूमिका मांडू लागले. प्रसिद्धी मिळू लागली. त्यामुळे इतर पतसंस्थांकडूनही ठेवी काढल्या जाऊ लागल्या. हे पेटत ठेवायचं काम काही मंडळी हेतुपुरस्सर करत होतीच.

जोशींना अन्न गोड लागत नव्हतं. आजपर्यंत जे-जे केलेले होते, ते त्यांच्या नजरेसमोर भुतासारखं नाचत होतं. 'काय होणार? हा ऑडिटर काय काढील आणि काय करेल?' याचा त्यांना आता अंदाज आला होता. जोशींनी जे-जे केले, ते त्यांनाच माहीत होते. त्यामुळे रात्रीची झोप उडाली. दारूचा आधार घ्यावा लागला. काय करावं, ते सुचेना.

●

एक दिवस ते सकाळी उठले. त्यांचा एक वकील मित्र जिल्ह्याला होता. त्याच्याकडं गेले. त्याला सर्व हकिगत सांगितली. त्याला ऐकून व वाचून माहिती होतीच. पण जोशींनी जी माहिती सांगितली, त्यावरून त्यानं सल्ला दिला—

"जोशी, तुला एक करावं लागेल."

"काय?"

"प्रथम तुझी सर्व 'प्रॉपर्टी' तुझ्या पत्नीच्या नावावर कर."

"आणि मग?"

"घटस्फोट दे."

"काय?"

"होय, प्रॉपर्टी टिकवायची असेल, तर हाच मार्ग."

"घटस्फोट?"

"हो, नॉर्मल. ते मी सगळं करून घेतो. उद्या ये, वहिनींना घेऊन."

दुसऱ्या दिवशी जोशी पत्नीला घेऊन वकिलाकडे गेला. त्यांनी सांगितलेल्या सर्व कागदपत्रांवर दोघांनी सह्या केल्या आणि एक दिवस कोर्टात हजर करून 'नॉर्मल' घटस्फोट करून दिला. सर्व 'प्रॉपर्टी' बायकोच्या नावावर झाली. म्हटलं तर एकत्र, नाही तर घटस्फोटित.

ऑडिटर भोसले आल्यापासून संचालक पतसंस्थेत यायचेच बंद झाले. तसे सर्व हादरले होते. चेअरमन आणि जोशी यांनी काय काय केले आहे याची जाणीव त्यांना नव्हती. जोशींनी तसा सर्वांचा ताबाच घेतला होता. जणू— सहकारात मी काहीही करू शकतो– पतसंस्था मीच मोठी केली– मी पतसंस्थेची भरभराट केली व करू शकतो, कोणालाही 'मॅनेज' करू शकतो— हा त्याचा अहंकार होता. त्याला मोठं व्हायचा ध्यास लागला होता. त्या पोटी तो सुसाट सुटला होता. व्यवहार कसाही व काहीही केला तरी कोण विचारणार? पैसा फेकला की, सर्व गप्प बसतात. मग मी काहीही, कसाही व कोणाला विकत घेऊ शकतो— असे त्याचे मतच नव्हते, तर खात्रीच होती. पण ऑडिटर भोसले यांनी जोशींची सर्व गणिते चुकीची ठरवली.

सहकार कायदा हा सर्वांनाच माहीत असतो, असं नाही. ज्या-ज्या सहकारी संस्था बहुतांशी ग्रामीण भागातच आहेत— या सहकारी संस्थामध्ये जे-जे लोक आहेत, ते सर्व लोक ग्रामीण भागातीलच असतात. त्यामुळे त्यांना कायदा, नियम वगैरे काहीही माहिती नसते. तेही वाचायच्या, अभ्यास करायच्या आणि जाणून घेण्याच्या फंदात पडत नाहीत. मीटिंगला यायचे आणि दिलेले काही तरी खायचे, चहा प्यायचा अन् जायचं. अनेक नेते म्हणतात, 'अभ्यास केला पाहिजे, समजून घेतलं पाहिजे. चांगला कारभार केला पाहिजे.' पण काय करावं, हे कोणालाच कळत नाही.

शहरात कंपन्या काढतात. त्या कंपन्यांचा कायदा वेगळा व सहकाराचा कायदा वेगळा, याचा विचार कधीच केला गेला नाही. ग्रामीण भागातील सहकार चळवळ ही प्रथमपासूनच दुर्लक्षित राहिली. तिचे नियोजन नाहीच. सहकारात व्यवस्थापक शिकलेलाच पाहिजे. चेअरमन न शिकलेला चालतो. शिपाई दहावी-बारावी पाहिजे, संचालक अंगठे बहादूर चालतो. आज जिल्हा बँकेत, राज्य

बँकेत, इतर सहकारी बँकांत व संस्थांमध्ये तेच आहे. साखर कारखान्याचा एमडी शिकलेला पाहिजे. व्यवस्थापक अनुभवी पाहिजे. चेअरमन न शिकलेला, नवखा चालतो. जसे सचिव 'आयएएस' पाहिजेत, मंत्री मात्र न शिकलेला वा अनुभव नसलेला चालतो. हे सर्व लोकशाहीत चालतं. मग हे चालतं, तर त्याची फळेही तशीच मिळतात. मग कोणाला दोष द्यायचा— त्या लोकांना, की पद्धतीला, कायद्याला की नियमांना, लोकशाहीला की नोकरशाहीला? नोकर शिकलेला पाहिजे, पण मालक अडाणी असला तर? आणि हे जिथं आहे; त्या घराचे असो वा संस्थेचे, राज्याचे असो; देशाचे वाटोळे झालेले पाहायला मिळते. कसली ही लोकशाही? ज्या लोकशाहीत अशा प्रकारच्या त्रुटी असतील, असा कायदा किंवा नियम असेल; तर तिचे काय होणार? तेच होत आहे देशाचे. जो यामध्ये तज्ज्ञ असेल, त्याला ते खातं नाही. एखादा डॉक्टर निवडून आमदार झाला, मंत्री झाला; तर त्याला आरोग्य खातं नाही. इंजिनिअर आमदाराला बांधकाम खाते नाही; त्याला दुसरेच खाते देणार. सचिव तर सर्वेसर्वा. त्यांना सर्वांतलंच कळतं. असतो तो एखादा पदवीधर; पण तो शेती खात्यापासून, बांधकाम, इरिगेशन ते गृह सचिवापर्यंत सर्व खाती चालवायला सक्षम. बँकेतसुद्धा एमडी होऊ शकतो. काय संबंध त्याचा? काय काय माहीत असतं त्यांना? हे तज्ज्ञ नव्हेत. तज्ज्ञ लोक सचिव होऊ शकत नाही. कारण इंग्रजांची होती, तीच नोकरशाहीची पद्धत आपण स्वीकारली आहे; काही फरक नाही. म्हणूनच देशाचे वाटोळे होत आहे.

तसेच वाटोळे पतसंस्थांचे झाले, बँकांचे होत आहे, सहकारी कारखान्यांचे होत आहे, सहकार संस्थांत होत आहे.

ज्यांच्यासाठी सहकार, त्यांच्या पुढाऱ्यांनीच सहकार बदनाम केला. पतसंस्था कोणी काढल्या? कोणी बुडवल्या? बँका कोणी काढल्या? कोणी बुडवल्या? कारखाने कोणी काढले? कोणी बुडवले? तर— त्यांचे एकच उत्तर म्हणजे, लोकांनी स्वतःचा गळा स्वतःच्या हातांनीच घोटलाय! अशी अवस्था झाली आहे.

प्रथम सहकार सुरू केला. त्या वेळी संस्कृती, संस्कार होते; आता यामध्ये विकृती शिरली, त्यामुळेच हे घडत आहे. जोपर्यंत सहकारातील गिळंकृत करण्याची स्वाहा संस्कृती जात नाही, तोपर्यंत सहकाराचा स्वाहाकार होतच राहणार आणि एक दिवस शेतकऱ्याला पूर्वीचे दिवस पाहायला लावणार.

बरं— एवढी चर्चा सहकारावर होते, गुन्हे दाखल होतात, अटक होते; पण सहकारात काम करणाऱ्यांवर त्याचा काहीही परिणाम नाही. ये रे माझ्या

मागल्या! त्यामध्ये सुधारणा करावी किंवा सहकार व बँकिंगचा अभ्यास करावा, काही तरी करावं; काहीही नाही. खायचं, मौज-मज्जा करायची. भावी पिढीची सोय करायची. जेवढे जेवढे गैर असेल, बेकायदा असेल, ते करायचं. कशासाठी? तर, फक्त राजकारण आणि स्वार्थ. 'कार्यकर्त्यांना सांभाळायचं असतं' या नावाखाली काहीही करायचं. पण कार्यकर्ते सांभाळण्यापेक्षा नेता स्वत:चे घरच भरत असतो; त्याचे काय?

●

भोसले ऑडिटरने 'गंगानगर सहकारी पतसंस्थेचा' अहवाल जवळ-जवळ पूर्ण करत आणलाच होता. त्यांनी व्यवस्थापकाला बोलावले व संचालक मंडळाची बैठक तातडीने बोलावण्यास सांगितले. या ऑडिट अहवालाचे वाचन करायचे व त्यांची मतेही जाणून घ्यायची आहेत. जोशी गर्भगळीत झाले. या अहवालात काय असणार, याची जाणीव त्यांना झालीच होती. कारण जे दोन अधिकारी दिले होते, ते त्यांना रोजच माहिती देत होते.

"साहेब, एक बोलू?" जोशींनी विषय काढला.

"बोला की."

"नाही साहेब, अहवालावर आपण दोघांनी चर्चा केली असती तर..."

"जोशी, संचालक मंडळासमोर ज्या वेळी मी हा अहवाल माहितीसाठी व चर्चेसाठी ठेवणार, त्या वेळी तुम्हीपण असणारच की!"

"काही गंभीर नाही ना?"

"आता मी कसं काय सांगणार? जे आहे, ते आहे."

"पतसंस्था अडचणीत येणार नाही ना?"

"जोशी, पतसंस्था अडचणीत येणार की नाही, हे तुम्ही व संचालक ठरवणार; मी नाही. मी फक्त वस्तुनिष्ठ अहवाल देणार— बस्स."

जोशींना पुढे बोलायचे धाडस होईना.

संचालक मंडळाची बैठक बोलावली. वातानुकूलित एका प्रशस्त हॉलमध्ये सर्व संचालक आपापसात चर्चा करत होते.

रामचंद्र साळुंखेंनी जोशींना विचारले,

"काय जोशीसाहेब, ऑडिटरनी कशाला बोलावले आहे?"

"त्यांनी जे काही मुद्दे काढले आहेत, ते तुम्हाला सांगणार व काही तुमचे स्पष्टीकरण असले, तर ते ऐकणार."

"अहो, आम्ही काय स्पष्टीकरण देणार? करणारे तुम्ही, द्या उत्तरे."

"अहो, तो काय माणूस ऐकतो काय?"

"मग कसे व्हायचे जोशीबुवा?"

एका मिश्कील स्वभावाच्या संचालकाने विनोद केला.

"बघू या आता, जोशीबुवांनी आमचे भविष्य काय लिहिले आहे!"

तेवढ्यात ऑडिटर हातात कागदपत्रे घेऊन आले. सर्व जण शांत झाले. प्रत्येकाला भीती होती. सर्वांत जास्त भीती होती ती जोशींना. कारण जे काय बरे-वाईट केले होते, जे त्यांनी केले होते. आतापर्यंत ऑडिटरना हर प्रकारे खूश करून, पतसंस्थेला 'अ' वर्ग मिळवून, संचालक मंडळाला पूर्णपणे अंधारात ठेवले होते. सर्व काही 'आलबेल' आहे, असंच चित्र त्यांनी निर्माण केले होते. सर्वांनी त्यांच्यावर विश्वास दाखवला होता. ते म्हणतील तिथं सह्या केल्या होत्या. हा ऑडिटर स्पेशल ऑडिटर म्हणून दाखल झाला होता. जोशींची एकही मात्रा त्यांच्यावर चालली नव्हती, म्हणूनच जोशी घाबरले होते.

"मा. चेअरमन व संचालक महोदय, आज आपल्याकडे गेला महिनाभर आपल्या संस्थेचे ऑडिट करण्यासाठी भोसलेसाहेब आले आहेत. ऑडिटरसाहेब आपल्याशी चर्चा करणार आहेत. काही मुद्दे संचालक मंडळाच्या उपस्थितीत मांडून शंकेचे निरसन करून घेण्याकरिता आलेले आहेत. मी भोसलेसाहेबांना विनंती करतो की, त्यांनी सुरुवात करावी."

जोशींनी विषयाला सुरुवात केली. ऑडिटर भोसले उठले आणि त्यांनी अहवाल न पाहता बोलायला सुरुवात केली.

"सर्व मान्यवर मंडळी— आपण सहकारात कितपत तज्ज्ञ आहात, हे मला ठाऊक नाही. पतसंस्था या आर्थिक व्यवहारावर चालतात. या व्यवहाराबाबत, तसेच त्या कशा चालतात व चालवतात याबाबत आपण किती त्यामध्ये तज्ज्ञ आहोत— हे प्रत्येकाला माहीत असावे, असे मला वाटते. या संस्था शासनाने ग्रामीण भागातील लोकांच्या आर्थिक अडचणी दूर करून, त्यांची आर्थिक प्रगती व्हावी, यासाठीच सुरू केल्या. त्या कुणी सुरू कराव्यात व कशा चालवाव्यात, याचे निकष घालून दिले आहेत. ते आपण वाचले की नाही, हे मला माहीत नाही. आज प्रथमच तुम्हाला सर्वांना सांगतो की, तुमची पतसंस्था मोठ्या संकटात व अडचणीत सापडली आहे."

संचालकांमध्ये कुजबुज सुरू झाली. प्रत्येक जण एकमेकाला विचारू लागला आणि मग रामचंद्रमहाराज उठले.

"काय हो जोशी, साहेब काय म्हणतात?"

ऑडिटर भोसले त्यांना थांबवतच म्हणाले,

"जरा थांबा; मी संपवतो, मग चर्चा करा. ही संस्था वाचविणे कोणाला जमेल, असे आता वाटत नाही."

एक-एक वाक्य बॉम्ब टाकल्यासारखं संचालकांवर पडत होतं.

"तुम्ही जे-जे काय केलं आहे; ते गैर, बेकायदा व नियमबाह्य केले आहे. लेखापरीक्षणामध्ये जे-जे आलेले आहे, ते-ते तुम्हाला संकटाच्या खाईत लोटणार आहे. सर्व कर्ज प्रकरणे तर आपण डोळे झाकून व कशाचीच पर्वा न करता, विनातारण, विनाकारण व विनाकागदपत्रं केली आहेत. कर्ज प्रकरण हा विषय बँक व पतसंस्थेच्या जीवन-मरणाचा विषय असतो, पण तुम्ही लोकांनी काहीही पाहिलं नाही. त्यामुळे तुमचं थकीत प्रमाण फार आहे. नवं-जुनं करून तुम्ही स्वत:ला व ठेवीदारांना फसवलं आहे. मला माहीत नाही की, मागील ऑडिटरने तुम्हाला 'अ' वर्ग कसा दिला? त्याचे उत्तर एखादे वेळी जोशींना माहीत असेलच. गैरकारभाराची अनेक प्रकरणे मला आढळून आली आहेत. अनेक वेळा गैरपद्धतीने पैसे काढून खर्च केले आहेत. पतसंस्था ही स्वत:च्या मालकीचीच मालमत्ता आहे, असे समजून व्यवहार झाले आहेत. मी संपूर्ण माहिती सांगत बसत नाही; पण येत्या काही दिवसांतच या पतसंस्थेचे अस्तित्व धोक्यात येईल, अशी आताची परिस्थती आहे. जर दिलेली कर्जे वसूल झाली, तरच काही तरी होईल; अन्यथा ही संस्था बुडणार आणि त्याचे परिणाम अधिकारी व संचालकांना भोगावे लागणार!"

"मी आपला जास्त वेळ घेणार नाही, तसेच तुमचे म्हणणे पण ऐकून घेणार नाही. कारण सांगण्यासारखं तुमच्याकडे काहीही नाही. तुम्ही म्हणाल— आम्हाला माहीत नाही, हे सर्व व्यवस्थापकांनी केले आहे; पण, सह्या तुमच्या आहेत. त्यामुळे तुम्हीही तेवढेच जबाबदार आहात. धन्यवाद."

भोसले निघून गेले. जोशी त्यांना बाहेर सोडून आले.

"या-या व्यवस्थापक! अत्यंत हुशार, सहकारातील किडा, तज्ज्ञ— नाही का? काय केलेत हे?"

साळुंखेमहाराज व्यवस्थापकावर घसरलेच.

"मी काय करणार?"

"मग कोण करणार? चेअरमन, तुम्ही गप्प का?"

"जोशी, काय हो हे? ऑडिटरने जे काय इथं सांगितले आहे ते?"

"आता ते मी पाहिल्याशिवाय काय सांगू?"

"अरे, आम्हाला फसवलंत— मनमानी कारभार केलात— आमच्या सह्या घेतल्यात."

"तुम्ही केल्यात ना; मग झालं तर!"

"ए ऽऽ निर्लज्ज माणसा, काय बोलतोस? याला ठोका हो नालायकाला!"

एक संचालक त्याच्यावर उठून धावला, त्याला इतरांनी आवरले.

"काय बोलता जोशी? अहो, तुमच्यावर विश्वास टाकला सर्वांनी, त्याचं फळ काय हे?"

"अहो, मीसुद्धा चांगल्यासाठीच केलं."

"काय चांगलं केलंत? काय चांगलं केलंत?"

"संस्था एवढी मोठी केली."

"तुम्ही केलीत आणि मातीतही तुम्हीच घालवणार!"

"—आणि आम्हालाही मातीत घालणार."

खूप वादावादी झाली. अनेकांनी राजीनामे दिले. जोशी व्यवस्थापकाला संचालकांनी लाखोली वाहिली. जोशी एक शब्द न बोलता आपल्या कार्यालयात जाऊन बसले. थोड्या वेळाने शिपायाला पाणी आणायला सांगितले. पाणी प्यायले आणि जे दोन अधिकारी ऑडिटर भोसलेंकडे दिले होते, त्यांना बोलवायला सांगितलं. थोड्या वेळाने ते अधिकारी आले. जोशींच्या समोर बसले.

"काय हो, काय केलेत?"

"आम्ही काही केलं नाही."

"अहो, तुम्ही काय केलं म्हणून नव्हे; भोसलेंना का 'मॅनेज' करू शकला नाही?"

"परमेश्वरसुद्धा करू शकत नाही साहेब."

"बरं, काय काय लिहिलंय त्यानं? काय काय कळलंय तुम्हाला?"

"तो काय आम्हाला सांगायचा काय?"

"मग?"

"अहो, फक्त विचारायचा आणि लिहायचा."

"काय लिहिले, कोण जाणे!"

"साहेब, पण अडचणीचं दिसतं."

"होय. पण काय करायचं?"

"तेही खरंच म्हणा. करून बसलोय, आता—"

"साहेब, वरूनच काय ते बघा."
"बघतो. पण तो भोसले कुठे आहे?"
"तो गेला!"
"काय?"
"होय, तुमच्या मीटिंगमधून आला, बॅग घेतली आणि गेला बाहेर पडून."
शिपायानं सांगताच जोशी उडालाच.

●

गंगानगर पतसंस्थेच्या कर्मचाऱ्यांमध्ये व संचालकांत भीतीचे वातावरण निर्माण झालं होतं. त्याचा फायदा घेऊन काही पत्रकारांनी माहिती काढण्यासाठी काही अधिकाऱ्यांना, संचालकांना गाठलं आणि सनसनाटी बातमी देऊन टाकली.

'गंगानगर नागरी पतसंस्था बरखास्त...' आणि पुढे प्रश्नचिन्ह. त्या बातमीने फार मोठा गोंधळ माजला. बातमीत ऑडिटर जे-जे बोलला, ते-ते दिलं होतं. म्हणजे कोणी तरी संचालक त्यांच्या गळाला लागला होता. पण तेही खरं होतं, त्यामुळे कोण काय बोलणार? परत ठेवीदारांची धावपळ, मोर्चे सुरू झाले.

ऑडिटरनी दिलेला अहवाल त्यांच्या वरिष्ठांनी मान्य केला आणि संचालक व अधिकारी यांच्यावर फौजदारी गुन्हे दाखल करण्याची, प्रशासकाची नियुक्ती करण्याच्या कार्यवाहीचे आदेश झाले.

आधीच्या बातमीप्रमाणं 'पतसंस्था बरखास्त' ही बातमी पहिल्या पानावर झळकली आणि पाठोपाठ 'अधिकारी व संचालक यांच्यावर फौजदारी गुन्हा दाखल', अशीही बातमी दुसऱ्या दिवशीच्या सर्व वर्तमानपत्रांत झळकली.

चेअरमननी संचालकांना तातडीने बोलावलं. वकिलांना बोलावले आणि आता काय करायचं, यावर चर्चा सुरू झाली.

"संचालक महोदयांना मी चेअरमन म्हणून विनंती करेन की, आता झाले ते झाले. आपण एकमेकांवर आरोप-प्रत्यारोप करण्यापेक्षा यातून मार्ग कसा काढावा, याचा विचार करू."

"अहो चेअरमनसाहेब, आतापर्यंत हे विद्वान जोशीच सर्व काही करत आले आहेत; त्यांनाच विचारा काय करायचे ते!"

"खरं आहे यांचे. प्रत्येक वेळी 'मी पाहतो, मी बघतो, मी व्यवस्थित करतो!' आम्हाला अंधारात ठेवलं, आमच्या सह्या घेतल्या... फसवलं आम्हाला या जोशीनं."

एवढयात वकील उठले.

"हे बघा, आता बोलून त्याचा काही उपयोग नाही. मी सर्व अभ्यास केला आहे. तुम्हाला कधीही अटक होण्याची शक्यता आहे."

"कायऽऽ?"

सर्वांच्या तोंडून एकदम आवाज आला.

"होय, तसा कायदाच आहे. फौजदारी गुन्ह्यात अटक करून मग चौकशी व जामीन प्रक्रिया सुरू होते."

"काय म्हणताय काय वकीलसाहेब?"

"खरं तेच सांगतोय."

"काय केलेस रे जोश्या? तुझ्या आईला! रांडंच्या, आमची वाट लावलीस!"

आणि एक संचालकानं पायताण काढून जोशीला मारायला सुरुवात केली. त्याचे बघून आणखी एक-दोघांनी जोशीला धुतला. मग इतरांनी जोशीला त्यांच्या तावडीतून सोडवलं. परत सर्व बसले.

"चेअरमन, तुम्ही तरी बघायला पाहिजे होते?" एकानं विचारलं

"अरे, हाही चोर; मग कशाला पाहील?"

"अहो, मी तुमच्यासारखाच. यानं कधीही खरं सांगितलं नाही. सर्व फसवा-फसवी, उडवा-उडवीची उत्तरे. आम्हाला तो खरा वाटला. हा आपला दोस्तच, असं वाटून मी यांच्यावर विश्वास ठेवला."

"पण आता याला काय करायचं?"

"वकील सांगतील तसं."

"बोला वकीलसाहेब."

"तर, अटक टाळण्यासाठी आपण सर्व जण फरार व्हावं व अटकपूर्व जामीन घ्यावा, असं मला वाटतं."

"तसं करा मग."

"मी असं करतो, जिल्ह्याला जाऊन चांगला वकील गाठतो. सर्व कागदपत्रं तयार करतो. तुम्ही उद्या या. इथं सह्या करा आणि मग तुम्ही घरी न थांबता कुठेही जा; पण संपर्कात राहा."

जोश्याला शिव्या देत सर्व जण बाहेर पडले. जोशी व वकील जिल्ह्याला गेले. वकील ठरवला, कागदपत्रे घेतली. एवढ्यात जोशींना फोन आला. प्रशासकांची नेमणूक झाली व फौजदारी गुन्हा दाखल केल्यावर कार्यवाहीसाठी पोलीस तयार आहेत. ताबडतोब ते गंगानगर पतसंस्थेत दाखल झाले.

●

दुसऱ्या दिवशी सकाळी सर्व जण सह्या करून गंगानगर येथे येणार होते. पण सकाळीच शिपाई सांगत आला की, बरेच पोलीस आवारात आलेत. जोशींनी शिपायाकडून अनेक अधिकाऱ्यांना बोलावून घेतले आणि सर्व संचालकांना वकिलाच्या घरी बोलवले. स्वत:ही वकिलाच्याकडे गेले. सर्वांनी सह्या केल्या आणि तेथून सर्व फरार झाले. पोलिसांनी वाट पाहिली. एवढ्यात प्रशासक दाखल झाले. पोलिसांनी त्यांना अधिकारी, पदाधिकारी व संचालकांच्या नावाने आलेले 'वॉरंट' दाखवले. सर्वांचे पत्ते घेऊन संचालकांच्या घरी पोलीस गेले. चौकशी केली. कोणी सांगितलं— 'गावाला गेलेत.' कोणी सांगितलं— 'सकाळीच बाहेर पडलेत; कधी येतील सांगता येत नाही.'

पोलिसांनी सतत चार दिवस प्रत्येकाच्या घरी कसून चौकशी केली आणि आरोपी फरार असल्याचा रिपोर्ट केला.

गंगानगर पतसंस्थेच्याच बातम्या आठवडाभर झळकत होत्या. अनेक लोकांनी पतसंस्थेत येऊन गर्दी केली. प्रशासकांनी सर्वांना दिलासा दिला. शासन तुम्हाला न्याय देईल, तुमच्या ठेवी बुडणार नाहीत— वगैरे वगैरे. दोषींवर निश्चित कारवाई होईल. लोकांचे समाधान होईना.

अनेकांनी जादा व्याजदर मिळतो म्हणून, आपल्या आयुष्यात जमवलेली सर्व पुंजी या पतसंस्थेत ठेवली होती. अनेक निवृत्त झालेल्या कर्मचाऱ्यांना मिळालेली सर्व रक्कम त्यांनी या पतसंस्थेत ठेवली होती, कोणी मुलीच्या लग्नासाठी जमवलेली रक्कम ठेवली होती, तर कोणी मुलाला पुढचे शिक्षण देता यावे म्हणून पैसे ठेवले होते. शेतकऱ्यांनी काबाडकष्ट करून शेतातून आलेल्या उत्पन्नाची रक्कम ठेवली होती. कोणी घर बांधायचे आहे म्हणून पैसे ठेवले होते. अशा अनेक कारणांसाठी ठेवलेल्या शेकडो कोटी रुपयांच्या ठेवी अडचणीत होत्या. पैकी काही ठेवी हळूहळू परत करण्याचे काम चालू होते, पण वसूल काहीच होत नव्हते. जो येत होता, त्यामध्ये कर्मचारी पगार व खर्च भागवून राहिलेल्या रकमेतून ठेवी परत करत होते.

प्रशासकाने बरेच कर्मचारी कमी केले. ज्यांच्यावर अहवालात ठपका ठेवला होता, त्यांना निलंबित केले आणि त्यांच्यावर केसेस दाखल केल्या.

संचालक व काही अधिकारी— ज्यांच्यावर 'वॉरंट' होते, ते जास्त दिवस फरार राहू शकले नाहीत. कारण अटकपूर्व जामीनाची सुनावणी झाली, त्यामध्ये कोर्टाने जामीन नाकारला. परत धावाधाव झाली. वकिलाने परत हजर राहण्यास सांगितले. सर्व जण आपापल्या घरी गेले. त्यांनी घरच्यांना समजावून सांगितले.

'तुम्ही घाबरू नका, आम्ही लवकर सुटून परत येऊ' आणि तालुक्याला येऊन ते पोलीस स्टेशनला लगेच हजर झाले. चेअरमन, संचालक, व्यवस्थापक यांना तुरुंगात टाकले.

संपूर्ण तालुक्यात नव्हे तर संपूर्ण जिल्ह्यात चर्चा! तसेच मुंबईपासून इतर प्रांतातही या संस्थेच्या शाखा होत्या; तेथून ठेवीदारांच्या मागण्या, ठेवी परत करण्याबाबत— वर्तमानपत्रांतील बातम्या आणि लोकांच्या मुलाखती वाचून संचालक नव्हे तर संचालकांच्या घरचे लोक, नातेवाईक, मित्र सर्व हैराण झाले. कोण म्हणे— 'बुडवे आहेत यांना फाशी द्या.' कोण म्हणे— 'हे गुन्हेगार आहेत.' कोण म्हणे— 'चोर-दरोडेखोर आहेत; यांना कडक शिक्षा द्या.' पेपरमधून रोज अनेक प्रकारची अवहेलना वाचून संचालकांपैकी अनेक जण मनाने खचलेले होते.

साळुंखेमहाराज वारकरी. वयानं ऐंशी गाठलेली. स्वातंत्र्यसैनिक. ज्या स्वातंत्र्यासाठी तुरुंगात गेले होते, त्याच तुरुंगात आज एक आरोपी म्हणून ते शिक्षा भोगत होते. काय अपराध होता त्यांचा? कधी कोणाच्या पैशाला मिंधे नव्हते. स्वच्छ प्रतिमेचा माणूस, देवतुल्य माणूस.

कांबळेगुरुजीही तसेच. आयुष्यभर शिक्षणक्षेत्रात अनेक विद्यार्थी तयार केले, मोठे केले. कधी कसलाही कलंक नाही, पण आज तुरुंगात. काय अपराध होता त्यांचा? फक्त विश्वास ठेवला. भागातील, तालुक्यातील, गावातील लोकांची आर्थिक अडचण दूर व्हावी म्हणून त्या पतसंस्थेत आले. चांगल्या विचाराने प्रेरित असलेली माणसं एखाद्यावर चट्‌कन विश्वास टाकतात; तसा जोशींवर विश्वास टाकला आणि ते म्हणतील त्यावर सह्या केल्या. आपण म्हणतो की, या लोकांनी सहकाराचा अभ्यास केला पाहिजे; कायदा समजून घेतला पाहिजे. आयुष्याच्या शेवटी आपण त्यांना अभ्यास करायला सांगतो. ते शक्य आहे काय? म्हणून कायद्यात तरतूद हवी वयाची व शिक्षणाची. पण तेवढीच तरतूद नाही. तसेच याचा या कारभारात निश्चित काय वाटा होता, याचाही विचार झाला पाहिजे.

इन्स्पेक्टर शिंदे यांना आमदाराने व इतर काही मंडळींनी गंगानगर पतसंस्थेचे संचालक व व्यवस्थापकाची चांगली धिंड काढा, असं सुचवलं. त्या इन्स्पेक्टरने कशाचाही पर्वा न करता त्या व्यवस्थापकाबरोबर या वयस्क व ऋषितुल्य म्हाताऱ्या माणसांना हातात बेड्या ठोकून, भर बाजारपेठेतून त्यांची धिंड काढली. या वृद्धांकडे पाहून लोकांनी हळहळ व्यक्त केली. 'म्हातारपणी हे

काय नशिबात आलंय?' म्हणून सर्व जण शासनावर आणि त्याला जबाबदार असणाऱ्या जोश्याला शिव्या देऊ लागले.

रामचंद्र साळुंखेमहाराज व इतर संचालकांच्या घरांमध्ये सर्व जण दुःखाच्या खाईत लोटल्यासारखे रडत बसले होते. 'हे लोक आणि तुरुंगात?' याची कल्पनाच घरातील सोडा, गावातील व विभागातील लोकांच्याही मनाला न पटणारी. पण काय करणार? यावर उपाय कोर्टकचेऱ्याच होत्या. कायदा गाढव असतो. तो कशाही लाथा मारतो. त्या सहन करण्याची ताकद असलीच पाहिजे— तुम्ही दोषी असा अगर नसा; पण फौजदारी झाली की, सरळ अटक. मग चौकशी, मग जामीन, मग सुटका. या सर्व दिव्यातून सामान्य गरीब व शेतकरी कसा जाणार? आणि कसा टिकणार? याचा विचार कोण करणार? पण घडले, ते वाईट होतं. सर्व संचालकांच्या घरात कोणी जेवलं नाही. चार दिवस काही सुचत नव्हते. संचालकांची मुले तालुक्यात, जिल्ह्यात धडपडत होती. वकिलाकडे फेऱ्या मारत होती. जामीन मिळावा, आपले वडील तुरुंगातून सुटावेत, म्हणून प्रयत्नांची पराकाष्ठा करत होती. मुलांना अन्नपाणी गोड लागत नव्हतं आणि कुणाला झोपही लागत नव्हती. या सर्व प्रकाराने तालुक्यात हाहाकार माजला होता.

काही लोकांना बरं वाटत होतं. कारण तशी गंगानगर पतसंस्थेची प्रगती जलद गतीने झाली होती, ती काहींना पाहवत नव्हती. राजकारणी लोक तर या संचालकांवर जळत होते. कधी एकदा पतसंस्था अडचणीत येते, याची ते वाट पाहत होते आणि आता त्यांच्या मनासारखे झाले होते. पोलिसांना बातम्या पुरवून त्यांना खत-पाणी घालण्याचे कामही काही जण करत होते. त्यांमध्ये काही कर्मचारीही होते.

पतसंस्थेचा कारभार हा लांबून पाहणाऱ्यांना प्रगतीचाच वाटत होता, पण व्यवस्थापकांनी मनमानी करून अनेक गैरव्यवहार केले होते. वरवर चांगली असणारी ही पतसंस्था आतून खिळखिळी झाली होती, याची कल्पना चेअरमन व संचालकांना आली नाही. पूर्वीच्या ऑडिटरने पैसा खाऊन 'अ' वर्ग दिला. त्या भ्रमातच सर्व राहिले होते. त्यांना तरी ऑडिटमधले काय कळणार? जोशी सांगतील ते— आणि 'अ' वर्ग म्हणजे उत्तम संस्था.

रामचंद्र साळुंखेमहाराज व इतर संचालकांचे काही समर्थक आमदारांना भेटायला गेले. त्यांचे स्वागतही आमदारांनी केले.

"या-या. आज काय काढलंत.?"

"साहेब, आज विकासाचे काम घेऊन आलो नाही. पण गंगानगरच्या

पतसंस्थेच्या संचालकांना...''

"होय, आलंय माझ्या वाचनात सगळं. पण काय करणार? कायदा आपण हातांत घेऊ शकत नाही.''

"पण साहेब, वर भेटून बघा. ही वयस्क वारकरी मंडळी तुमचीच आहेत.''

"खरं आहे, पण करणार काय?''

"साहेब, शासन तुमचं आणि 'करणार काय' असं तुम्हीच बोलल्यावर आम्ही कोणाकडे जाणार? आम्ही तुमची माणसं. तिकडे तुमचे संचालक जेलमध्ये आहेत. अहो, या महाराजांचा आणि कांबळेगुरुजींचा तरी विचार करा.''

"अहो, तोच विचार करतोय. मला काय ही— दोन देवमाणसं माहीत नाहीत का?''

"अहो— आपली माणसं, आपल्या पक्षाची माणसं ही— यांच्यावरच असा अन्याय होत असेल तर आमदारसाहेब, कसं व्हायचे लोकांचं? तुम्ही काहीही करा अन् सोडवा यांना.''

"अहो, हे मलाही वाटतं; पण आता कोर्टात केस आहे. कसं सोडवणार? त्यापेक्षा मी त्यांच्या वकिलांना सांगतो.''

"कोणालाही सांगा साहेब. गावात फार नाराजी पसरलेली आहे. या लोकांचा काही दोष नसताना तुरुंगात डांबलेत. काय व्हायचं?''

"अहो, दोष काहीही असो; हे संचालक म्हणून यांना जबाबदार धरलं आहे. तसा कायदाच आहे.''

"अहो, त्या जोश्याने केलं म्हणतात सगळं आणि माथी मारलं या गरीब संचालकांच्या. खाणारे व न खाणारे यांना एकाच मापानं कसं काय मोजतं सरकार, साहेब?''

"अहो, म्हणूनच कोर्टात त्यांचा निकाल होईल.''

"काय निकाल? अगोदर अटक, मग चौकशी, मग न्याय— हा कुठला कायदा केलात साहेब?''

"आम्ही कायदा करणारे कोण?''

"म्हणजे?''

"अहो, हे कायदे सगळे आमदार मिळूनच करतात म्हणे आणि तुम्ही काय नाही म्हणून सांगता?''

आमदार चपापले.

"तसं नाही— आमच्या काळात नाही झालं, ते अगोदरच झालेत."

"असं का? बदला तुम्ही ते आता; नाही तर कोणीही सहकारात येणार नाही. बघा. असंच चाललं तर..."

"पण चोर सोडून संन्याशाला फाशी का म्हणून?"

"हे बघा, आता बोलून काही उपयोग नाही. मी बघतो काय होतं का. तुम्ही चला."

"बघा लवकरच."

"होय, होय."

"चला रं..."

म्हणून सगळे बाहेर पडले.

लोकांचं म्हणणं आमदारांना पटत होतं; कोणालाही पटेल. 'ज्यांनी-ज्यांनी माती खाल्ली, त्यांनाच शिक्षा व्हायला पाहिजे'; इथे सर्वांना दोषी धरले जाते. जोशींनी जो घोळ केला, तो संचालकांच्या समोर कधीही आला नाही. त्यामुळे संचालक बिनधास्त होते. संस्था वाढते, एवढंच माहीत होतं. तो फुगा आहे, हे त्यांना समजायला ही वेळ यावी लागली. कोणावर, कधी, केव्हा, किती व कुठपर्यंत विश्वास ठेवावा, हे ज्याचं-त्यानं ठरवलं पाहिजे. श्रद्धा कामावर असावी, विश्वास कामावर असावा. पण त्यापोटी सर्वच ठिकाणी डोळेझाक करू नये. जिथे पाहायला पाहिजे, तिथं पाहिले पाहिजे. शंका पाहिल्या पाहिजेत, मग सही केली पाहिजे. आज अशी परिस्थिती आहे की, कोणावर विश्वास ठेवता कामा नाही. स्वतःचा मुलगा जरी सही घेत असेल, तर कशावर घेतो ते पाहायला पाहिजे. दहा कागदांवर दहा सह्या असतील, तर ते दहाही कागद वाचून पाहिले पाहिजेत. नाही तर आपण आत्मघात करून घेतल्याशिवाय राहत नाही.

गंगानगर सहकारी पतसंस्थेची सुरुवात चांगली झाली. पण व्यवस्थापक जोशींवर ठेवलेल्या फाजील विश्वासामुळे सगळंच संपलं. त्यांनी संधी साधून न फेडणारी कर्जे नातेवाइकांना दिली. अमाप पैसा संपत्ती गोळा केली. ते म्हणतील तिथं सह्या, नि सांगतील तो विषय व ठराव; यामुळे त्यांना रानच मोकळे झाले. इतर संचालकांनी ग्रामीण भागातील लोकांचा विचार केला. त्यांना आर्थिक पाठबळ मिळावे, म्हणून धडपड करून ही संस्था उभी करण्यासाठी व वाढवण्यासाठी म्हणून जोशींना सहकार्य केले. त्यांच्यावर विश्वास ठेवला. पण आता हा विश्वास केवढ्यात पडला?

गंगानगर सहकारी पतसंस्थेवर प्रशासक नेमला खरा, पण तो काय

करणार? शासनाची एक मोठी गंमत आहे. बुडत चाललेली एखादी संस्था आणखी बुडवायची कशी, याचा विचार करूनच प्रशासक नेमतात. ना त्याला त्यातली माहिती, ना कुवत. पण तो शासनाचा अधिकारी म्हणून नियुक्ती करायची. याहून अधिक परिस्थिती बिघडली, तर त्याच्यावर काहीच नाही; उलट 'लिक्विडेशन'. म्हणजे समाप्त करायची ती संस्था. हा कायदा कुठला? यापेक्षा ज्या संचालकांनी व अधिकाऱ्यांनी गैर केले असेल, बेकायदा केले असेल; त्यांना सक्त ताकीद देऊन ती संस्था सुधारण्याची संधी द्यावी. असं न करता ती संस्था पूर्णपणे बुडीत कशी जाईल, हेच शासन पाहत असते. एखादा प्रशासक काय करू शकतो? जादूची कांडी तर घेऊन येत नाही तो बरोबर? या सर्व गोष्टी शासन का विचारात घेत नाही, हेच कळत नाही.

प्रशासकाने कागदपत्रं पाहायला सुरुवात केली आणि तो अवाक झाला. 'हे कसं दुरुस्त करायचं', हाच प्रश्न त्याच्या समोर उभा राहिला. त्यांनी अधिकाऱ्यांची व शाखा व्यवस्थापकांची सभा बोलावली. त्यांना दम दिला— ''हे जे काम झाले आहे, ते सर्व व्यवस्थित झाले पाहिजे. दुसरं म्हणजे, कर्जाची वसुली झाली पाहिजे. ठेवीदारांचे पैसे परत दिले गेले पाहिजेत. त्याकरिता सर्वांनी अहोरात्र मेहनत करा. ही संस्था मूळ पदावर आणायला आपण आटोकाट प्रयत्न करू या. रात्रंदिवस काम करू या. आपली गेलेली पत परत मिळवून ही पतसंस्था टिकवून ठेवू या. तुम्हाला सर्व माहीत आहे— हे का व कसं झालं, कोणी केलं; त्यामुळे त्यातून तुम्ही निश्चित मार्ग काढाल.'

सगळ्यांना वाटलं— चांगलं चाललंय; पण प्रशासकच काय, पण त्याचा बाप आला तरी ही संस्था सुधारू शकत नाही, हे फक्त अधिकाऱ्यांनाच माहीत होतं.

●

जिल्हा सत्र न्यायालयात आज मोठी गर्दी झाली होती. आज सर्व आरोपींना कोर्टासमोर हजर करणार होते. सरकारतर्फे ॲड. जाधव काम पाहणार होते व संचालकांतर्फे ॲड. चौगुले काम पाहणार होते. संचालकांना जामीन द्यावा, म्हणून ॲड. चौगुले युक्तिवाद करणार होते, तर त्यांना पोलीस कोठडी मिळावी व रिमांड मिळावा म्हणून ॲड. जाधव बाजू मांडणार होते.

न्यायाधीशमहाराज आले. सर्व जण उठून उभे राहिले, ते बसले तसे सर्व जण बसले. बेलिफाने पुकारा केला. ''ॲड. जाधवऽ ॲड. चौगुलेऽऽऽऽ'' आरोपींची नावे पुकारली. एक-एक संचालक खाली मान घालून कोर्टापुढे उभे

राहिला. ॲड. जाधव कोट सावरीत उभे राहिले. त्यांनी बोलायला सुरुवात केली.

"मिलॉर्ड, आज आपल्यापुढे सहकारातील भ्रष्टाचाराच्या सर्व सीमा ओलांडून, बेकायदा कृत्यांचा नमुना म्हणावा असा व ठेवीदारांच्या पैशावर कसे हे पुढारी डल्ला मारून मनमानी करून एखादी संस्था बुडवतात त्याचा जिता-जागता एक नमुनाच मी सादर करणार आहे. आज हे जे आपल्यासमोर आरोपी उभे आहेत"

ॲड. चौगुले उठलेच.

"ऑब्जेक्शन युवर ऑनर! जोपर्यंत गुन्हा सिद्ध होत नाही तोपर्यंत यांना 'आरोपी' म्हणून संबोधित करता येणार नाही."

"ऑब्जेक्शन ओव्हररूल्ड."

"थँक्यू मिलॉर्ड! एवढा मोठा घोळ झाला, एवढी या प्रकरणाची प्रसिद्धी झाली, मोर्चे निघाले, आंदोलनं झाली आणि हे सर्व यांनी केलेल्या गैरकारभारामुळेच. असे असताना यांना 'आरोपी' नाही तर काय 'लोकांचे तारणहार' म्हणायचे?"

"ऑब्जेकशन युवर ऑनर!"

ॲड. चौगुले परत उठले.

"माझे वकीलमित्र माझ्या अशिलांना विनाकारण टोचून बोलण्याचे काम करत आहेत; त्यांनी मुद्द्याचे बोलावे."

"आपण मुद्द्याचे बोला."

"सॉरी 'मिलॉर्ड!' तर, गंगानगर सहकारी पतसंस्था ही लोकहितासाठी स्थापन झाली. लोकांकडून ठेवी घेणे, त्यातून लोकांना कर्ज देणे— हे काम पतसंस्थेने केले. त्यामध्ये गैरप्रकार एवढे केले की, त्याला काही सीमाच राहिली नाही. त्यामुळे कर्जव्यवहार थकला, वसुली झाली नाही आणि त्यामुळे ठेवीदारांचे पैसे देता येईनात. कर्ज देताना कोणतीही पूर्तता केली नाही. कागदपत्रांची पूर्तता नाही, तारण घेतले नाही, किती कर्ज द्यायचे याची मर्यादा पाहिली नाही. कोणाच्याही नावाने कर्जे दिली. कागदपत्रांचा तर पत्ताच नाही. ज्याच्या नावावर कर्जरोखे केलेत, त्यांच्या सह्याच नाहीत. ज्यांच्या सह्या आहेत, ते सापडत नाहीत. जे सापडतात, ते म्हणतात— आम्ही कर्ज घेतलेच नाही, या सह्या आमच्या नाहीत. ज्यांची हज़ार रुपये कर्ज देण्याचीसुद्धा लायकी नाही, त्यांना लाखो रुपयांचे कर्ज दिले. ज्याच्याजवळ हजार रुपयांची प्रॉपर्टी नाही, त्याला कोट्यवधी रुपये कर्ज दिले आहे. ही कर्जे आता परतच येत नाहीत. त्यामुळे ठेवीदारांचीं ठेवींची मुदत संपून गेली, तरी त्यांना पैसे परत देण्यासाठी संस्थेजवळ

पैसे नाहीत.''

ॲड. चौगुले उठले.

''मिलॉर्ड, या बाबतीत मला एक मुद्दा मांडायचा आहे.''

''परवानगी आहे.''

''मिलॉर्ड, आता जे वकीलसाहेबांनी सांगितले, ते तंतोतत खरे आहे. कारण पतसंस्थेचा किंवा बँकेचा हा एक महत्त्वाचा उद्देश असतो की, ठेवी गोळा करायच्या व त्यातून कर्जवाटप करायचे. ग्रामीण भागातील लोकांना कर्जवाटप करत असताना माझे मित्र म्हणतात, तसे काही घडलेले नाही. हां, एवढेच घडले असेल की— काही कागदपत्रांची पूर्तता झाली नाही. काही तारण घेण्याचे राहिले असेल; पण याचा अर्थ तो गुन्हा नाही. तर पूर्तता करून घेतली नाही, ही प्रशासकीय बाब आहे. आणि पूर्तता करून घेण्याचे काम संचालक मंडळाचे नसून ते व्यवस्थापक व अधिकाऱ्यांचे आहे. त्यांनी पाहायचे. माझे सर्व अशील संचालक म्हणून काम करत आहेत. नेहमीच्या अटींसह, सर्व कागदपत्रांची पूर्तता करून कर्जाची उचल देण्याबाबतच्या सूचना पूर्वीच व्यवस्थापकांना दिल्या गेल्या आहेत. यामध्ये संचालकांची चूक काहीच नाही.''

''मिलॉर्ड, चूक नाही कशी? ज्या अर्थी संचालकांनी शासनाला बंधपत्र लिहून दिले आहे, त्या अर्थी कोणत्याही गोष्टीला संचालक जबाबदार असतातच— हा कायदा आहे. त्यामुळे दिलेल्या कर्जाला संचालक मंडळ जबाबदार आहेच.''

ॲड. जाधवांनी मांडलेला मुद्दा खोडून काढण्यासाठी ॲड. चौगुले परत उठले.

''मिलॉर्ड, माझे मित्र म्हणतात ते बरोबर आहे. पण संचालक मंडळासमोर जी-जी कर्ज प्रकरणे येतात किंवा इतर विषय येतात, त्यांची सविस्तर टिप्पणी विषयपत्रिकेबरोबर असते आणि त्या टिप्पणीमध्ये कार्यालयाने स्वत: त्या कर्जप्रकरणाची शिफारस केलेली असते. ती शिफारस गृहीत धरूनच संचालक मंडळ कर्जप्रकरणे मंजूर करते. जर कार्यालयाची शिफारस नसेल आणि संचालकांनी तरीही मंजुरी दिली, तर मात्र ती जबाबदारी संचालक मंडळाची ठरते. तेव्हा या सर्व गोष्टींना संचालकांना जबाबदार धरता येणार नाही.''

''मिलॉर्ड...'' ॲड. जाधव उठले.

''माझे मित्र ॲड. चौगुले म्हणतात ते खरं आहे, असं क्षणभर मानलं तरी, जे काही वाईट घडले आहे, त्याची जबाबदारी झटकता येत नाही.

संचालक म्हणून ती जबाबदारी संचालकांवरच येऊन बसते. तेव्हा जे-जे घडले आहे, त्यांची संपूर्ण चौकशी व्हावी यासाठी म्हणून या संचालक मंडळातील सर्वांना, व्यवस्थापकांना व अधिकाऱ्यांना एक महिन्याची पोलीस कोठडी द्यावी.''

''मिलॉर्ड!'' ॲड. चौगुले झट्कन उठले. ''आमचे सर्व अशील चौकशीला सामोरे जाण्यास तयार आहेत व सहकार्य करायला तयार आहेत. त्यासाठी पोलीस कोठडीची गरज नाही. ऑडिटरने जो रिपोर्ट दिला आहे, त्यावरही चौकशी होऊ शकते.''

''नाही मिलॉर्ड, जर या आरोपींना, संचालकांना सोडलं; व्यवस्थापकांना— अधिकाऱ्यांना सोडलं; तर काही पुरावे नष्ट करतील, अशी आम्हाला शंका आहे.''

ॲड. जाधवांनी हा मुद्दा उपस्थित केला आणि कोर्टाची वेळ संपली. कोर्टानं पुढची तारीख दिली.

पुढील तारखेपर्यंत सर्वांनाच जिल्ह्यातील तुरुंगात ठेवलं होतं. सर्वांची मुलं-मुली, नातेवाईक, मित्र व इतर कार्यकर्ते भेटण्यास येत होते; पण कोणालाही भेटू दिलं जात नव्हतं. म्हणून काही लोक डीएसपींकडे दाद मागण्यास गेले.

डीएसपी हात वर करून मोकळे झाले.

''न्यायप्रविष्ट बाब आहे, मी त्यामध्ये हस्तक्षेप कसा करू? तुम्ही कोर्टाकडून भेटण्याची परवानगी मिळवा.''

निराश होऊन सर्व जण कोर्टाकडे आले. त्यामध्ये रामचंद्र साळुंखेमहाराजांचे दोन मुलगे होते. कांबळेगुरुजींची मुलं होती. अन्य सर्व संचालकांची मुले होती, नातेवाईक होते.

वकिलांनी याबाबत एक अर्ज कोर्टाकडे सादर केला, त्यावर चर्चा झाली. सरकारी वकिलांनी हरकती घेतल्या, त्यावर वकिलांनी चांगली बाजू मांडली आणि भेटण्याच्या ठरावीक वेळी कोर्टाने त्यांना परवानगी दिली.

तुरुंगाच्या गेटसमोर बरीच गर्दी जमली होती. जेलरला कोर्टाच्या परवानगीचे पत्र दाखवले, तरीसुद्धा तो मागे-पुढे करू लागला. काही सबबी सांगू लागला. तशी एकानं युक्ती काढली व त्याच्या हातावर पैसे ठेवले. त्याला त्यानं लगेच आत सोडले. एक शिपाई त्याच्याबरोबर दिला. झालं, मग सर्वांनी त्याच्या हातावर दक्षिणा ठेवल्या. तशी सर्वांना भेटण्यास परवानगी मिळाली. चार लोक जाऊन आले की, नंतर चार लोकांना भेटण्यास परवानगी मिळू लागली.

●

कोर्टापुढे सुनावणी झाली. कोर्टाने दोन्ही पक्षांची बाजू ऐकून घेतली आणि सरकारी वकिलांनी पोलीस कस्टडी मागितली होती, ती नाकारून पंधरा दिवसांची न्यायालयीन कोठडी दिली. सर्व जण नाराज झाले. जिल्हा बँकेचे माजी एमडी जोशीला भेटायला तुरुंगात मुद्दाम गेले. परवानगी काढून जोशी समोर उभे राहिले.

''काय जोशी, फार फुरफुरत होता?''

जोशी गप्प होता.

''काय सांगितलं होतं तुला? अरे, अती झालं की माती होते, हे ठरलेलं आहेच. किती तुला मस्ती? कोण आहे आता तुला सोडवायला? आणि तू या गरीब, प्रामाणिक आणि प्रतिष्ठित लोकांचा बळी घेतलास. बोल— बोलत का नाहीस? बोल— सहकार तुला कळला होता ना? मग काय झालं असं? 'असंच चालतं सहकारात', असं मला सांगत होतास. मग का हे ओढवून घेतलंस? आता पैसे नाही कामी आले? का दातखिळी बसली तुझी? अरे, नियती सोडत नाही कुणाला आणि तू ज्यांच्या जीवावर उड्या मारत होतास, त्या जिल्हा बँकेतसुद्धा एक दिवस असंच घडणार आहे. जे सर्व जण याच ठिकाणी येणार आहेत; लक्षात ठेव.''

जोशींना वाट्टेल त्या शिव्या देऊन एमडी निघून गेले.

ठेवीदारांनी परत उठाव केला, मोर्च काढले, जिल्हाधिकारी कचेरीवर मोर्चा नेला. गंगानगर तालुक्यातील सर्व ठिकाणी लोकांनी परत जोर केला. 'शासनाने ठेवी परत कराव्यात', 'संचालकांवर कडक कारवाई करावी', अशी त्यांची मागणी होती.

अनेक लोकांचे संसार या पतसंस्थेच्या घोटाळ्यामुळे उद्ध्वस्त झाले. मुला-मुलींच्या लग्नासाठी ठेवलेले पैसे गेले; आता कोणाकडे मागायचे? कशी करायची लग्नाची जोडणी? —हा फार मोठा प्रश्न त्यांच्यासमोर उभा राहिला. काहींनी घर बांधायला काढलेले; जादा व्याज मिळावे म्हणून या पतसंस्थेत पैसे ठेवले होते. त्यांचे स्वप्न तसेच राहिले. शेतकऱ्यांचे पैसे बुडाले. अनेक लोकांना त्यामुळे अडचणींना सामोरे जावे लागत होते. त्याला कुठे तरी वाट मिळावी, कुठे तरी न्याय मिळावा, हाच हेतू होता. पण कोण काय करणार? शासनाने हजारो पतसंस्थांना परवानगी दिली. त्यामध्ये हजारो कोटी ठेवी गोळा झाल्या. आता त्या संस्थांना जर असलेच संचालक व व्यवस्थापक भेटले तर हजारो कोटी रुपये शासनाने कोठून आणायचे व ठेवीदारांना कसे द्यायचे?

आणि का द्यायचे? ठेवी या संस्थेत ठेवा, असे शासन सांगत नसते; आपणच जादा व्याजाच्या हव्यासापोटी रक्कम तिथे ठेवतो. त्याला शासन जबाबदार कसे? प्रत्येक गोष्टीला आता शासनाला जबाबदार धरण्याची पद्धत मात्र सुरू आहे. पतसंस्था असो अगर बँक— ठेवीदारांनी सर्व काही विचार करून, पाहूनच ठेवी ठेवायच्या असतात. एखादी संस्था भरमसाट व्याज देते म्हणून ठेवी ठेवल्या आणि बुडायला लागल्या, तर शासन जबाबदार कसे? तरीसुद्धा शासन 'विचार करू, मार्ग काढू' असे आश्वासन देत असते. त्याला काही अर्थ नसतो. पण जखमेवर फुंकर घालण्यासाठीच हे काम सरकार करत असते.

●

जिल्हा बँकेसंदर्भात नाबार्डच्या अहवालाची संचालकांनी काहीही दखल घेतली नाही; उलट नको त्या गोष्टी परत होऊ लागल्या. साखर कारखान्याचे थकीत कर्ज असूनही त्यांना परत कर्जव्यवहार होऊ लागला. शाखेतून लागतील तसे पैसे संचालक परस्पर वापरू लागले, नवं-जुनं ही योजना तर सर्रास राबवली जाऊ लागली. त्यामुळे बँकेच्या वसुलीवर परिणाम झालाच. शेवटी तोटा व एनपीए वाढला आणि नाबार्डच्या चार लोकांची एक समिती जिल्हा बँकेत धडकली. नाबार्डच्या अधिकाऱ्यांनी फेरतपासणी सुरू केली.

नाबार्डचे अधिकारी एमडींच्या केबिनमध्ये शिरले. एमडींना ओळख करून दिली. नाबार्डचे चार-चार अधिकारी आले, हे पाहून एमडींना घाम फुटला.

"आपण एमडीसाहेब, जरा मीटिंग हॉलमध्ये बसू या. तुमच्या अधिकाऱ्यांना बोलवा. नाबार्डचा मागील अहवाल घ्या, त्यावर चर्चा करावयाची आहे. तसेच कर्जाची वसुली, नफा-तोटा व एनपीएची आताची परिस्थिती दर्शवणारी कागदपत्रे व माहिती देणारे अधिकारी बोलवा."

नाबार्डच्या अधिकाऱ्यांच्या आदेशाप्रमाणे एमडींनी त्यांच्या पी.ए.ला सूचना दिल्या. इंटरकॉमवर आदेश गेले आणि दहा मिनिटांत मीटिंग सुरू झाली. नाबार्डच्या सर्व लोकांनी अधिकाऱ्यांशी दिवसभर चर्चा केली. बँकेच्या अधिकाऱ्यांना घाम फुटला. काय उत्तरे द्यावीत, हेच कळत नव्हते. त्यांतील एक अधिकारी त्याच जिल्ह्यातील होता. त्याला तर त्यांनी पिसून काढले.

"एमडी, आजपर्यंत ही जिल्हा बँक केवळ शेतकऱ्यांचे नुकसान होऊ नये म्हणून टिकून आहे. आम्ही हा विचार करतोय की, ही बँक राहिली तर शेतकऱ्यांचा फायदा होईल आणि तुम्ही काय विचार करता? प्रत्येक गोष्ट संचालकांवर घालता! तुम्ही अधिकारी आहात; तुम्हाला बँक कशी चालवायची,

हे कळायला पाहिजे. तुम्ही बेकायदा व्यवहार करताच कसे? नोकरीची एवढी फिकीर आहे, तर बँक बुडाल्यावर काय करणार? संचालकांना काय देणं-घेणं? आम्ही त्यांच्यावर कॉमेंट करणे बरोबर नाही. पण दुर्दैवानं हे घडत आहे. ते वाईट आहे. संचालकांना कर्तव्याची जाणीव नाही; पण तुम्ही? इथं बँकिंग करण्यासाठी आलात. मौजमजा करण्याचे, मनमानी करण्याचे व राजकारणाचा अड्डा करण्याचे बँक हे ठिकाण आता उरले नाही. सहकाराची बदनामी आम्ही नाही; तर ज्यांनी सहकार चालवायचा, सांभाळायचा, वाढवायचा व रुजवायचा— त्यांनी केली आहे. बदनामीच नाही, तर सहकार मातीत घालण्याचे काम तुम्ही व ते करत आहात, याची जाणीव तुम्हाला आहे काय? आरबीआयमध्ये तुमच्या विरुद्ध सारख्या तक्रारी जात आहेत, याची कल्पना तुम्हाला नाही काय? तुम्ही आमच्या कुठच्याही पत्राला उत्तर देत नाही, सुधारणा करत नाही; उलट बिघडवण्याचं काम चालू आहे. हे कशासाठी? तुम्ही संचालकांची बैठक तत्काळ बोलवा.''

दुसऱ्या दिवशी संचालकांना फोन करून चेअरमन यांनी बोलावून घेतले व 'मीटिंग हॉल'मध्ये बैठक सुरू झाली. नाबार्डच्या अधिकाऱ्यांनी बँकेची परिस्थिती किती बिकट आहे, हे संचालकांना सांगितले. याचे परिणाम अत्यंत वाईट होतील, असा गर्भित इशाराही दिला. यापुढे नाबार्डचे अधिकारी येणार नाहीत; जर तुम्ही तीन महिन्यांत आम्ही दिलेल्या सूचनेप्रमाणं कारवाई केली नाही तर होणाऱ्या परिणामास नाबार्ड जबाबदार राहणार नाही, असेही सांगितले. संचालक थोडेसे टरकले; पण गेंड्याच्या कातडीचे हे लोक— त्यांना ही गंमत वाटली. नाबार्ड आमचं काय करणार, असं त्यांचं मत झालं.

●

गंगानगर पतसंस्थेच्या ठेवीदारांतील काही लोकांनी विधानसभेवर मोर्चा नेला आणि त्यावर विरोधी पक्षाच्या लोकांनी चर्चा मागितली. सहकारमंत्र्यांनी त्यावर चर्चा करण्यासाठी दोन दिवसांची मुदत मागितली आणि त्या दिवशी चर्चा सुरू झाली. विरोधी पक्षाचे नेते आक्रमक होते. पूर्ण अभ्यासपूर्वक भाषण करत होते.

''अध्यक्ष महोदय, महाराष्ट्र राज्य हे एके काळी सहकारामुळे समृद्ध मानले जायचे. सहकाराची चळवळ अनेक थोर नेत्यांनी गावागावांत रुजवली. तिचा हेतू एकच होता. तो म्हणजे— ग्रामीण भागातील शेतकऱ्यांना त्याच्या कष्टाची योग्य किंमत मिळावी, त्यांच्या कृषिमालाची नीट व्यवस्था व्हावी व

त्याला त्याचा मोबदला चांगला, वेळेवर व विनात्रासाने मिळावा. सहकारात पूर्वी काम करणाऱ्या नेत्यांपासून कार्यकर्त्यांपर्यंत समर्पणाची भूमिका होती. त्यामुळे अनेकांनी झोकून देऊन सहकाराची मंदिरे उभी केली, की ती पुढे भावी पिढीला आदर्श ठरतील. तो आदर्श घेऊनच पुढील पिढी त्या पायरीवर पाय ठेवून पुढे जाईल. ग्रामीण भागातील शेतकऱ्यांसाठी व सामान्य माणसासाठी आर्थिक उन्नतीची नाडी ठरलेली ही सहकार चळवळ या शासनाच्या चुकीच्या धोरणाने आणि भ्रष्ट पुढाऱ्यांमुळे उद्ध्वस्त होते आहे. नव्हे, झालीच आहे. आज 'सहकार' हा शब्द टिंगल-टवाळीचा झाला आहे. त्याला हे सरकार, या सरकारमध्ये असणारे व बाहेर असलेले आणि जे सहकारमहर्षी म्हणून मिरवणारे आहेत ते जबाबदार आहेत.

"आज काय चाललं आहे? या महाराष्ट्रात सहकार चळवळीची लक्तरे वेशीवर टांगली जात आहेत. या सरकारमध्ये काम करणाऱ्या लोकांनी व त्यांच्या कार्यकर्त्यांनी आज एक राजकीय गरज म्हणूनच सहकारी संस्थांचा वापर सुरू केला आहे. शासनाने कोणतेही धोरण न ठरवता साखर कारखाने मंजूर केले. त्यांना राज्य बँक, जिल्हा बँक, राष्ट्रीयीकृत बँका एकत्रित येऊन कर्जे देऊ लागल्या. त्याला शासनाने हमी दिली. तीही विनाअटीची. एक-एक जिल्हा बँक आज कोट्यवधी रुपयांना अडकली आहे. सूतगिरण्या सोईसाठी काढल्या. त्याला कर्जपुरवठा राज्य बँकेने केला. वेळप्रसंगी दबाव आणून राज्य बँकेत कर्जव्यवहार करणे भाग पाडले जाते. याला शासन जबाबदार आहे. मुख्यमंत्र्यांना वाटले 'त्यांना', मंत्र्यांना वाटले 'त्याला', इतर राजकीय सोईसाठी कर्जमंजुरी व शासन हमी देऊ लागले. आज एकेका कारखान्याकडे दोनशे-दोनशे कोटी रुपये थकीत आहेत. कसे वसूल करणार? कोण करणार? आणि यामुळे राज्यातील निम्म्याहून अधिक जिल्हा बँका व राज्य बँका अडचणीत आहेत. पण कुणालाच काही वाटत नाही. अध्यक्ष महोदय, देशाला दिशा दाखवणाऱ्या नेत्याचा गौरव केला जातो; पण सहकारात त्यांना दिशा देता आली नाही. सहकार चळवळीचे वाटोळे करणाऱ्या व चळवळीला बदनाम करणाऱ्या आपल्याच कार्यकर्त्यांना आवर घालता आला नाही. म्हणून आज एक-एक सहकारी संस्था बंद पडत चालली आहे. एक-एक जिल्हा बँक बरखास्त होत आहे. काही लोकांना अटक होऊन ते तुरुंगात आहेत. तरीसुद्धा या लोकांना अक्कल येत नाही. हे सुधारण्याची चिन्हं दिसत नाहीत, ही दुर्दैवाची बाब आहे. हे दुर्दैव महाराष्ट्राचे आहे, हे दुर्दैव महाराष्ट्रातील ग्रामीण जनतेचं आहे.

"साखर कारखाना सुरू करण्यासाठी कर्जे काढली. काही काही साखर कारखाने उभे राहिले नाहीत; पण कर्जे उचलली आणि पैसे हडप केले. आता कारखान्याची जागा आणि मशिनरी भंगारमध्ये आहे. तीही हे लोक विकत आहेत. काय म्हणावं या नेत्यांना? लाज, शरम, अब्रू नावाची गोष्टच यांच्या जवळ नाही. तरीही हे लोकनेते! तालुक्यात, जिल्ह्यातच नव्हे तर राज्य पातळीवर यांना मानपान मोठा आहे. साखर कारखान्यांना बुडवलं तरी हे राज्य बँकेवर आणि आमदार, खासदार व मंत्री म्हणून मिरवतात. लोक निवडून देतातच कसे, हेच कळत नाही.

"अनेक जिल्हा बँकांत, साखर कारखान्यांत मंत्री, खासदार, आमदार, नेते आहेत. त्यांना सहकाराची जाण आहे. ग्रामीण जनतेशी जोडलेली नाळ आहे. शेतकऱ्यांशी बांधिलकी आहे. मग बँका व साखर कारखाने बुडतात का? कर्जबाजारी का होतात? गैरव्यवहार करायचे म्हणूनच त्यामध्ये जायचे आणि तशी संस्था चालवायची म्हटल्यावर असेच व्हायचे आणि झालेही आहे. याला सर्वच जबाबदार आहेत, असे नाही. पण सहकारी संस्था ही लुटण्यासाठी व खाण्यासाठी असते, असेच ते ठरवून त्या संस्थेत संचालक म्हणून जातात आणि ती संस्था बुडवूनच बाहेर येतात.

"शासनाचे सहकाराबाबत काय धोरण आहे? अध्यक्ष महोदय... प्राथमिक शाळा, माध्यमिक शाळा व महाविद्यालये काढण्यासाठी 'मास्टर प्लॅन' केला जातो; पण आर्थिक संस्था काढण्यासाठी शासनाने 'मास्टर प्लॅन' केलाच नाही. एका-एका गावात अनेक पतसंस्था, दुग्धसंस्था, विकाससंस्था... कोणालाही परवानगी द्यायची! एक-एक हजार, दोन हजार वस्तीच्या गावात आठ-आठ पतसंस्था, चार-चार विकास व दुग्धसंस्था. चार लोक एकत्र आले, आमदारांना- मंत्र्यांना भेटले की विशेष बाब म्हणून नोंदणी देण्यात येते. कशा चालवायच्या या संस्था? कोणी विचार केला? सहकार चांगला वाढावा, त्याला योग्य दिशा द्यावी, मार्गदर्शन करावे म्हणून शासनाने सहकार खाते वेगळे केले आहे. काय करतात हे लोक? सांगा! करा म्हणावं त्यांना आत्मपरीक्षण.

"थेट वरपासून खालपर्यंत सर्व भ्रष्ट झालेत या सहकारात. त्याचा परिपाक म्हणजे, ही गंगानगर सहकारी पतसंस्था. अहो, गेली अनेक वर्षे 'अ' वर्ग मिळालेली ही पतसंस्था अचानक बुडीत निघाली. त्या संचालकांवर कारवाई केली. त्यांना अटक केली. ठेवीदारांना ठेवी मिळेनात. सर्व व्यवहार बंद झाले. महाराष्ट्रातील एका मोठ्या पतसंस्थेची ही तऱ्हा असेल, तर बाकीच्या

संस्थांची काय अवस्था असेल, याचा विचार न केलेला बरा. मी मंत्री महोदयांना विचारू इच्छितो— कोण जबाबदार याला? किती पतसंस्था अशा अवस्थेत आहेत? काय करणार त्यांचे? काय करणार ठेवीदारांचे? कशी करणार यावर मात?''

विरोधी पक्षांच्या नेत्यांच्या या भडिमारावर व अभ्यासपूर्ण भाषणावर सत्ताधाऱ्यांची बोलती बंद झाली. विरोधी पक्षाचे आमदार बाकडी वाजवून विरोधी पक्षनेत्यांना प्रोत्साहन देत होते. सत्ताधारी पक्षाचे आमदार गप्प होते. काय बोलणार? जे सत्य होते, तेच ते बोलत होते.

''मी अध्यक्ष महोदयांना विनंती करतो की, मी विरोधासाठी विरोध करत नाही अन् त्यासाठी हे भाषण नाही. पण हे जे काय चाललंय, ते कुठे तरी थांबलं पाहिजे. या सहकारातील गोष्टींना आळा घातला पाहिजे. तात्पुरती मलमपट्टी चालणार नाही. एखादी संस्था अशी आढळली की त्यावर प्रशासक नेमायचा; त्या प्रशासकास बँकिंगचे काही ज्ञान नसते, तो ती संस्था आणखीनच बिघडवतो. त्यापेक्षा चांगली चार माणसं नेमून संस्था सुधारण्यासाठी प्रयत्न करा.

''मला माहीत आहे, मी कितीही बोललो तरी सत्ताधारी लोकांवर अगर जे सहकारात काम करतात त्यांच्यावर काहीही परिणाम होणार नाही. कारण त्यांची संवेदनाच मेली आहे. त्यामुळे गेंड्याची कातडी घेऊन वावरणाऱ्यांना माझ्या भावना व विचार पटणार नाहीत. पण त्यांनी हेही लक्षात ठेवावे— जर का या तुमच्या कर्तृत्वानं सहकार बदनाम होऊन मातीमोल झाला, तर पुढची पिढी तुम्हाला माफ करणार नाही.''

विरोधी सदस्यांनी व सत्ताधारी पक्षातील काही सदस्यांनी बाकं वाजवून भाषणाला जोरदार दाद दिली.

काही खोटं नव्हतंच; वस्तुस्थिती होती. जर विरोधकांना कळते, तर सत्ताधारी लोकांना का समजू नये? प्रत्येक गोष्टीचा राजकारणासाठी व त्यासाठी नको त्यांना सांभाळण्यासाठीच जर सत्तेचा उपयोग करायचा; मग हे राज्य, हा देश घडवायचा कसा? सुधारायचा कसा? आणि जगात देशाला मोठी आर्थिक शक्ती निर्माण करायची आहे; ती कशी व कोण करणार? बोलायचे एक आणि करायचं एक. डोळ्यांवर कातडं ओढायचं, कानांत बोळे घालायचे, जे स्वत:च्या फायद्याचं तेच ऐकायचं व करायचं— अशी नीती व कृत्यं जर सत्ताधीशांची असतील, तर मग देश कसा महासत्ता होणार?

सरकारतर्फे नेहमीप्रमाणे मंत्र्यांनी उत्तर दिले. थातूर मातूर उत्तरात,

"आम्ही हे करणार आहोत, ते करणार आहोत... लवकरच लोकांना न्याय देऊ. सहकार चळवळ सुधारू, गतिमान करू..." वगैरे-वगैरे त्यांनी नमूद केलं.

●

जिल्हा बँकेचा अहवाल नाबार्डने व आरबीआयने कार्यवाहीसाठी थेट राज्य शासनाकडे पाठवला. राज्य शासनाने सहकार खात्याला सूचना दिल्या. त्याप्रमाणे एक दिवस सकाळीच अचानकपणे शिवापूर जिल्हा हादरणारी बातमी लोकांनी वाचली, 'शिवापूर जिल्हा मध्यवर्ती सहकारी बँक बरखास्त!' जिल्ह्यातील ही महत्त्वाची दुसरी सहकारी संस्था, की जी बरखास्त झाली.

जिल्हा बँकेत तर हाहाकार माजला. सर्व संचालक एकत्र झाले. सभा बोलावल्या. अधिकाऱ्यांना संचालकांनी शिव्यांची लाखोली वाहिली. काय दोष अधिकाऱ्यांचा? चेअरमन, व्हा. चेअरमन व संचालकच भ्रष्ट मार्गांचा अवलंब करून उलट अधिकाऱ्यांना शिव्या देऊन रिकामे व्हायचे. स्वत: बँकेचे मालकच आहेत व अधिकारी गडी आहेत, असं वागायचे. अत्यंत अडाणी व असंस्कृतपणाने संचालक वागायचे. 'हे कर्ज दे, नाही तर बघतो. तुझी बदली करतो,' असे म्हणायचे. 'मी सांगतो म्हणून त्याची वसुली करू नको.' अधिकाऱ्यांना शिव्या द्यायच्या. संचालकांची व पदाधिकाऱ्यांची वागण्याची पद्धती कुठल्याही प्रशासनात, कुठल्या नीतिमत्तेत न बसणारी होती. बँक म्हणजे आपली जहागीर आहे, अशा थाटात ते वागायचे; मग कशाला ती बँक राहील जाग्यावर? खाणं-पिणं, फिरणं हे बँकेच्या खर्चाने करणारे आणि जेवढे करता येईल तेवढे बँकेचे वाटोळे करणारे संचालक. बँकेचे काहीही होवो; माझी सोय झाली पाहिजे, या भावनेने वागायचे. 'मी-मी' इतका अहंकार पदाधिकाऱ्यांना चढतो की, त्यापुढे बँक, तिचे भवितव्य, तिचे अस्तित्व नगण्य वाटतं. पदाधिकाऱ्यांना ज्या वेळी बँकेपेक्षा आपण मोठे आहोत, असं वाटायला लागतं; त्या वेळी दोघंही संपतात. संस्था मोठी असते; पदाधिकारी नव्हे— देश मोठा असतो; पंतप्रधान किंवा मंत्री नव्हे, याची जाणीव प्रत्येक नेत्याला व कार्यकर्त्याला व्हायला हवी. बँक आहे, संस्था आहे व देश आहे; म्हणून आपण आहोत, ही भावना जोपर्यंत येत नाही, तोपर्यंत हे लोक असंच वागणार. आणि ही भावना कधी येईल? जर त्याला शिकलेला, नीतिमत्ता असलेला व सुशिक्षित संचालक पदाधिकारी लाभला, तरच हे घडणार आहे. नाही तर यापेक्षाही वाईट परिस्थिती निर्माण होणार आहे आणि त्याला जबाबदार शासन आणि प्रशासन असणार.

गंगानगर सहकारी पतसंस्थेची विधानसभेतील चर्चा संपूर्ण राज्यभर गाजली. सहकाराचे हे विकृत रूप महाराष्ट्राच्या जनतेसमोर आले खरे, पण त्याचा उपयोग झाला नाही. कारण लगेच शिवापूर मध्यवर्ती बँक बरखास्त झाली होती. बँकेच्या बाबतीतही अनेक ताशेरे ओढलेले पेपरमध्ये आले होते. त्यामुळे संचालक व अधिकारी यांच्यात जुगलबंदी झाली. अधिकारीही आता जरा धाडसाने बोलू लागले होते.

"चेअरमनसाहेब, माफ करा—"

एक अधिकारी उठला.

"काय माफ करा? आमच्या अब्रूची लक्तरे संपूर्ण महाराष्ट्रात टांगली आणि आता काय माफ करा—"

चेअरमननी त्या अधिकाऱ्याला बोलू न देताच फायर केले.

"मी त्याबद्दल माफ करा म्हणत नाही; मी आता बोलतोय त्याबद्दल म्हणालो. तशी तुमची माफी मागायची गरज नाही. पण बोलण्याची पद्धत म्हणून म्हटलं. कारण हे जे काय झाले, त्याला तुम्ही व हे सर्व संचालक जबाबदार आहात."

"काय?"

"होय!"

"अहो, काय बोलताय काय? गप्प बसा."

एक संचालक उठले व त्यांना गप्प बसवू लागले. दुसरे अधिकारी उठले.

"थांबा संचालक महोदय, बोलू द्या त्यांना. आतापर्यंत तुमचं आम्ही फार ऐकलं, म्हणूनच ही वेळ आली. आता आमचा आवाज दाबू नका. आम्हीसुद्धा याच जिल्ह्यातील आहोत. लोक आमच्यावर थुंकतील आता."

"आणि आमच्यावर काय फुलं उधळतील?"

"अहो, तो विचार तुम्ही गुण उधळायच्या अगोदरच करायला पाहिजे होता. मग ही वेळ आलीच नसती."

"काय गुण उधळले, ते सांगा."

संचालकांची आणि अधिकाऱ्यांची जुगलबंदी सुरू झाली.

"अहो, एक गुण आहे काय? काय काय बेकायदा केले नाही तुम्ही, सांगा? कर्जप्रकरणे दम देऊन आमच्याकडून करून घेतलीत. वसुलीला गेलो तर... परत पाठवाल, तर बघा— आमच्या कार्यकर्त्याला दुखवू नका, पुन्हा त्यांना आम्हाला सांभाळायचे आहे— वसुली थांबवा... असा दम दिलात. अहो,

काहींना शिव्या दिल्या तुमच्या या संचालकांनी.

''अनावश्यक नोकरभरती कोणी करायला लावली? नोकरीच्या व बदलीच्या आदेशाला विलंब लावला तर तंगड्या तोडू, इथपर्यंत धमक्या दिल्यात. आम्ही ऐकले. साखर कारखान्याना कर्जे देऊ नका, असे आम्ही म्हटलं की, तुम्ही तोफा डागायच्या. सोसायट्यांना वसुलीचा तगादा लावला की, तुम्ही तोफा डागायच्या आमच्यावर आणि जणू आपणच शेतकऱ्यांचे कैवारी आहोत, असा गळा काढून संचालक मंडळात अधिकाऱ्यांची आई-बहीण काढायची. आम्ही सहन करायचो. का, तर नोकरी करायची म्हणून. ही काय बँकेत काम करायची तुमची पद्धत होती?

''पूर्वीच्या एमडीसाहेबांनी आताच्या नाबार्डच्या अहवालाबद्दल, शेऱ्याबद्दल, तुम्हाला किती वेळा सांगितले; त्यावर काय दिवे लावले? हसण्यावारी नेलं. कोण काय करतं आमचं? सरकार आमचंच हाय, नाबार्ड काय करणार— म्हणून त्या वेळी हसायला लागलात; मग आता कशाला रडताय?''

''अरे इच्या मारी! हे जास्तच बोलायला लागलंय!''

''होय-होय संचालक महाशय, माजी झालात आता! आणि हो, बोलायला लागलो. हे अगोदर बोललो असतो, तर बरं झालं असतं. बँकेवर ही नामुष्कीच आली नसती.''

''चेअरमनसाहेब— वसुली, एनपीए, कमी होणाऱ्या ठेवी, साखर कारखान्यांचे थकीत कर्ज, थकीत असणाऱ्या संस्थांना परत कर्जे, नोकरभरती इत्यादी गोष्टींवर किती वेळा आम्ही सांगण्याचा प्रयत्न केला; पण तुम्ही ऐकूनच घेत नव्हता. तुमच्या डोक्यात त्या वेळी हवा होती— आमचं कोण वाकडं करणार? पण साहेब, शेवटी हे जनतेचे पैसे आहेत— ठेवीदारांचे पैसे; ते त्यांना परत करायचे असतात. बँकिंग हा 'बिझिनेस' असतो— धंदा. त्याला धंदेवाईक दृष्टी नसेल, तर त्याचा घात होतो.''

''हे तुम्ही आम्हाला आता सांगता?''

''अहो, पूर्वी सांगणाऱ्यांचे तुम्ही काय हाल केलेत? तो शहाणा आहे, त्याला बदला; तो जास्त बोलतो. तो सांगत असतो बँकेच्या फायद्याचे, पण तुम्हाला वाटते तुमचा विरोधी आहे. त्यामुळे तुम्ही त्याच्यावर सूड काढता. एखादे चुकीचे कर्ज प्रकरण तुम्ही दिले व आम्ही चुकीचे म्हटले की, तुम्ही सभेत वाटेल ते बोलता. 'बदली करा', 'टेबल बदला', 'याचा दृष्टिकोन बरा नाही', असं म्हणता. त्यामुळे कर्मचारी-अधिकारी तुम्हाला कसा सल्ला देतील? खरा

नाही, बरा सल्ला तुम्हाला अपेक्षित असतो.''

"जाऊ द्या, झालं-गेलं. आता काय करायचं व्यवस्थापक, तुम्ही सांगा म्हणजे, तसं पाऊल टाकू या.'' चेअरमननी शेवटी सारवासारव करत एमडींना विचारले.

"अहो, हे एमडी काय सांगणार?''

एक अधिकारी रागात उठला.

"म्हणजे?''

"चेअरमनसाहेब, एक चांगला, कर्तव्यदक्ष, प्रामाणिक व नि:स्वार्थी एमडी— केवळ बँकेचे भलं इच्छिणारा होता; तो तुम्हाला आवडला नाही. त्याला राजीनामा देण्यास भाग पाडलेत. आमचे काही अधिकारीही तुम्हाला सामील होते. आणि आता तुम्ही ज्याला एमडी केलेत, हा गरीब माणूस— तुमच्या 'हो'ला 'हो' करत गेला. त्याचा परिणाम म्हणून बँकेवर प्रशासक आला. आता ते काय सांगणार व सांगून उपयोग काय?''

"होय चेअरमनसाहेब, आता काही उपयोग नाही. प्रशासक आलेले आहेत. आज फक्त आपण बोलवलंत म्हणून आम्ही आलोय. आजपासून तुम्हाला इथं येता येणार नाही व आम्हालाही.''

"काय म्हणता?''

"होय. पूर्ण संचालक मंडळ बरखास्त केलेले आहे. आता शासनाच्या हातात आहे. जे काय करायचं, ते शासन करील. तुम्ही तिकडेच जावे.''

सर्व अधिकारी उठले व निघून गेले. संचालक बराच वेळ बसून राहिले. काय करावे, सुचेना. ना शिपाई, ना कोणी चहा विचारणारा. पाणीसुद्धा कोणी दिले नाही. सर्व जण उठले आणि आमदार व खासदारांना भेटायला गेले.

"आमदार, खासदार यांना भेटून काय उपयोग होणार चेअरमनसाहेब?''

एका संचालकाने प्रश्न विचारला.

"का?''

"अहो, ते आपलं संचालकच हाईत की.''

"होय.''

"मग त्यांना काय माहीत नाही? जगाला माहीत हाय आणि त्यांना काय नसंल माहीत?''

"असणारच.''

"मग काय केलं त्यांनी?''

"तेच विचारू की."

बोलता-बोलता खासदारांच्या बंगल्यासमोर आलेच. बरीच गर्दी जमली होती. हे लोक गाडीतून उतरले आणि थेट आत गेले.

"राम राम साहेब."

"या-या चेअरमन."

"आता कसलं चेअरमन?"

"का हो, काय झालं?"

"काय झालं? बरखास्त झाली बँक आणि प्रशासक नेमला. सगळं पेपरात आलंय, टीव्हीवर दाखवलं आणि तुम्ही विचारता, काय झालं?"

"अहो, मी काश्मीरला गेलो होतो. रात्री उशिरा आलोय. मला पीएनं थोडी कल्पना दिली. पण एवढी वेळ येईल, असं वाटलं नव्हतं."

"अहो, आता जनतेला काय उत्तर द्यायचं?"

"देऊ हो! बरखास्ती उठवू. चला, मंत्र्यांकडे जाऊ."

"कशाला?"

"कशाला म्हणजे?"

"अहो, तेही आपले संचालकच. त्यांना माहीत नाही, असं कसं होईल? बरं, शासनात निर्णय झाला, त्या वेळी त्यांनी तो हाणून पाडला पाहिजे होता."

"बरोबर पण चला, विचारू तरी."

सर्व जण मंत्री महोदयांकडे गेले.

रामराम, नमस्कार-नमस्कार झाले.

"साहेब, काय हो, काय झालं बँकेचे?"

"खासदारसाहेब, कसं हाय— त्याचं काय झालं..."

"तेच विचारू या, म्हणून आलो झालं."

"आपल्या हातात काही नव्हतं."

"म्हणजे?"

"अहो, रिझर्व्ह बँकेने निर्णय केला!"

"असा कसा निर्णय केला?"

"नाबार्डने अहवाल पाठवला."

"असा कसा अहवाल पाठवला?"

"ते चेअरमनना विचारा. अहो, यांना तो अहवाल आलाय, नाबार्डचे अधिकारी येऊन गेले, त्याची पूर्तता करायची असते, हे माहीत आहे का?

अधिकारी, एमडी. खुळचट नेमले; कधी विचारलंत का आम्हाला? तुम्ही बँक चालवता म्हणून आम्ही हस्तक्षेप केला नाही. काय केलंत काम?''

चेअरमनची बोबडी वळली.

''पन्नास वेळा चेअरमन माझ्याकडे आले. संचालकांना सांगितले— स्वार्थ आणि अडाणीपणा आता बाजूला ठेवा. पण कोण ऐकतो? आपलंच घोड दामटायचं. अधिकारी पण असे ठेवलेत की, साले गडी ठेवायच्या लायकीचे नाहीत; ते बँकिंग काय करणार?''

''पण साहेब, तुम्ही बी संचालक...''

''आहे ना— पण सह्यापुरता मी! सही करतो. पण कधी मला विचारता काय— कर्जे देताना किंवा वसुलीच्या वेळी?''

''अहो, तुम्हालाच दिली की, खासदारांना दिली, आमदारांना दिली, त्याच्या कारखान्यांना दिली, सूतगिरण्यांना दिली, कागद कारखान्यांना दिली... वीजनिर्मिती, पाणी योजना, त्यांच्या शैक्षणिक संस्थांना— ते अगदी बचत गटांना मागेल तेवढे कर्ज दिले.''

''वसूल कोण करणार?''

''आता पुढाऱ्यांची कर्जे वसूल कशी करायची?''

''म्हणजे?''

''अहो, तुम्ही आम्हाला खुर्चीवर बसवलंत; तुमच्या जप्त्या करायच्या कशा?''

''अहो, आता असं चालत नाही. नाबार्ड, आरबीआय गप्प बसत नाही. बाप दाखवा, नाही तर श्राद्ध घाला— असं म्हणतात.''

''म्हणजे?''

''चेअरमन, अभ्यास केला पाहिजे; समजावून घ्यायला पाहिजे.''

''आम्ही?''

''मग कोणी?''

''मग अधिकारी कशाला?''

''अधिकारी जबाबदार नसतात. तुम्ही बंधपत्र लिहून दिलंय— या कारभाराला आम्ही जबाबदार म्हणून.

''अहो, संचालक व चेअरमन जर आता अभ्यासू नसतील, तर बँक चालवणं कठीण. निव्वळ खायला, राजकीय सोय व कार्यकर्ते सांभाळायला बँकेचे संचालक वा पदाधिकारी होता येणार नाही. विसरा आता ते. हातात बेड्या

पडणार आपल्या. तत्काळ वसुलीच्या मागे लागा.''

"पण आता आपला संबंध?''

"अहो, पुढील कारवाई टाळायची असेल, तर पदावर नसताना कामं करावीच लागणार.''

मंत्र्यांचे हे वेगळं रूप पाहून चेअरमन व संचालक हादरलेच.

"प्रशासक हजर झाला का?''

"होय.''

"कोण हाय?''

"कोणी तरी अधिकारी—''

"बरं, बघतो आम्ही. बँक टिकली पाहिजे. नाबार्डचे सर्व ताशेरे घालवले पाहिजेत. तर प्रशासकास उठवून निवडणुका लावाव्या लागतील.''

"काहीही करा, पण हे थांबवा.''

"हे आता आपल्या हातात नाही.''

"म्हणजे शासन काही करू शकत नाही?''

"नाही, हे आता नाबार्ड व आरबीआयच्या हातात.''

"मग, मोठ्या साहेबांना सांगू या, दिल्लीत जाऊ या.'' खासदार बोलले.

"काय जोडे खायचे काय, खासदारसाहेब?''

"का म्हणून?''

"अहो, त्यांनी मला बऱ्याच वेळा सांगितले की— बँक पाहा, सुधारणा करा; अडचणीत याल. संचालक बरोबर वागत नाहीत, अभ्यास करत नाहीत.''

"म्हणजे त्यांना सबंध माहीत हाय?''

"अहो, तुम्हीच नाही. सर्व जिल्ह्यात कोण काय करतं, ते सगळं त्यांना माहीत आहे.''

"तरीसुद्धा जाऊ या.''

"जाऊ या, पण एकदा अधिकाऱ्यांना मी बोलवतो. जरा सुधारणा करू या; मग आम्ही हे सुरू केलंय व आणखी सुधारणा करत आहोत, हे सांगितले पाहिजे.''

"अहो, सुधारणा करायच्या म्हणजे काय करायचे साहेब?''

"अहो चेअरमन, कर्जवसुली!''

"ती कशी करायची?''

"कर्जे दिलीत ना, मग वसुली करायची...''

"अहो— आपले आमदार, सर्व बडे नेते... कोणाकडे मागणार?"

"बघा— जर त्यांनी दिले नाहीत, तर जप्त्या येणार. प्रशासक सोडणार नाही. आज मीडियावाले टपलेले आहेत. तुमची सर्व अंडी-पिल्ली बाहेर काढतील, आपल्यासहित. अहो, हे ठेवींतील पैसे आहेत; तुमचे आमचे नाहीत, ना ही शासनाचे."

"चालेल, करू या मग."

"अहो, करायलाच पाहिजे. देताना 'आम्ही सांगतोय म्हणून द्या', हे कसे म्हणत होता? ठेवींचा पैसा आहे, हे जाणून घ्या. ठेवीदार उठले, तर धोतर फेडून घेतील. तुरुंगात डांबले, तर पायाच्या नळ्या राहणार नाहीत; पोलीस सडकून काढतील! अहो, तुम्ही अधिकाऱ्यांना म्हणत होता ना— 'तुम्ही नोकर आहात, आम्ही मालक?' आता भोगा त्याची फळं."

●

गंगानगर सहकारी पतसंस्थेचे प्रकरण अगदी टिपेला गेले होते. संचालक, चेअरमन, व्यवस्थापक— सर्व जण तुरुंगात होते. तुरुंगात भेटायला परवानगी देण्यात आली असली तरी एका-एकानं भेटायचे. मुले, बायका, पोरं, सारे नातेवाईक भेटीच्या वेळी गर्दी करत होते.

रामचंद्र साळुंखेमहाराजांना भेटायला मुलगा व त्यांची पत्नी गेले होते. जेलरसाहेब दोघांना परवानगी देईनात. बऱ्याच वेळा विनवण्या केल्या. ते कंटाळले. मग एकानं त्यांच्याकडे जाऊन शंभर रुपये आहेत का, विचारले.

"कशाला?"

"अहो द्या, मी बघतो."

म्हणून ते पैसे घेऊन जेलरच्या हातात कोंबले. जेलर हसला. त्यानं या दोघांना इशारा केला. ते दोघेही उठले व त्या लहान दरवाजातून आत गेले.

"तुमचं नाव?"

"साळुंखे."

"कुणाला भेटायला आलात?"

"रामचंद्र साळुंखे."

"कोण आलाय म्हणून सांगू?"

"मुलगा."

"इथं बसा."

त्या शिपायानं त्यांना बसायला सांगितले आणि थोड्या वेळाने साळुंखेमहाराज

बाहेर आले. अंगात बंडी-धोतर, गळ्यात माळ... पण जरा तब्येत ढासळलेली. टिळा तसाच होता. ते येताच मुलगा व त्यांची बायको त्यांच्या पाया पडून रडू लागली.

"काय हो हे तुमच्या आयुष्यात?"

"अगं, रडू नकोस. हे भोग आहेत, भोगले पाहिजेत. ते सुटणार आहेत काय? पण काही काळजी करू नका. मी बरा आहे. तुम्ही सांभाळा सगळं."

"पण बाबा, हे कधी संपणार?"

"भगवंताला माहीत."

"वकिलांना आम्ही भेटलो. सगळं जे-जे करायचे, ते सर्व सुरू आहे."

"चालू द्या. न्याय कधी मिळेल, तो मिळेल." बराच वेळ ती तिघं बोलत होती.

काय अपराध होता त्यांचा? समाजासाठी, ग्रामीण भागातील लोकांसाठी सहकारी पतसंस्था उभी राहते; तिला मदत करावी, लोकांना फायदा होईल, या उद्देशाने जोशी व्यवस्थापक म्हणेल तिथं सह्या केल्या आणि अडचणीत आले. कोण दोषी, कोण निर्दोष हे कायदा बघणार नाही. न्यायाधीश न्याय देतानाही सामूहिक जबाबदारीचा कायदा पाहणार आणि मग त्यात अशा प्रकारचे लोक नाहक बळी जाणार.

पण याचा विचार आता करून काही उपयोग नव्हता. जे-जे समोर येईल, त्याला तोंड देणे— एवढेच काम साळुंखेमहाराज व त्यांच्यासारखी जी संचालक मंडळी आहेत, त्यांना करायचं होतं.

●

गंगानगर सहकारी पतसंस्थेमुळे अनेक पतसंस्था अडचणीत येऊ लागल्या, अनेक बँका व जिल्हा बँका अडचणीत येऊ लागल्या. आरबीआयवर टीका होऊ लागली. सहकार संपवायचाच या मंडळींचा विचार आहे, अशी जोरदार टीकाही होऊ लागली. पण टीका करणाऱ्यांनी आर्थिक संस्था नीट चालवली, तर कोण कारवाई करणार? पण बँक-पतसंस्था नीट चालवायची नाही, भ्रष्टाचार करायचा, कर्जवसुली करायची नाही, हवी तशी कर्जे वाटायची आणि तीही वसुली करायची नाही... आरबीआय, नाबार्ड, सहकार खाते यांचे नियम पाळायचे नाहीत; मग आरबीआयने बरखास्तीचा बडगा उगारला, तर त्यात बिघडलं कुठे?

एक तर राजकारणी, पुढारी, नेते व अधिकारी आणि त्यांचा कारभार याबाबत सामान्य जनतेला उबग आला आहे. भ्रष्टाचार हा प्रत्येकाच्या मुळावरच

आहे. कोणत्याही ऑफीसमध्ये जा— शिपायापासून साहेबापर्यंत कुत्र्यासारखे जीभ चाटत व लाळ सांडतच गिऱ्हाइकाची वाट बघत असतात. आतापर्यंत सर्व भ्रष्टाचार पुढाऱ्यांच्या नावावर खपवला जात होता. आता एक-एक अधिकारीच सापडत चाललेत. त्यामुळे सहकार असो अगर कोणतेही खाते— लोकांना भ्रष्टाचाराचा कंटाळा आलाय. पण लोकही त्यात सामील आहेतच की! पैसे घेऊन मत देणे, हे काय आहे? एखादे काम होत नसेल, तर लवकरात लवकर करून घेण्यासाठी पैसे देतात. कोणाला थांबायला वेळ नाही. त्यातूनच भ्रष्टाचार वाढत गेला. आता तर प्रत्येक कार्यालयात प्रत्येक बाबीचे, कामाचे दरच ठरून गेलेत. एवढं द्या, लगेच काम; नाही तर शेकडो त्रुटी काढून परत पाठवण्याचं एकमेव काम अगदी जलद गतीने तो क्लार्क करतो. बरं, कोणाला कोणाचीच भीती नाही. तो कारकून सांगतो, 'जा, कोणाकडेही तक्रार करा; कोण माझं वाकडं करत नाही.' काय करणार? सामान्य, गरीब व पीडित माणसाकडे कोण बघणार? आज हे प्रत्येक कार्यालयात चाललंय, हे काय कोणाला माहीत नाही? मग काय करायच्या अपेक्षा या नेत्यांकडून, अधिकाऱ्यांकडून? कुठे नेणार हे देश आपला?

शिवापूर जिल्हा बँकेवर शिस्तीचा बडगा उगारला, तसा राज्यातील अनेक बँकांवर नाबार्डच्या तपासणीच्या आधारावर आरबीआयने उगारला. त्यामुळे महत्त्वाची बाब म्हणजे, दहा-बारा बँकांनी आरबीआयचे 'लायसन्स्'च घेतलं नव्हतं, हे उघड झाले. केवढा मोठा निष्काळजीपणा, हलगर्जीपणा आणि अडाणीपणा! कमालच केली ही अधिकाऱ्यांनी आणि पदाधिकाऱ्यांनी. जी गोष्ट सुरू करतानाच लागते, तीच नाही; म्हणजे काय म्हणायचं काय? सहकार खाते काय करत होतं? सहकार खातेच ऑडिट करायचे. नको त्या गोष्टी काढायच्या व महत्त्वाच्या समजत नाही म्हणूनही मुद्दाम मागे ठेवायच्या. का त्यांना त्या वेळा समजल्या नाही? या गोष्टी बँक चालवण्याची लायकीच नसलेले, पात्रता व मानसिकता नसलेले लोकच बँक चालवत आहेत; त्यामुळे ही बँकांची व सहकाराची अवस्था आहे.

या जिल्ह्यात हे सहकाराचे वाभाडे निघत असताना अनेक जिल्ह्यांतील अर्बन बँका, जिल्हा बँका व पतसंस्थांमधील भ्रष्टाचाराच्या कथा रोज वर्तमानपत्रांत येत होत्या. कोण अटक होत होते, कोण फरार होत होते. सर्व राज्यभर घबराटीचे व भीतीचे वातावरण पुढाऱ्यांमध्ये निर्माण झालं होतं. लोकांमध्ये संभ्रम निर्माण करणारं वातावरण होतं.

गंगापूर सहकारी पतसंस्थेच्या ठेवीदारांनी ठिकठिकाणी मोर्चे व आंदोलनांचे कार्यक्रम चालूच ठेवले होते. प्रशासक जसजशी कर्जवसुली होईल तसतसा खर्च भागवत होते. ठेवीदारांना काही मिळतं नव्हतं. जिल्हा बँकेच्या प्रशासकाने शिवापूर येथील गंगानगर पतसंस्थेच्या शाखेची मोठी इमारत जप्त करून तिचा लिलाव लावला होता. त्यामुळे तिथली शाखा हलवून ते दफ्तर थेट गंगानगर मुख्य कार्यालयात आणले. अशा अनेक शाखा बंद करून त्यांचे दफ्तर मुख्य शाखेत आणावे लागले. कर्मचारी वर्ग हळूहळू आपोआप कमी होऊ लागला.

प्रशासकाने साखर कारखान्याच्या वसुलीचा कार्यक्रम आखला आणि एक दिवस अधिकारी घेऊन एका कारखान्यावर वसुलीसाठी व जप्तीसाठी गेले. कारखान्याच्या आवारात ट्रॅक्टर, ट्रक, लोकांची, इतर वाहनांची वर्दळ होती. ते थेट एमडीकडे गेले. ओळख करून दिली. पाणी वगैरे घेतलं.

"बोला साहेब, का आला होता?"

"आपल्याकडे जवळजवळ दीडशे कोटी रुपयांचे कर्ज आहे जिल्हा बँकेचे."

"होय."

"मग कसे काय करता?"

"काय करणार? कारखान्याने या वर्षी अनेक नवे प्रकल्प हाती घेतले. अहो, त्यासाठीसुद्धा कर्ज घेतलंय."

"पण जुन्या कर्जाचे काय?"

"देणार आहोत."

"पण कधी?"

"अहो, पैसा आला तरी पाहिजे आता? या प्रकल्पात पैसा कमी पडत आहे. तुमच्या बँकेमुळे व राज्यातील इतर बँकांच्या घोटाळ्यामुळे कोणी पैसे देत नाही."

"बँकेचे घोटाळे? कसले घोटाळे साहेब?"

एका अधिकाऱ्यानं विचारलं,

"अहो, आता तुमची बँक बरखास्त झाली, ती कशामुळे?"

"तुमच्यासारख्या बुडव्यांच्यामुळे."

"ओऽ जरा सांभाळून बोला."

"अहो, तुम्ही जर कर्जफेड वेळेवर केली असती, तर ही बँक कशाला

बरखास्त झाली असती? तुम्ही करायचं व त्यांनी निस्तरायचं!''

"अहो, यालाच सहकार म्हणतात.''

"एमडी, ही बाब एवढी सहज घेऊ नका.''

"काय होईल?''

"काय होईल ते कायद्यानं होईलच; पण भविष्यात कोणत्याही साखर कारखान्यांना व सहकारातील संस्थांना कोणतीही बँक कर्जच देणार नाही.''

"अहो साहेब, आता कर्ज पाहिजे कोणाला?''

"तुमची गरज सरली म्हणून? पण हे बरं नाही एमडी.''

"हे बघा, साहेब, तुम्ही चेअरमनशी बोला.''

"हे बघा, तुम्हीही अधिकारी आहात. एखादं युनिट नीटपणे चालवून कर्जमुक्त करणं कोणत्याही अधिकाऱ्याचं काम असतं. आणि त्याप्रमाणे चेअरमनला मार्गदर्शन करावं लागतं. इथं तुम्हाला चेअरमन काय सांगेल तेवढंच करता.''

"त्याला इलाज नसतो.''

"मग तुम्ही तांत्रिक दृष्ट्या सक्षम कसे? कशासाठी तुम्हाला एम्डी करायचं?''

"तुम्ही करता?''

"होय मिस्टर भोसले, तुम्हाला मीच एमडी केलंय. मी सहकार खात्यात होतो, त्या वेळी तुमची मुलाखत साखर संकुलात मीच घेतली आहे. त्या वेळी तुम्ही जे सांगितलेत, त्याच्या उलट आता वागता आहात. अहो, अधिकाऱ्यांनी ठरवलं तर कुठलीही संस्था व खातं बिघडणार नाही.''

"साहेब, माफ करा— मी ओळखलं नाही तुम्हाला.''

"मला नका ओळखू; स्वत:ला व जनतेला ओळखा. हजारो शेतकऱ्यांचे हित तुमच्या हातात असते. हा कारखाना जप्त झाला, लिलावासाठी बंद पडला; तर लोक ऊस कुठं कुठं नेऊन घालतील? सांगा तुमच्या चेअरमनला.''

"अहो साहेब, बुद्धी गहाण टाकून काम करावं लागत आहे.''

"मग चांगल्या ठिकाणी जा, नाही तर गुरं राखा; पण हे पाप अंगावर घेऊ नका. चला, येतो. पुढच्या खेपेला येईन त्या वेळी सर्व तयारीनेच येईन. तोपर्यंत तुम्हाला संधी. रक्कम भरत जा, उपयोग होईल. वाचेल कारखाना. नाही तर चेअरमनला सांगा, काय होईल ते.''

प्रशासक एकदम कडक निघाला. नक्की सुधारणा होईल, असं अधिकाऱ्यांना पहिल्याच दणक्यात वाटलं. अधिकाऱ्यांमध्ये धाडस निर्माण झालं व आत्मविश्वास

वाढला.

प्रशासकाने सुरवात जोरात केली. त्यामुळे जिकडे-तिकडे धावपळ सुरू झाली. प्रशासकाबाबत जनतेमध्ये मत एकदम चांगले झाले. कर्मचाऱ्यांनाही वाटू लागले की, बँक टिकणार. थकीत कर्जदारांची धावपळ सुरू झाली. प्रशासकाने प्रत्येक थकीत कर्जदार— जे मोठे होते, त्यांना जप्त्यांची नोटीस लावली. नवे-जुने ज्यांनी केलं होतं, त्यांना पैसे भरण्याच्या नोटिसा पाठवल्या. हा धडका बघून संचालकही हादरले. आता कोणाकडे जायचे, थांबवा म्हणून?

गंगानगर सहकारी पतसंस्थेच्ये आणखी काही अधिकारी व कर्मचाऱ्यांना पकडले. सुनावणी सुरू होतीच, पण जामीन मिळत नव्हता. संचालकांची मुले व नातेवाईक हैराण झाले होते. मुले तर बापाला दोष देत होती. 'कुणी सांगितले होते तुम्हाला संचालक म्हणून राहायला? हे आता निस्तरायचं कसं?'

शेवटी संचालकांनी हायकोर्टात दाद मागितली आणि हायकोर्टाने त्यांना जामीन मंजूर केला. ते सर्व जण सुटून आले. पण ऑडिट रिपोर्टप्रमाणे जबाबदारी निश्चित करावी व सहकार कायद्यानुसार कायदेशीर कारवाई करण्याबाबत हायकोर्टाने आदेश दिले.

संचालक ज्या दिवशी सुटणार, त्या दिवशी नातेवाईक गाड्या घेऊन जेलच्या गेटवर गेले. तिथे ठेवीदार व इतरांनी त्यांच्या विरोधात आंदोलन केलं. घोषणा दिल्या. 'संचालक मंडळ मुर्दाबाद', 'व्यवस्थापक जोशी चोर है!' अशा घोषणा देत असतानाच संचालक बाहेर आले. त्या वेळी नातेवाईक, मुले व इतर आंदोलक यांच्यामध्ये चकमक झाली. पण पोलिसांनी हस्तक्षेप करून दोघांना बाजूला केले.

●

सर्व संचालक दोन महिन्यांनी आपापल्या घरी येत होते. रामचंद्र साळुंखेमहाराज, त्यांची मुलं, काही नातेवाईक— सर्व जण त्यांच्याबरोबर घरी आले. गावातील लोक त्यांना पाहायला आले. सर्वांना बरं वाटलं. महाराजांसारखा माणूस तुरुंगात गेला, याचं दुःख गावातीलच नव्हे, तर तालुक्यातील व जिल्ह्यातील लोकांना होते. पण कोणाचा इलाज चालत नव्हता.

साळुंखेमहाराज घरी आले, पण ते अस्वस्थ होते. या साऱ्या प्रकाराने ते खचले होते. त्यांना वाटत होते, आपण काय केले आणि काय झाले! आपल्यासारख्यानं सहकारात काम करणंच चुकीचं. ज्यामध्ये ज्याला कळत नाही, वेळ देता येता येत नाही, त्यातले ज्ञान नाही, पण ज्याला केवळ पद

पाहिजे वा मिरवायला पाहिजे; त्यानं अशा आर्थिक संस्थांमध्ये जाता कामा नये. आपण भावनेच्या भरात 'होय' म्हणालो. विश्वासाने सह्या केल्या. काही वाचले नाही. त्याचेच हे भोग भोगतोय.

चार दिवस जातात न जातात तोच साळुंखेमहाराजांच्या घरी पोलीस दाखल.

"वॉरंट आहे!"

"कसलं?"

"अहो, तुमच्यावर काही लोकांनी फौजदारी केली."

महाराजांनी त्यांच्याबरोबर जायची तयारी केली. त्यांना घेऊन पोलीस तालुक्याला आले. तिथे सर्वच संचालकांना, व्यवस्थापकांना व अधिकाऱ्यांना आणलं होतं. कोर्टापुढं उभं केले आणि जामीन मिळवला.

हे आता चार-आठ दिवसांनी होऊ लागलं. कधी कधी पोलीस येतात, असे फोन येऊ लागले. मग घराला पुढं कुलूप लावायचे व आत बसायचे. पोलीस शेजाऱ्यांना विचारायचे. ते 'काय माहीत नाही' असं सांगायचे.

कधी कधी लांब पाहुण्याकडे जायचे. असा ससेमिरा सारखा सुरू होता. हैराण झाले. घरातील लोक स्वत:च्याच घरात चोरासारखे राहू लागले.

घरातील वातावरण अशांत व भीतिदायक झालं होतं. कोणालाही धड झोप येत नव्हती. कोणाला जेवण जात नव्हतं. या सर्वाला दोषी असलेल्या त्या व्यवस्थापकाचा राग प्रत्येकाला येत होता; पण करायचं काय?

व्यवस्थापक जोशीच्या घरावर बऱ्याच वेळा ठेवीदारांनी मोर्चा नेला. पण जोशी गेंड्याच्या कातडीचा असल्यामुळे त्याच्यावर काही परिणाम झाला नाही. तो बिनधास्त होता.

प्रशासकाने जोशीच्या सर्व संस्थांवर जप्ती आणली आणि त्या-त्या मालमत्ता तत्काळ जप्त करण्याचे आदेश दिले. तसेच पतसंस्थेच्या जेवढ्या मालमत्ता होत्या, तेवढ्यांचा लिलाव केला. त्यातून जे पैसे आले, ते ठेवीदारांना काही प्रमाणात पैसे परत केले. कर्जवसुली पोलिसांच्या सहकार्याने सुरू केली. अनेकांनी हात वर केले. कागदपत्रांची त्रुटी असल्याने अनेक कर्जे ही वसूल न होणारी होती.

न्यायालयाच्या निकालाप्रमाणे ऑडिट रिपोर्टप्रमाणे संचालकांवर जबाबदारी निश्चित करण्यात येऊन लागली. रोज वर्तमानपत्रातून ऑडिटमधली माहिती प्रसिद्ध होऊ लागली.

ज्या-ज्या संचालकांच्या नातेवाइकांच्या नावाने मोठ्या रकमेची कर्ज प्रकरणे

केली होती, ती-ती नावासहित छापली जाऊ लागली. यामध्ये साळुंखेमहाराज, कांबळेगुरुजी आदी चार-पाच लोकांच्या कोणत्याही नातेवाइकाकडे कर्जे नव्हती. पण जोशी व्यवस्थापक, चेअरमन, व्हा. चेअरमन व काही संचालकांच्या नातेवाइकांकडे कोट्यवधी रुपयांची कर्जे होती, तीही विनातारण व विनाकारण. त्या कर्जप्रकरणांची कागदपत्रेही नव्हते. अनेक ठिकाणी कर्मचाऱ्यांच्या नावे कर्जे घेतली होती. त्या कर्मचाऱ्यांनी संयुक्तपणे ॲफिडेव्हिट करून, ती कर्जे व्यवस्थापकांनी घेतल्याचे सांगितले. पण त्याला काही पुरावा म्हणता येत नाही. अनेक पुढाऱ्यांना व अधिकाऱ्यांना पतसंस्थेतून पैसे दिल्याचे निदर्शनास आले होते. अनेक वाहन कर्जे व्यवस्थापकांनी घेतल्याचे सांगितले. पण त्याला काही पुरावा म्हणता येत नाही. अनेक पुढाऱ्यांना व अधिकाऱ्यांना पतसंस्थेतून पैसे दिल्याचे निदर्शनास आले होते. अनेक वाहन कर्जे घेतल्याचे दाखवले होते. पण ज्यांच्या सह्या होत्या, ते बेपत्ता होते. अनेक लोकांच्या नावे साखर कारखान्याच्या शेअर्ससाठी कर्जे घेतली होती. जोशींच्या साखर कारखान्यात शेअर्स घेतल्याचे आढळले. जोशींनी काढलेल्या शिक्षण संस्थेला जमीन, इमारत व इतर सुविधांसाठी म्हणून दहा कोटींचे कर्ज विनातारण दिले होते. जोशींच्या बायकोच्या माहेरच्या सर्व नातेवाइकांच्या नावे कोट्यवधी रुपयांचे कर्ज होते. जोशींच्या मेहुण्याच्या नावे त्याने काढलेल्या एका फर्मसाठी पाच कोटी व दुसऱ्या मेहुण्याच्या हॉटेलसाठी दोन कोटी रुपयांचे कर्ज होते. चेअरमनच्या मुलाच्या, सुनाच्या, भावाच्या, भावाच्या मुलांच्या नावे पंधरा ते वीस कोटींचे कर्ज होते. जोशींनी साखर कारखान्यासाठी बँकेकडून पैसे घेऊन जमीन परस्पर खरेदी केली होती. ती स्वत: व स्वत:च्या कुटुंबातील लोकांच्या नावे होती. जोशींनी अनेक शेअर्स खरेदी केले होते. शेअरबाजारातून ते सर्व जास्त किमतीला दाखवून त्यातील कमिशन खाल्ले होते व त्याचा मोठा फटका पतसंस्थेला बसला होता. पतसंस्थेने खरेदी केलेल्या सर्व इमारती या तीनपटीने, चारपटीने जास्त किमतीत घेतल्या होत्या. त्यामध्ये चेअरमन व जोशी यांनी कोट्यवधींचा मलिदा खाल्ला होता.

जोशींच्या ऑफीसमधील डायरीत काही नोंदी आढळल्या. त्यामध्ये कोणत्या अधिकाऱ्याला किती पैसे दिले, कोणत्या पुढाऱ्याला व मंत्र्यांना किती पैसे दिले; त्याची नोंद होती. ती प्रसिद्ध झाली. त्यामुळे अधिकारी व पुढारी, मंत्री चिडले आणि त्यांनी हे खोटे आहे, असे पत्रक काढले.

जोशी यांनी मुंबईतील शाखांमध्ये सोनेतारणावर करोडो रुपये कर्ज

उचलले होते, पण प्रत्यक्षात सोनेच नव्हते. मुंबईचा फ्लॅट संस्थेच्या पैशात घेतला, पण तो एका बाईच्या नावावर होता. जोशींनी शंभर एकर जमीन खरेदी केली होती, ती त्यांच्या बायकोच्या नावावर होती.

बोगस कर्जव्यवहार, नवे-जुने करणे, कागदपत्रांची त्रुटी, तारण न घेणे, तारणाचा किंवा कशाचाही विचार न करणे, वारेमाप पैसे हे कर्जास देणे, त्याच्याकडून पैसे घेणे, अशी शेकडो प्रकरणे ऑडिटरनी अहवालात नमूद केली. ती पेपरमधून लोकांपुढे आली. लोक खवळले आणि त्यांनी मोठा मोर्चा काढायचे ठरवले. त्यानुसार त्यांनी तालुक्याला मोठा मोर्चा काढला आणि तहसील कार्यालयात जाऊन निवेदन दिले...

'गंगानगर सहकारी पतसंस्थेच्या गैर व बोगस कारभाराला व्यवस्थापक जोशी व चेअरमन जबाबदार आहेत. पण शासनाने व पोलिसांनी इतर संचालकांवर नाहक अन्याय करण्याचे सत्र थांबवावे. या दोघांना फाशी द्या; पण सामाईक जबाबदारीच्या नावाखाली इतर गरीब व निर्दोष संचालकांना भरडू नका, त्रास देऊ नका. चोरांना जरूर शिक्षा व्हावी; पण ज्यांना या सहकारातील समजत नाही, केवळ विश्वास टाकून ज्यांनी सह्या केल्यात; त्यांना न्याय द्यावा.'

तहसीलदारांनी 'आपण तुमचे म्हणणे वरपर्यंत पोहोचवू', असे आश्वासन दिले. पण मोर्चा जोशीच्या घराकडे निघाला. प्रसंगाचे गार्भीय लक्षात घेऊन पोलिसांनी बंदोबस्त पाठवला. जोशीच्या घरावर मोर्चा धडकला. जोशीला समजेना— काय होते! हजारो लोक होते. लोकांनी जोशीची आई-माई काढली आणि अचानक मोठी दगडफेक सुरू झाली. पोलिसांनाही लोक आवरेनात. दगडांचा खच जोश्याच्या दारात पडला. जोशी सांगायला बाहेर येत होता, पण दगडफेकीत जबरदस्त जखमी झाला. लोकांचा रागच उफाळून आला. 'तालुक्याचे नाव बदनाम केले या जोश्याने', 'हाणा साल्याला' म्हणून दगडांचा जोरदार मारा केला. काही वेळाने पोलिसांनी मोर्चेकऱ्यांवर सौम्य लाठीहल्ला केला.

दुसऱ्या दिवशी वर्तमानपत्रांतून छायाचित्रांसह बातम्या झळकल्या. अनेक संचालकांनी मग निवेदन तयार केले आणि या घडलेल्या सर्व बेकायदा बाबींना जोशी व्यवस्थापक कसा जबाबदार आहे, त्याचे विश्लेषण करणारे निवेदन सर्वांना पाठवले. ते छापले गेले. काही संचालक व्यवस्थापकाकडे गेले. जोशी निवांत बैठकीच्या खोलीत बसला होता. परवा झालेल्या दगडफेकीच्या दगडाचा खच त्याच्या बंगल्याभोवती पडला होता. साळुंखेमहाराज, कांबळेगुरुजी, बापूसाहेब चौगुले, दिनकर सुतार आदी मंडळी जोशीच्या बंगल्यात गेल्यावर...

"या-या महाराज, बसा-बसा."

जोशीने स्वागत केलं. संचालक चिडलेले होते.

"काय, आज माझ्याकडे?"

"जोशी, मग कुणाकडे जावं, अशी तुमची इच्छा आहे? अहो, आमची अब्रू साऱ्या राज्यात पार घालवलीत. गावात, तालुक्यात तोंड वर करायला जागा नाही ठेवलीत. तुमच्यावर आम्ही विश्वास ठेवला, सह्या केल्या... आम्ही काही वाचले नाही, काही नाही आणि आम्ही अडकलो तुमच्या गोड बोलण्यानं. तवा यातून आम्हाला आता सोडवा."

"मी कसा सोडवणार? मी कसं अडकवलं तुम्हाला? तुम्ही संचालक, मी नोकर!"

"हे बघ जोश्या, फार झालं. आम्ही गावातले लोक हाव. तंगड्या तोडू साल्या! आमच्या घरात रोज पोलीस येत्यात. घरच्यांची, आमची झोप उडवलीस. अन्न गोड लागेना. या महाराजांसारख्या माणसाला तुरुंगात घातलंस."

"हे बघा— जे काय झालं, ते सर्वांनीच केलंय. तुम्ही मान्य केलंत, त्यामुळे कागदोपत्री मी कुठंही एकट्याने केलंय, असं होत नाही."

"ते बरोबर हाय रे. कागदात तू सुटशील, पण परमेश्वर सोडणार नाही."

"बघू या काय होतं!"

"बघू? मस्ती बघ रांडंच्याला!"

"शिव्या देण्याचं काम नाही."

"तुझ्या आयला तुझ्या—" म्हणून दिनकर सुतारानं पायताण उचललं आणि जोश्याचं थोबाडच रंगवलं.

"सुक्काळीच्या, करून-करून परत वर तोंड करून आम्हाला सांगतोस? दात पाडीन..."

महाराजांनी त्याला आवरलं.

"दिनकर, हे बरं नाही."

"अहो काय महाराज, बरं नाही? याला हीच भाषा कळते, दुसरी समजणार नाही"

"जाऊ दे, त्याला समज दिली आपण. चला, निघू या."

सर्व जण घराबाहेर पडले. पडता-पडता कांबळेगुरुजी जोश्याला बोलले,

"जोशी, हे सगळं मिटलं तर बरं, नाही तर तू संपलास म्हणून समज. चला—"

जोशीला हे अनपेक्षित होतं. आतापर्यंत संयम बाळगलेले संचालक आता त्याच्यावर सुटले होते. जे निर्दोष होते, ते हेच होते. दोषी होते ते गप्प होते, कारण तेही चोरच होते. ते व्यवस्थापक जोशीचे साथीदार होते.

●

जिल्हा बँकेत प्रशासकाने सुरवातीला दहशत बसवली. जप्तीच्या नोटिसा वगैरे पाठवून भेटी देऊन काही ठिकाणी वसुलीसाठी पोलीस बरोबर घेऊन लोकांवर दहशत बसवली. त्यामुळे साखर कारखाने व इतर कर्जदार संस्था प्रशासकाला 'मॅनेज' करण्यामागे गुंतल्या. एका साखर कारखान्याच्या एमडीने थेट प्रशासकास फोन केला व एक अलिशान हॉटेलमध्ये जेवणाचं निमंत्रण दिलं. रात्री दोघंच त्या हॉटेलच्या एका कोपऱ्यात ते बसले.

"साहेब, काय घेणार?"

"तुम्ही एमडीसाहेब. द्याल ते."

प्रशासकाचा मूड चांगला वाटला. एमडीने ऑर्डर दिली. दोघं बराच वेळ इकडच्या-तिकडच्या गप्पा मारत दारू पीत होते.

"साहेब, तुम्ही एकदम कडक वाटला."

"अहो, असं करायचं असतं."

"म्हणजे?"

"समजेल तुम्हालाही."

"त्याचसाठी मी आज आपल्याला बोलवलंय."

"ते मलाही ठाऊक आहे."

"मग बोला—"

"तुम्ही बोला."

"पंचवीस?"

"चालतील."

"पण काहीही जप्ती वगैरे येता कामा नाही."

"मी आहे तिथं तोपर्यंत कोणी तिकडे येणार नाही."

दोघेही हसायला लागले आणि तयारीने आलेल्या एमडींनी पैशाची बॅग प्रशासकाला दिली. मटणावर ताव मारून दोघेही खूश होऊन हॉटेलच्या बाहेर आले व आपापल्या गाडीतून निघून गेले.

प्रशासकानं असे अक्षरश: कोट्यवधी रुपये जमवले. लोकांना हळूहळू समजू लागले. कारण एवढा कडक प्रशासक हळूहळू अधिकाऱ्यांनाच 'ही जप्ती

नको, तिकडे वसुलीला जाऊ नका, ते पत्र पाठवू नका' असं सांगू लागला. अधिकाऱ्यांनी ओळखलं की, हे पाणी काही वेगळं नाही; हेसुद्धा गढूळच आहे.

...आणि एक दिवस प्रशासकाची अचानक उचलबांगडी झाली आणि प्रशासक मंडळ तीन लोकांचे नेमण्यात आले. बँकेच्या अधिकाऱ्यांना काहीही वाटले नाही. जसा तो, तसेच हे असणार. यांच्याकडून काहीही होणाार नाही, हे समजूनच ते काम करू लागले.

जिल्हा बँकेच्या ठेवी फारच कमी कमी होऊ लागल्या. प्रशासक मंडळापुढे ही बाब अधिकाऱ्यांनी ठेवली. त्यांच्या निदर्शनास आणून दिले की, ठेवी नसल्यामुळे कर्जव्यवहार होत नाही. कर्जव्यवहारसुद्धा ठरावीक बाबतीतच होतो. पहिल्यापासून काही बदलच नाही. त्यामुळे बँक आणखी तोट्यात जाणार. साखर कारखान्याची एनपीए तरतूद करा, असा आग्रह नाबार्डचा आहे. तसे केले, तर शेकडो कोटींनी बँक तोट्यात जाते.

"अहो, पण साखर पॅकेज काही तरी केंद्रानं दिलं होतं ना?"

प्रशासकीय मंडळातील एकाने विचारले.

"दिलं होतं, तो फुगाच होता."

"म्हणजे?"

"अहो साहेब, थकीत व्याज व मुद्दल एक केलं आणि त्याचे परत हप्ते पाडून दिले— हेच ते साखर 'पॅकेज'. लोकांना वाटले, कारखान्यांना काय दिले नि काय नाही!"

प्रशासक मंडळातील सदस्य गप्प बसले. काय बोलणार यावर? ते शासनाचेच लोक.

"पण नाबार्डप्रमाणेच आपल्याला जावं लागेल, तसाच ताळेबंद काढा."

अधिकारी कामाला लागले आणि नाबार्डच्या धोरणाप्रमाणे ताळेबंद काढला. तोटा चारशे कोटी आणि एन्पीए पस्तीस टक्के झाला. प्रशासक मंडळातील एकाने प्रश्न केला—

"हे सुधारायचं कसं?"

"अहो, हे सुधारण्यापलीकडे आहे."

"काय आहे तर बघू या."

"बोलवा अधिकाऱ्यांना."

प्रशासक मंडळ व अधिकारी यांची जिल्हा बँक सुधारण्याकरिता सभा

सुरू झाली. अधिकाऱ्यांना प्रशासक मंडळातील सदस्यांनी मार्गदर्शन केले व प्रशासक सदस्यांनी विचारले.

"ही बँक सुधारायची कशी?"

सर्व अधिकारी गप्प बसले.

"अहो, बोला— तुम्हालाच माहीत काय झालंय ते."

"साहेब—"

एक अधिकारी उठला.

"मी बोलू?"

"बोला!"

"सुधारण्यापलीकडे आहे."

"म्हणजे?"

"आपल्या हातात काहीही नाही."

"असं कसं होईल?"

"तसं घडलंय, म्हणूनच प्रशासक नेमले."

"पण याला काही उपाय नाही?"

"आहे ना—"

"काय?"

"साहेब, साखर कारखाने व सूतगिरण्या यांना दिलेली कर्जे ही शासन-हमीवर दिली आहेत. त्या वेळी मंत्री, मुख्यमंत्री वगैरेंनी वेगवेगळ्या पद्धतीने आमदार, खासदार, मंत्री, कार्यकर्ते सांगतील तशी राज्य बँकेने आम्हाला खात्री देऊन आमच्यावर दबाव आणून शासन-हमीवर ही कर्जे दिली आहेत. आता शासनातील बसलेले झारीतील शुक्राचार्य या मंत्र्यांना दाद देत नाहीत. कारखाने लिलावात काढा, जमिनीचा लिलाव करा व मग राहिलेली रक्कम शासनाकडे मागा— असे सांगतात. मंत्री गप्प, त्यामुळे सगळं ठप्प. इकडे कारखाने विकणे फार कठीण. तेही दबावामुळे आणि त्यांच्या किमतीही आता एकदम कमीच येतात. कर्ज फिटणार नाही. त्यामुळे सर्व जिल्हा बँका अडचणीत आल्यात. त्यात संचालक मंडळाने केलेली चुकीची कर्जे-वाटप— ती परत आहेतच."

"मग काय करायचं?"

"करण्यासारखं आहे साहेब, पण कुणी करायचं?"

"तुम्ही-आम्ही करायचं."

अधिकारी एकमेकांकडे पाहत होते.

"का, काही अडचण?"

"अडचण नाही साहेब, मोठी जिगर पाहिजे. तुम्हीही सरकारी अधिकारी आहात म्हणून म्हटलं. कारण तुम्ही जी काय 'ॲक्शन' घ्याल, त्याला 'रिॲक्शन' आहे. त्याला तोंड देण्याची तुमची तयारी पाहिजे."

एकमेकांकडे बघण्याची वेळ आता प्रशासकांची होती.

"खरं आहे तुमचं. पण हे त्रांगडं सुटायचं कसं?"

"साहेब, जोपर्यंत मुख्यमंत्री, मंत्री व विरोधी पक्षांना या बँका टिकल्या पाहिजेत, असे वाटत नाही; ग्रामीण भागातील लोकांचे जीवन यावर आहे, हे पटत नाही— तोपर्यंत हा प्रश्न मिटणार नाही. जिल्हा बँका बरखास्त करतील, बंद करतील, आम्हाला संचालकांना तुरुंगात घालतीलही; पण त्याने प्रश्न मिटत नाही. पुढे काय? या राष्ट्रीयीकृत बँका कशा शेतकऱ्यांना कर्ज देणार? किती पुऱ्या पडणार? आणि मग जे शेतकऱ्याचे व शेतीचे हाल होतील, ते हाल देशाला घातक ठरतील. पिकलंच नाही, तर काय करतील ही सर्व पांढरपेशी? काय खातील? अहो, शेतकऱ्याला जरा मदत दिली, तर त्याचा बाप मेल्यासारखं करतात. यांना मात्र महिन्याला महागाई भत्ता वाढवून पाहिजे, पेन्शन पाहिजे, सगळं पाहिजे— माफ करा साहेब, जरा वाहवत गेलो."

"तुम्ही शेतकरी आहात वाटतं?"

"अहो साहेब, शेतीत व शेतकऱ्यांमध्ये काम करण्यात हयात गेली. त्यांचे प्रश्नच फार आहेत, हे माहीत आहे."

"पण या शेतकऱ्याच्या या गोष्टीला पुढारी..."

"पुढारी तर बदमाश आहेतच साहेब. गोचिडीसारखे शेतकऱ्याचे रक्त शोषण करतातच. पण त्यापेक्षा त्याच्या टाळूवरचं लोणी खातात. अहो, दहा रुपयाची गोष्ट तीस रुपायांना खरेदी करून कारखाने उभे केलेत; ते कर्ज कसं फिटणार? अहो, कशात खात नाहीत हे? बारदान खरेदीतसुद्धा खातात. शेतकऱ्याचा काटा मारतात, उसाचे वजन कमी दाखवून खातात. उसाची मळी खातात. अहो, काय नाही खात? सुतळी खरेदीतसुद्धा खातात. हे सहकारसम्राट! कशाचं काय नि काय आणि हे आम्हाला बँकिंग शिकवणार व सहकार शिकवणार! आम्ही त्याप्रमाणे काम करणार. लोकशाही साहेब, लोकशाही! यामध्ये या देशाचे किती वाटोळे होणार आहे, ते लोकशाहीच जाणो."

"तुम्ही फारच अभ्यास केलायत याचा."

“साहेब, आयुष्य सर्व यातच गेलं. हा अभ्यास नाही, हा रोजचा अनुभव आहे; फक्त आज बोललो. आणि मीच नाही, सर्वांचाच हा अनुभव आहे. फक्त कोणी बोलत नाही, एवढंच. आणि आम्ही बोलत नाही, म्हणूनच असं घडतं. अधिकारी स्वच्छ असेल आणि तो जर बोलला, तर टाप नाही साहेब कोणा पुढाऱ्याची वर मान करायची. आणि पुढारी स्वच्छ असेल, तर ताकद नाही अधिकाऱ्याची अडवणूक करायची. पण हे आता शक्य आहे, असं वाटत नाही. कारण दोघांचीही शंभर टक्के मिलीभगत आहे.”

सर्व जण हसायला लागले.

“बरं, मग असं करा की— शासन-हमीचे पैसे मागण्यासाठी तुम्ही एक पत्र शासनाला लिहा.”

“दहा पत्रं झाली साहेब. कोर्टात केस पण आहे.”

“काय म्हणता काय?”

“होय, ही पाहा फाईल—”

अधिकाऱ्यानं प्रशासकापुढं फाईलच ठेवली. फाईल पाहिल्यावर,

“मग आता काय करायचं हो? तुमचा काही दोष नाही. जर हे पैसे आले, तर बँक व्यवस्थित होईल. बाकी, जो काही संचालकांनी घोटाळा केलाय, तो निस्तरता येईल; शासनाचा कसा निस्तरायचा?”

“आता साहेब, तुम्हीच सांगायचं. तुम्ही प्रशासक आहात. तुम्ही निर्णय घेणार. आम्ही त्याच्यावर अमंलबजावणी करणार.”

“तसे नाही. आपण सर्वांनी योग्य निर्णय घेऊन तो राबवायचा आहे.”

“साहेब, यात आपल्याला विचार करण्यास जादा वाव नाही.”

“कसा नाही?”

“दोन गोष्टीच फक्त ठरवायच्या.”

“कोणत्या दोन?”

“एक शासनाच्या हमीसाठी कोर्टात जाणे व दुसरी— साखर कारखाने, सूतगिरणी, इतर मोठ्या कर्जाच्या जप्त्या करून लिलाव लावणे. याशिवाय उपायच नाही. कारण वसुलीशिवाय बँक आर्थिक अडचणीतून बाहेर येऊच शकत नाही. याला दुसरा पर्यायच नाही.”

“खरं आहे तुमचं.”

“मग कामाला लागू आम्ही?”

“थांबा, घाई करू नका. थोडा विचार करू या. तसेच, आम्ही जरा

शासनाच्या संबंधित अधिकाऱ्यांशी चर्चा करतो.''

"ठीक आहे साहेब.''

जिल्हा बँकांचे विषय हे शेतकऱ्यांशी निगडित असल्यामुळे व नेतेमंडळींशी संबंधित असल्याने प्रशासकीय मंडळी काही करू शकणार नव्हती. पण आरबीआयच्या आदेशाप्रमाणे काही तरी कारवाई केली पाहिजे, म्हणून काही काळ प्रशासकीय मंडळ नेमले होते.

प्रशासकीय मंडळापुढे वसुलीचाच मुद्दा होता. बँकेत कर्ज देतानाच दहा वेळा विचार करावा लागतो. एकदा कर्ज वितरण झाले की, विचार करून काही उपयोग नाही. कर्जव्यवहार हा असा एकमेव व्यवहार आहे की, जो बँकांना वर तरी काढतो, नाही तर बुडवतो. म्हणून कर्ज देताना चांगली खात्रीची वसुली होणारीच कर्जे दिली, तर बँक कधीही बुडणार नाही. वाईटपणा येत नाही, असं नाही. कारण सहकारात 'नाही' म्हणायची सवय लावूनच घेतली नाही. त्यामुळे कुणाला दुखवायचं नाही, वाईटपणा नको म्हणून 'द्या कर्ज, नंतर बघू' या आदेशानेच अधिकारी हैराण होतात. 'अहो, तो आपलाच आहे, त्याला मदत केली पाहिजे' या असल्या सहकार्य करणाऱ्या वाक्यानीच बँकेतील सहकार अडचणीत आला. 'माझा कार्यकर्ता आहे, त्याला उभा केला पाहिजे' या उद्देशानेच बँक आडवी झाली.

●

गंगानगर पतसंस्थेच्या मार्गाने अनेक पतसंस्था जाऊ लागल्या, बँकिंग व्यवहाराचे ज्ञान नसलेल्या व प्रशासनाचा गंधही नसलेल्या अनेक पुढाऱ्यांनी राजकीय सोईसाठी, एक-दुसऱ्याची सोय कुठं तरी व्हावी या उद्देशाने काढलेल्या या पतसंस्था— कार्यकर्त्यांना सांभाळण्याच्या नादात व मौज-मजा करण्याच्या मानसिकतेमुळे बुडायला लागल्या. पतसंस्थांच्या दारात अनेक ठेवीदार उभे राहू लागले. ठेवीदारांचे संसार उद्ध्वस्त होऊ लागले आणि राज्यात त्याचे पडसाद उमटले. शासनाने सहकार खात्याला लगेच आदेश दिले. मग काय, त्यांनी तर तमाशाच सुरू केला. चांगल्या-वाईट सर्व संस्थांचे व्यवहार तत्काळ बंदचे आदेश निघाले. काही लोक कोर्टात गेले, काही सहकारमंत्र्यांकडे.

"साहेब, अहो, आमची पतसंस्था अत्यंत चांगली चालते.''

"मग मी काय करू?''

मंत्री महोदय निर्विकार चेहऱ्याने त्यांच्याकडे न बघता दुसरी फाईल हातात घेऊन तिसऱ्याच माणसाशी बोलत होते.

मंत्र्यांची ही एक पद्धत आहे. सर्वांना आत बोलवायचे. बिचारे विदर्भ, मराठवाडा, पश्चिम महाराष्ट्र, कोकण ग्रामीण भागातून खेड्यांतून राहण्याची व्यवस्था नसताना, मंत्र्यांकडे येण्याची ऐपत नसताना, कोणी तरी सांगतो म्हणून मंत्र्यांना भेटायला आलेला असतो. स्टँण्डवर उतरतो. तिथंच थांबतो. तिथंच सर्व उरकून मंत्री महोदयांना भेटायला येतो. सकाळी भेट होत नाही. मंत्र्यांना भेटायला दुपारीच परवानगी. त्यात ओळखपत्र, परवाना, मग पोलिसांची तपासणी— या दिव्यातून तो मंत्र्यांना भेटायला जातो. मरणाची गर्दी पाहतो. 'साहेब येतात-साहेब येतात', करत वाट बघतो. दुपारी तीन वाजता येणारे साहेब पाच वाजता येतात. मग झुंबड उडते. प्रत्येक जण निवेदन हातात देतो व सांगायचा केविलवाणा प्रयत्न करतो. पीए त्याला ढकलत असतो, पुढे चला म्हणतो. मंत्रीसाहेब हातातला कागद पाहण्याचीसुद्धा तसदी न घेता पीएला तिसऱ्याच सूचना देतात किंवा मोबाईलवर बोलत असतानाच त्याला पुढं 'हो' म्हणतात. तो बिचारा साहेबाचा आदेश मानतो आणि मागच्या गर्दीचा रेट्यामुळे आपोआप पुढं ढकलला जातो. झालं त्याचं काम मंत्रालयातील! हीच लोकशाही.

मग मागचा पुढे येतो 'बोला'— फक्त मंत्री म्हणतात व तिसऱ्याशी बोलतात. याची बडबड सुरू असते. 'पुढे तुमचं काय काम?' म्हणून मंत्री चौथ्याकडेच बघत विचारतात. काय हे? कसली पद्धत ही? 'लोकशाही' म्हणायची काय याला?

मुळात लोक राजधानीत येतात कसे? का? याचा विचार कोण करणार आहे की नाही? प्रत्येक जिल्ह्याला मंत्री आहे. मग ग्रामीण भागातील, खेडेगावातील लोकांना इथं बोलवता का? जिल्ह्यातच का कामे होत नाहीत? याचा विचार करायला हवा. मंत्र्यांना गर्दी का पाहिजे? लोकांची कामे तालुक्यात व जिल्ह्यातच झाली पाहिजेत, असा आदेश अधिकाऱ्यांना का देत नाहीत? लोक मंत्रालयात जाणे म्हणजे आपला कमीपणा आहे, असंच अधिकाऱ्यांनी व मंत्र्यांनी समजायला हवं; तरच काही तरी होईल. पण ते शक्य नाही. अधिकारी काम कसं होणार नाही, हेच प्रथम बघतात. हे दुर्दैवाचे आहे. तेच काम पैसे दिले की, लगेच होते. मग मंत्र्यांची, पुढाऱ्यांची गरजच भासत नाही.

मंत्र्यांसमोर बसलेल्या पतसंस्थेच्या पदाधिकाऱ्यांना उद्देशून मंत्र्यांनी उच्चारलेल्या 'मग मी काय करू?' या वाक्यामुळे पुढं काय बोलावे, समजेना.

"साहेब, संस्था चांगली आहे. 'अ' वर्ग आहे."

"अहो, त्या गंगानगर पतसंस्थेलाही 'अ' वर्गच होता."

"पण आपले तसे नाही."

"अहो, नसेल तर घाबरता का?"

"घाबरत नाही, पण सरसकट व्यवहार बंदचा आदेश..."

"अहो, अधिकारी तपासतील आणि जर काय नसेल, तर लगेच व्यवहार सुरू करण्याचा आदेश देतील."

"साहेब, लोकांचा गैरसमज होतोच. ठेवी काढायला लोकांची रांग लागते."

"त्याला इलाज नाही. लोकांना तुम्ही समजून सांगा. शासन आपलं काम करणारच. चला."

म्हणून मंत्री उठले आणि पतसंस्थेच्या पदाधिकाऱ्यांची तोंडं बघण्यासारखी झाली.

'गंगानगर नागरी पतसंस्था संचालक, अधिकारी विरुद्ध शासन.'

कोर्टाच्या आवारात तुफान गर्दी झाली होती. जिल्हा सत्रन्यायाधीशांच्या समोर आज केस सुरू होणार होती. त्यामुळे जिल्ह्याचे लक्ष या केसकडे लागून होते. संचालक, अधिकारी आणि कर्मचारी तसेच ठेवीदार, काही कर्जदार संचालकांचे नातेवाईक व सहकारातील कार्यकर्ते, राजकारणी सर्व जण गोळा झाले होते.

"गंगानगर नागरी पतसंस्थेचे वकील श्री. चौगुले, सरकारी वकील श्री. जाधवऽऽ" बेलिफाने पुकारा केला. आरोपी सर्व हजर होतेच. कोर्ट आसनस्थ झाल्यावर रीतसर सुनावणी सुरू झाली. सरकारी वकील उठले. त्यांनी कोट सावरत कोर्टाला अभिवादन केले.

"मिलॉर्ड, आज संपूर्ण जिल्ह्याचेच नाही, तर पूर्ण राज्याचे लक्ष ज्या केसकडे लागले आहे— ज्यामुळे संपूर्ण सहकार अडचणीत आलाय, सहकार चळवळ उद्‌ध्वस्त होण्याच्या मार्गावर आहे; त्या गंगानगर नागरी सहकारी पतसंस्थेच्या संचालकांनी व अधिकाऱ्यांनी केलेल्या मनमानी कारभारामुळे, बेकायदा व नियमबाह्य कर्जवाटपामुळे आणि वाटेल तशा अमाप्, अवाजवी केलेल्या खर्चामुळे, भ्रष्टाचारामुळे हजारो लोकांच्या ठेवी धोक्यात आल्या आहेत. त्याही फक्त चेअरमन, संचालक आणि व्यवस्थापकांच्यामुळेच. सहकार तत्त्वांची, आर्थिक नियमांची व कायदेशीर प्रक्रियांची पायमल्ली करून त्यांनी भ्रष्टाचार केलेला आहे. पतसंस्था ही स्वतःची खासगी मालमत्ता आहे, असे समजून काय वाटेल ते करणाऱ्या सर्व आरोपींना जास्तीत जास्त शिक्षा दिली पाहिजे; तरच इतर ठिकाणी सहकारात मनमानी करणाऱ्यांना वचक बसेल. थँक्यू मिलार्ड."

आरोपींचे वकील श्री. चौगुले आपला कोट सावरत उठले. त्यांनी संचालकांकडे पाहिले व सरकारी वकिलांकडे पाहिले.

"मिलॉर्ड, माझे ज्ञानी मित्र सरकारी वकील महोदय यांनी अत्यंत चांगले मुद्दे आपल्यासमोर मांडले. पण मी फक्त एकच मुद्दा— ज्यांनी ऑडिट केले आहे, त्यांना विचारू इच्छितो. त्यासाठी ऑडिटरना साक्षीदाराच्या पिंजऱ्यात बोलवावे, अशी विनंती करतो."

"श्री. भोसले ऑडिटरऽऽ"

बेलिफाने पुकारा करताच श्री. भोसले ऑडिटर पिंजऱ्यात येऊन उभे राहिले व त्यांनी कोर्टाला वाकून नमस्कार केला.

"तुमचे नाव?"

"भोसले."

"तुम्ही किती वर्षांपासून ऑडिटर आहात?"

"दहा-पंधरा वर्षं झाली."

"दहा की पंधरा?"

"पंधरा."

"बरं मग, या पंधरा वर्षांत तुम्ही एखादी चांगली संस्था पाहिली काय की, ज्यामध्ये काही नियमबाह्य काम झालंच नाही?"

"नाही, अशी एकही संस्था नाही."

"अशा तुम्ही किती संस्था पाहिल्या?"

"शेकडो संस्थांच्या ऑडिटचे काम केले आहे."

"बरं, तुम्ही ऑडिट केल्यावर तो अहवाल कोणाकडे देता?"

"तो अहवाल सहकार खात्याकडे जातो."

"मग ते काय करतात?"

"तो अहवाल संबंधित संस्थांकडे पाठवतात."

"का व कशासाठी?"

"ऑडिट मेमोमध्ये आलेल्या मुद्द्यांवर स्पष्टीकरण मागवण्यासाठी."

"ते स्पष्टीकरण आल्यानंतर काय करतात?"

"मग जे मुद्दे पटत नाहीत किंवा स्वीकार करता येणार नाहीत, ते मुद्दे बाजूला काढतात व परत सहकार कायदा ८३ प्रमाणे संचालकांना नोटीसा देतात."

"मग पुढे कार्यपद्धती कशी असते?"

"या नोटिशीला संचालकांनी लेखी उत्तर द्यावे लागते. नंतर चौकशी अधिकाऱ्यांच्या समोर तोंडी म्हणणे मांडण्याची व बाजू मांडण्याची संधी दिली जाते. चौकशी अधिकाऱ्यांनी ऐकल्यानंतर जर त्यांचे समाधान झाले नाही, तर कलम ८८ प्रमाणे पान एक नोटीस देण्यात येते आणि त्यामध्येही जर समाधानकारक उत्तर न आल्यास ८३ व ८८ प्रमाणे जबाबदारी निश्चित केली जाते."

"मिलॉर्ड, अत्यंत चांगली माहिती ऑडिटरसाहेबांनी कोर्टापुढे दिली आहे. मी आता फक्त एकच प्रश्न ऑडिटरना विचारतो. तुम्ही सांगितल्याप्रमाणे प्रक्रिया पूर्ण झाली आहे काय?"

"कशाबद्दल?"

"अहो, ही केस कशाबद्दल आहे?"

"संचालकांवर आरोप निश्चित करण्यासाठी."

"मग कायद्याप्रमाणे जी प्रक्रिया तुम्ही सांगितलीत, ती तशी पूर्ण झाली आहे काय?"

ऑडिटर बोलेना.

"अहो ऑडिटरसाहेब, फक्त 'हो' की 'नाही' सांगा."

"काय झालं त्याचं की..."

"काय झालं, ते सांगू नका. कायद्याप्रमाणे झालं का?"

"नाही!"

"मिलॉर्ड, आपण नोंद करून घ्यावी."

कोर्टानं काही तरी लिहिल्यासारखं केलं.

"याचा अर्थ कायद्याप्रमाणे काहीचं न करता चेअरमन, संचालक, व्यवस्थापक व अधिकारी यांच्यावर आरोप तुम्हीच निश्चित करून फौजदारी करून अटक केलीत?

"हे कशासाठी केलेत? कोणी तुम्हाला तसे आदेश दिले होते काय? तुमच्यावर कोणी दबाब आणला काय, की तुम्ही मनानेच केलेत? का केलेत?"

"मला तपासणीचे आदेश दिले, ते आमच्या वरिष्ठांनी. कारण या पतसंस्थेविरुद्ध पेपरमधून रोज बातम्या प्रसिद्ध होत होत्या. त्यामुळे ठेवीदारांनी मोर्चे काढले. विधानसभेत प्रश्न उपस्थित केले. त्याला अनुसरून मला ऑडिट करण्याचे आदेश दिले. त्यानुसार मी ऑडिट केले."

"बरं, ऑडिट केल्यावर तो ऑडिटमेमो संचालकांसमोर तुम्ही सविस्तर

विषयानुसार मांडला काय?''

"मी संचालकांसमोर ठेवला.''

"ठेवला म्हणजे? हा रिपोर्ट— हा ठेवला बघा आता, असा?''

"नाही, मी त्यांना मोघम सांगितले.''

"काय?''

"या संस्थेत बेकायदा गोष्टी झाल्या आहेत. नियमांचे पालन झालं नाही. कागदपत्रे नाहीत...''

"बस, एवढेच सांगितले?''

"होय!''

"वास्तविक, प्रत्येक मुद्दा वाचून त्यावर त्यांचे तोंडी वा लेखी म्हणणे का घेतले नाही? स्पष्टीकरण का घेतलं नाही?''

"नाही घेतले.''

"तसे आदेश होते का?''

"होय.''

"काय?''

"अहवाल तत्काळ सादर करावा.''

"केलात?''

"हो!''

"मग वरिष्ठांनी काय केलं?''

"फौजदारी केली व अटक केली.''

"यापूर्वी संस्थेची ऑडिट झाली होती का?''

"होय.''

"त्या सर्व ऑडिटरांना ऑडिट वर्ग काय होता?''

"'अ' वर्ग''

"मग, ते ऑडिटर कोणाचे होते?''

"ते आमच्या खात्याचेच होते.''

"मग एवढा फरक कसा?''

"मला सांगता येणार नाही.''

"का सांगता येणार नाही?''

सरकारी वकील उठले.

"मिलॉर्ड, माझे वकील मित्र दबाव आणतात, ते बरोबर नाही.''

"मिलॉर्ड, मी खरी माहिती काढतो आहे; दबावाचा प्रयत्न नाही."

"तुम्ही पुढे विचारा ॲड. चौगुले."

कोर्टाने सांगताच सरकारी वकील बसले. ॲड. चौगुले परत ऑडिटर जवळ गेले.

"का सांगता येत नाही? बोला—"

ऑडिटर काही बोलेना.

"का? ते चुकीचे ऑडिट वर्ग होते काय?"

ऑडिटर गप्प.

"का तुमचा ऑडिट वर्ग चुकीचा होता?"

ऑडिटर काही बोलत नाहीत म्हटल्याबरोबर ॲड. चौगुलेंना जोर चढला.

"मिलॉर्ड, याचा अर्थ असा— या सर्वांनी या संस्थेविरुद्ध काही ठेवीदार व पुढाऱ्यांना हाताशी धरून कट रचला आणि ही पतसंस्था बंद पाडण्याचे व या सर्वांना अटक करून बदनाम करण्याचे कारस्थान केले आहे. सहकार कायदा कलम ८३ व ८६ प्रमाणे प्रक्रिया न करता या संचालकांना नाहक दोषी धरून दीड-दीड महिना तुरुंगात डांबले. मानसिक छळ केला. समाजात बेअब्रू झाली. याला जबाबदार असणाऱ्या लोकांना खरं तर शिक्षाच व्हायला पाहिजे. न्यायाप्रमाणे, कायद्याप्रमाणे स्पष्टीकरण देण्यासाठी व बाजू मांडण्यासाठी संधीच दिली नाही. हा अन्याय आमच्या अशिलांवर झालेला आहे. हे षड्यंत्र रचलेले आहे. यामध्ये सर्व जण सहभागी आहेत. संस्था मोठी होत होती आणि संस्थेबरोबर संचालकही मोठे होत होते. राजकीय दृष्ट्या हे अनेकांना परवडणारे नव्हते, म्हणून हा कट रचलेला होता. याचा विचार करून योग्य तो न्याय माझ्या अशिलांना द्यावा, हीच माझी कोर्टाला विनंती आहे."

वेळ संपली, कोर्ट उठून गेले. आज चौगुलेंनी तर अत्यंत चांगली व योग्य बाजू मांडली होती. त्यामुळे संचालक व अधिकारी आनंदी दिसत होते.

कोर्टाच्या आवारात जमा झालेली गर्दी पांगली. आता उद्याच सुनावणी लावली गेली होती.

दुसऱ्या दिवशीही बरीच गर्दी होती. काल आरोपींच्या वकिलांनी अत्यंत चांगली बाजू मांडली, त्यामुळे अनेकांची निराशा झाली होती. आज निकाल लागेल व परत सर्वांना अटक होऊन शिक्षा होईल, अशी अनेकांची अटकळ होती; ती फोल होत आहे, असं बऱ्याच लोकांना वाटले. त्यामुळे गर्दीही कमी होती.

संचालक व अधिकारी आणि त्याचे नातेवाईक मात्र आले होते. त्यांच्या

मनात शंका, भीती आणि मनावर दडपण होते. काय होईल आणि काय नाही? एका बाजूला वकिलाने बाजू मांडली असली, तरी सरकारी वकील अजून काय मांडील याची धास्ती होती. नेहमीप्रमाणे पुकारा झाला व कोर्ट स्थानापन्न झाले. सर्व उभे होते, तेही बसले. सरकारी वकील उठले आणि कोट सावरीत कोर्टाच्या समोर येऊन उभे राहिले व अभिवादन केले.

“मिलॉर्ड, काल माझ्या ज्ञानी वकीलमित्रांनी त्याची बाजू मांडली. ‘प्रोसिजर’ पाळली नाही, हा त्यांचा दावा खरा जरी धरला, तरीसुद्धा ते जे संचालकांनी; व्यवस्थापक व अधिकाऱ्यांनी केले आहे ते बेकायदा, गैर आणि अनैतिक आहे. आप्तेष्टांना कर्जे देणे, ती भरमसाट देणे, बोगस कर्जे देणे, तारण न घेणे, कागदपत्रे न घेणे, इत्यादी बाबी नजरेआड करून चालणार नाहीत. ठेवीदारांचा पैसा जो त्यांनी घाम गाळून मिळवला, साठवला आणि यांच्याकडे सुरक्षित म्हणून ठेवला; त्या पैशावर डल्ला मारण्याचे काम या लोकांनी केले आहे. तेही वाट्टेल तसे. सहकार खात्याचे नियम डावलून, लेखा विभागाने घालून दिलेल्या नियमांच्या बाहेर जाऊन मनमानी कारभार केला आहे. त्याचे शासन यांना मिळालेच पाहिजे. नाही तर हजारो पतसंस्थांमध्ये हा कारभार सुरू होईल आणि ठेवीदारांचे पैसे असेच उडवले जातील. ही जी कर्जे दिली आहेत किंवा अनियमितता केली आहे, बेकायदा कर्जवाटप व इतर गोष्टी केल्या; त्याला हे संचालक मंडळच जबाबदार आहे. मी यावर आणखी प्रकाश टाकण्यासाठी गंगानगर पतसंस्थेचे व्यवस्थापक जोशी यांना आरोपीच्या पिंजऱ्यात बोलविण्याची कोर्टाला विनंती करतो.”

“जोशी हाजीर होऽऽ”

जोशी घाबरत-घाबरत पिंजऱ्यात उभा राहिला. कोर्टाला नमस्कार केला. बसलेल्या लोकांकडे पाहिले. सरकारी वकील जाधव त्यांच्याजवळ आले.

“आपले नाव?”

“चिंतामणी जोशी.”

“जोशी, तुम्ही ही पतसंस्था स्थापन करण्यापूर्वी कुठे काम करत होता?”

“सहकारात.”

“म्हणजे, तुम्हाला अनुभव होता.”

“होय, थोडा.”

“मग, तुम्ही ही संस्था स्थापन केलीत.”

“होय.”

"काय उद्देश होता?"

"ग्रामीण भागातील लोकांच्या गरजा भागवण्यासाठी अर्थसाह्य द्यावे, रोजगार वाढवावेत."

"मग वाढले काय रोजगार?"

जोशी गप्प.

"जोशी, आपण ही संस्था काढल्यानंतर झपाटल्यासारखे या संस्थेच्या शाखाच जिकडे-तिकडे काढत सुटलात?"

"होय!"

"ठेवींचे दर ठरविताना नियम अगर दूरदृष्टी न ठेवता भरमसाट दर वाढवलेत, त्यामुळे लोक तुमच्याकडे आले?"

"होय!"

"कर्जाचेही दर वाढवले. कागदपत्रे न घेताच कर्ज देत होता, त्यामुळे कर्जदारही आकर्षित झाले."

"नाही, कागदपत्रं घेत होतो."

"कधी कधी किंवा देतील तेवढी बरं मग, संस्था चांगली चालत होती की अडचण होती?"

"चांगली चालत होती."

"मग अडलं कुठे?"

"पैसे कमी पडू लागले."

"मग?"

"जिल्हा बँकेकडून घेतले."

"पुरले का ते?"

"नाही."

"का?"

"लोक अचानक ठेवी काढू लागले."

"अचानक काय झाले?"

"काय, माहीत नाही."

"पैसे कमी पडले का?"

"सांगता येत नाही."

"व्यवस्थापक असून तुम्हाला पैसे कमी पडतात की नाही, हे सांगता येत नाही? मी सांगतो, मिलॉर्ड, जोशींनी संस्था चालू केली खरी, पण त्यांच्या मनात

हळूहळू मोठे पुढारी होण्याची महत्त्वाकांक्षा वाढत होती. त्यामुळे त्यांनी शिक्षणसंस्था, साखर कारखाना, हॉटेल, बिझिनेस काढून त्यासाठी वारेमाप कर्जे घेतली. तीही बेनामी व बेकायदा, हवी तेवढी. ती परत येणेच शक्य नव्हते. कागदावर फक्त वसुली दाखवली जाऊ लागली आणि प्रत्यक्षात काही नाही. त्यामुळे संस्था तोट्यात जाऊ लागली. नंतर यांना आमदारकीची स्वप्नं पडू लागली. त्यामुळे दुश्मन वाढले आणि पतसंस्थेचा कारभार सर्व हळूहळू बाहेर पडू लागला. आणि आज इथंपर्यंत संस्था आली. काय जोशी, काय खरं आहे की नाही?''

''नाही.''

''तुम्ही साखर कारखाना काढणार नव्हता?''

''होय!''

''त्यासाठी कर्जे घेतली नव्हती?''

''घेतली होती.''

''शिक्षण संस्था काढली?''

''होय!''

''हॉटेलं काढली?''

''होय!''

''त्याला कर्जं घेतलीत.''

''होय!''

''मग, नाही काय म्हणता? मिलॉर्ड, खोटे बोलणे, करणे हा या जोशींचा धंदाच आहे. लोकांना फसवणं, विश्वासघात करणे हा यांचा आवडीचा कार्यक्रम. अधिकाऱ्यांना पैसे चारून काम करून घेणं, हे यांचे काम. काही संचालक ग्रामीण भागातील आहेत. त्यांना काय सहकार माहीत नाही. यांच्यावर विश्वास ठेवून ते संस्थेत संचालक झाले. पण या माणसानं त्यांना तुरुंगाची हवा खायला लावली. संचालक मंडळात एक ठरवायचे, प्रोसिडिंगला हा मनुष्य दुसऱ्याच गोष्टी लिहायचा— जे याला पाहिजे ते. आणि वाचताना चर्चा केलेले वाचायचा— बाकी सगळं वगळून. काय जोशी, काय बरोबर आहे की नाही?''

''नाही.''

''जोशी, कधी तरी खरं बोला. नाही-नाही काय लावलंय? तुमच्या वकिलांनी नाही म्हणायचं, एवढंच सांगितलं असलं, तरीसुद्धा कधी तरी 'हो' म्हणा.''

सर्व जण हसायला लागले.

"बरं, प्रोसिडिंग कोण वाचत होते?"

"मी."

"मग संचालकांनी जबाबात काही कर्जे आम्ही मंजूर केलीच नाही, असे दिले व म्हटले आहे."

"ते त्यांचे मत आहे."

"मिलॉर्ड, कोळसा कितीही उगळलात तरी तो काळाच निघणार. जोशी हेच मुख्य सूत्रधार आहेत. त्यांनी करोडो रुपयांची मालमत्ता केली आहे."

"चुकीचे आहे; माझी मालमत्ता नाही."

"वा! हुशार आहात जोशी."

"कागदोपत्री कुठेच मालमत्ता नाही."

"मग कोणाची आहे?"

"पत्नीची."

"वा! हुशार हो तुम्ही! पत्नी तुमचीच ना?"

"हो, पण ती आता घटस्फोटित आहे. त्यामुळे माझा संबंध नाही."

"खरंच अद्वितीय ज्ञान! दूरदृष्टी यालाच म्हणतात. मिलॉर्ड, या जोश्यांना सर्व कल्पना होती— या संस्थेचे काय होणार; त्यामुळे यांनी सर्व प्रॉपर्टी पत्नीच्या नावावर करून तिला घटस्फोटसुद्धा देऊन मोकळे."

लगेच ॲड. चौगुले उठले.

"मिलॉर्ड, ही बाब त्यांची घरगुती आहे. त्याचा या केसशी काहीही संबंध नाही."

"आहे मिलॉर्ड, संबंध आहे. जी प्रॉपर्टी आज त्यांच्या घटस्फोटित पत्नीची आहे, ती पतसंस्थेमध्ये केलेल्या भ्रष्टाचारावर निर्माण केलेली आहे."

"मिलॉर्ड, पण तो मुद्दा नाही आहे."

"ॲड. जाधव, तुम्ही हा विषय सोडून संस्थेच्या विषयाकडे वळावे. त्याबाबत विचारा."

"थँक्यू मिलॉर्ड!"

ॲड. चौगुले खाली बसले.

"जोशी, तुम्ही मला एक सांगा की— प्रत्येक वर्षी 'अ' वर्ग कसा काय मिळवलात?"

"कायमच 'अ' वर्ग मिळतो."

“म्हणजे, आता जो वर्ग ‘ड’ मिळाला, तो एकदम कामकाज बिघडलं म्हणून?”

“नाही.”

“मग काय झाले पूर्वी व आता?”

“मला सांगता येणार नाही.”

“अरे, जे तुम्ही केलं, ते सांगा.”

“काय केलं मी?”

“तुम्हालाच माहीत.”

“मला माहीत नाही.”

“मग मी सांगतो. मिलॉर्ड, पूर्वी या जोशींनी प्रत्येक वर्षाला जे ऑडिटर येतील, त्यांना ‘मॅनेज’ करून हा ‘अ’ वर्ग मिळवला. पण ऑडिटर भोसले यांच्यावर मात्रा चालली नाही, त्यामुळेच हे सर्व बाहेर पडले आहे. काय जोशी, काय खरं आहे ना?”

“मला माहीत नाही.”

“तुम्ही जाऊ शकता.”

“मिलॉर्ड, या सर्वाचा अर्थ हा आहे की, या संस्थेमध्ये जे-जे काही घडले, ते जोशी यांनी सर्वांना अंधारात ठेवून केलं; विश्वासघातानं केलं. हे जरी खरं असलं, तरी सहकारी कायदा सांगतो की, कोणत्याही कारभाराला संचालक मंडळ हे संयुक्त जबाबदार असतील. त्यामुळे जोशींसह सर्व संचालकांना तत्काळ शिक्षा द्यावी, अशी मी कोर्टाला विनंती करतो.”

“मिलॉर्ड!”ॲड. चौगुले उठले. “माझ्या वकीलमित्रांनी जो काही युक्तिवाद केला, तो या केसशी सुसंगत नाही; तो विसंगत आहे. सहकार कायदा काय म्हणतो, याप्रमाणे चौकशी कशी करावी, त्याची पद्धत दिली आहे. उगाच वर्तमानपत्रात काही छापले, मोर्चे काढले; म्हणजे कायदे बाजूला ठेवून संबंधितांना आरोपी ठरवणे, म्हणजेच त्यांना न्याय नाकारण्यासारखं आहे. त्याच्यावर अन्याय होण्यासारखं होईल तेव्हा अधिक वेळ न घालवता कायद्याप्रमाणे पूर्ण प्रक्रिया करावी व मगच संबंधितांवर कारवाई व्हावी, ही विनंती.”

कोर्टानं दोन्ही बाजून ऐकून घेतल्यावर निकालात म्हटले की— ‘ऑडिटरच्या अहवालावर संबंधितांना त्यांचे म्हणणे मांडण्यात संधी न देता त्यांच्यावर फौजदारी करून अटक करणे, हे न्यायाला धरून नाही. सहकार कायदा कलम ८३, ८८ प्रमाणे कार्यपद्धती अवलंबायला पाहिजे होती. ती न करता जी कृती घाईघाईनं

केली, ती चुकीची आहे. सर्व प्रक्रिया रीतसर करावी, पुरेसा वेळ द्यावा आणि मगच संबंधितांवर जबाबदारी निश्चित करावी. ही बाब सहकार कायद्यांतर्गत असल्यामुळे मी संबंधितांना मुक्त करत आहे.'

कोर्टाच्या निकालाची दुसऱ्या दिवशी मोठी प्रसिद्धी झाली. त्यामुळे ठेवीदार संघटना चवताळली. त्यांनी सहकार खात्यावर मोर्चा नेला आणि पुढील चौकशी तत्काळ करण्याबाबत चर्चा केली. सहकार खात्यानेही 'चौकशी केली जाईल', असे आश्वासन दिले.

●

एकूण, गंगानगर नागरी सहकारी पतसंस्थेच्या बातमीमुळे संचालक व त्यांचे नातेवाईक यांच्या डोक्यावरचे मोठे ओझे उतरल्यासारखे झाले. आता खात्याच्या चौकशीत काय होईल ते बघू, अशी भावना संचालकांची झाली. पण रोज काहीना काही सुरू होतेच. कोणी तरी ठेवीदार उठायचा, ग्राहक मंचाकडे तक्रार करायचा. त्याचे 'वॉरंट' यायचे, परत धावपळ सुरू व्हायची. जामीन घेऊन जायचा, मग प्रत्येक तारखेला हजर राहायचे— हे सुरू झाले.

यामध्ये म्हातारे संचालक खचून गेले. अचानक झालेल्या बदनामीमुळे मनाने खचले, शरीराने थकले आणि या बदनामीच्या ओझ्याने पुरते वाकलेल्या साळुंखेमहाराजांनी तर हाय खाली. सतत तोच-तो विचार डोक्यात. त्याचा परिणाम त्यांच्यावर झालाच होता. पण संपूर्ण घरच या सर्व विळख्यात सापडलं होतं. काय करावं, हेच समजत नव्हतं.

जिल्हा बँकेच्या चौकशीचे आदेश दिले गेले आणि चौकशी अधिकारी बँकेत दाखल झाला. गंगानगर पतसंस्थेचे उदाहरण डोळ्यांसमोर होते. त्यामुळे चेअरमन व संचालक हबकलेच. कोणी 'अटकपूर्व जामीन घेऊ या' म्हणत, तर कोणी 'मंत्र्याला भेटू या' म्हणू लागले. आपण काय केले आणि काय होणार, याची चिंता वाटू लागली. अधिकारीही हबकले.

चौकशी पंधरा दिवस चालली आणि चौकशी अधिकाऱ्यांनी चेअरमन, संचालक व अधिकारी यांच्यावर जबाबदाऱ्या निश्चित केल्या. 'चारशे कोटी रुपयांची वसुली तुमच्याकडून का करण्यात येऊ नये?' अशी नोटीस प्रत्येक संचालकाला दिली. त्यामध्ये कोणाकडून किती कोटी रुपये वसूल करावेत, हेही नमूद केले होते.

नोटीस पाहिल्याबरोबर संचालकांचे धाबेच दणाणले. सर्व जण धावाधाव करू लागले. काय करावे, हेच सुचेना. झक् मारली आणि संचालक झालो,

अशी प्रत्येकाची मनोमन भावना झाली. वर्तमानपत्रात मोठी प्रसिद्धी झाली. सगळीकडे खळबळ उडाली. संचालक वकिलाकडे धावले. उत्तरे तयार केली. उपनिबंधक यांच्याकडे सुनावणी लावली. त्या वेळी प्रत्येकाने त्या उत्तरासह आपली बाजू मांडली.

गंगानगर पतसंस्थेची उपनिबंधकांकडे कोर्टाच्या आदेशाप्रमाणे चौकशी सुरू झाली. या चौकशीतील सर्व संचालक, व्यवस्थापक व काही अधिकारी यांच्यावर अनेक बाबींची जबाबदारी निश्चित केली. त्यामुळे प्रामुख्याने जी कर्जे दिली होती, जी कर्जे वसूल होत नव्हती; त्या कर्जाची वसुली ही संचालक व व्यवस्थापक आणि अधिकारी यांच्या मालमत्ता विकून वसूल करावी, असा आदेश दिला. त्याप्रमाणे प्रत्येकावर काही कोटी रुपयांत रक्कम वसुलीसाठी निश्चित झाली. ही नोटीस प्रत्येकाला मिळाल्याबरोबर परत सर्वांची धावपळ सुरू झाली. काही जण तर हबकलेच. 'वडिलोपार्जित मालमत्तेचा आता लिलाव होणार आणि परत आपली उरली-सुरली अब्रू वेशीवर टांगली जाणार' — याचाच विचार प्रत्येकाच्या मनावर खोलवर जखम करत होता. 'काय करायचे?' मोठे प्रश्नचिन्ह सर्वांसमोर होते. सर्व वकिलांकडे गेले. त्यांनी समाधान होईल असे सांगून, आपण यातून मार्ग काढू या, म्हणून सांगितले.

व्यवस्थापकांनी मुळातच आपली सर्व प्रॉपर्टी बायकोच्या नावावर केली होती व बायकोला घटस्फोट दिला होता. राहत होते एकत्र, पण कागदावर स्वतंत्र. त्याला कशाचीच चिंता नव्हती. हे सूत्र पाहून इतरही संचालकांनी वकिलांचा सल्ला घेतला. संचालकांच्या मुलांना बापावरच केस करायला लावली व तडजोडीनं लोकन्यायालयात निकाल लावून घेतले. संचालक बापाच्या नावाची मालमत्ता मुलांच्या नावावर वाटणी करून घेतली. तरीही काही जमीन संचालकांच्या नावावर राहिलीच. ती लिलाव करण्याची नोटीस पोहोचली. हे फार मोठे 'टेन्शन' संचालकांना होते.

चेअरमन बंडोपंत देशमुख यांच्या नावावरील जमिनीचा लिलाव लागला. त्या दिवशी बंडोपंत देशमुख याचे दोन मुलगे— जे इतरत्र नोकरीवर होते, ते घरी आले. त्यांना कोणी तरी कळवले होते की, तुमच्या जमिनीचा लिलाव लागलाय म्हणून. बंडोपंत अस्वस्थ होतेच. ते कोणाशी काही बोलत नव्हते. त्यांचे अनेक मित्र आले होते. त्यांपैकी तात्यासाहेब धुमाळ त्यांचे लहानपणीचे व सुख-दु:खाच्या प्रसंगी अथवा घरातील व्यवहारात कधी कधी चर्चा करायला, सल्ला-मसलत करायला यायचे. लोकांच्याकडून तात्यासाहेबांना जमिनीच्या लिलावाचे

कळल्यावर ते बंडोपंतांच्या घरी आले होते.

"बंडोपंत, एऽ बंडोपंत, आहेस का रे घरी?"

"या ना भावोजी."

बंडोपंतांच्या पत्नीने तात्यासाहेबांना आत बसायला सांगितले.

बंडोपंतांचे घराणे मोठे. घर तात्यासारखेच. देशमुखी होती. या विभागातील मोठे प्रस्थ.

पंत बाहेर आले.

"अरे तात्या, तू केव्हा आलास?"

"अरे, तू भेटत नाहीस पहिल्यासारखा, म्हणून मीच आलो."

"बरे केलेस, तू आलास."

"का रे?"

"अरे, मी जरा काळजीत होतो."

"कसल्या काळजीत?"

"अरे, ते गंगानगर नागरी पतसंस्थेचे लफडे."

"हो, माझ्या कानी आले. खरे का रे ते?"

"होय रे."

"काय करणार मग?"

"माझ्या हातात काय आहे?"

"मग कोणाच्या हातात आहे, ते तरी सांगा. आणि हे जे झाले, ते त्याला जबाबदार कोण?" बंडोपंतांचा मोठा मुलगा पुढे येत एका खांबाला टेकत म्हणाला. त्याच्या मागोमाग दुसरा आला व तो दुसऱ्या खांबाला टेकला.

"काय म्हणालात, जबाबदार कोण?"

"होय! मग मीच जबाबदार का?"

"का म्हणजे हो? वडिलोपार्जित जमीन-जुमला आज तुमच्या चुकीमुळेच लिलावात निघतोय."

"अरे, ही माझी जमीन आहे."

"कोण म्हणतो, तुमची जमीन म्हणून?"

"मी म्हणतो! तुम्ही लाख म्हणालात तरी कागदोपत्री ती वाडवडिलांकडूनच आली आहे."

"अरे, ती मी सांभाळली नसती व तुम्हाला शिकवलेच नसते, तर आज शहरात बंगले बांधून बायका-पोरांबरोबर सुखात राहिला नसता."

“ही काय तुमची मेहरबानी नाही, की उपकार नव्हेत आमच्यावर.”

“काय? हरामखोर! मला बोलतोय.”

“हो-हो, आम्ही काय आता लहान नव्हे.”

तात्यासाहेबांनी बंडोपंतांना आवरलं आणि खाली बसले

“अरे बाळांनो, वडिलांना असे बोलू नये.”

“अहो, वडिलांनी काही केले तरी...”

“काय केले त्यांनी?”

“अहो, त्या पतसंस्थेचे चेअरमन म्हणून मिरवताना कळायला पाहिजे होते.”

“अरे, त्यांनी काय जाणीवपूर्वक केले काय? तुम्हालाही कर्जं काढून दिली, ती यांनीच फेडली ना?”

“हे बघा, म्हणून काय यांना भ्रष्टाचार करायला आम्ही सांगितलं काय? जिल्ह्यात आम्ही मान वर करू शकत नाही, इतकी या संस्थेचीही बदनामी झाली.”

“अरे, वडील आहेत तुमचे.”

“असले म्हणून काय झाले? आम्हालाही आमचे जीवन आहे. यांच्या कृत्याशी आमचे जीवन जोडलेय.”

“अरे मुलांनो, समजावून घ्या.”

“काही नाही, आमची वाटणी करा.”

“काऽऽय?”

बंडोपंत कोसळलेच.

धावाधाव झाली. डॉक्टर आले, तपासणी झाली. औषधोपचार झाले बंडोपंतांना बरे वाटले. संध्याकाळ झाली. परत तात्यासाहेब आले.

“काय रे बंडोपंत, बरे वाटतं ना?”

“होय, वाटतं.”

“बंडोपंत, मुलांचे मनावर घेऊ नको.”

“नाही रे, ते जाऊ दे. अरे, आपण लहानपणी काय काय करायचो, खेळायचो, बागडायचो. आपले वडील आपल्याला मारायचे. म्हणायचे, 'शिंच्यांनो, खेळा आता, हे पुढे सारं तुम्हाला सांभाळायचं आहे.'

“आपण मोठे झालो, सर्व सांभाळले, मुलांना मोठे केले, शिकवलं, बाहेर पाठवलं. मुलं स्वत:च्या पायावर व स्वत:च्या घरट्यांत गेली. स्वतंत्र

विचार आले, स्वार्थ आला.''

''खरं आहे बंडू तुझं.''

''तुझं बरं आहे तात्या... दोन मुली प्रेमळ.''

''हां रे बाबा! ज्याला मुलं आहेत, तोही रडतो व ज्याला मुलं नाहीत, तोही रडतो.''

''हे बघ तात्या, आज आपण दोघं जेवायचं, आपल्या घरी. बरेच दिवस झाले, आपण एका पंगतीत जेवलो नाही. अगं ए, ऐकलंस का? तात्या जेवणार आहे गं आज आपल्याकडे. शेवयाची खीर करा. हं, आम्हालाही आवडते— दोघांनाही.''

लहानपणीच्या सर्व आठवणी काढत किती तरी वेळ गप्पा मारत दोघे जेवले.

''आज एकदम मनोसक्त जेवलो तात्या.''

''खरं हाय तुझं. बरं, मी येऊ?''

''ये.''

का कोणास ठाऊक, बंडोपंतांनी तात्यांना घट्ट मिठी मारली. डोळ्यांतून चार अश्रू गालांवर घरगळले. तात्यासाहेब गेल्यानंतर बंडोपंतांच्या मनात अनेक विचार येऊ लागले. पंत वर माडीवर एकटेच झोपायला गेले. त्यांनी पत्नीला सांगितले.

''मी जरा आज माडीवर झोपतो, तुम्ही इथंच झोपा.''

त्या बिचारीला काय— हुकमाची ताबेदार.

पंत माडीवर गेले. त्यांना झोप येईना. आज मुलांनी केलेला अपमान त्यांच्या काळजाला चांगलाच भिडला होता. ते खचले होते. कित्येक दिवस गंगानगर पतसंस्थेच्या भानगडीमुळे त्यांचे स्वास्थ बिघडले होते. मन:स्थिती बिघडली होती. त्यामध्ये आज त्यांच्या मुलांनीच भर घातली. आजपर्यंत कधी न बोलणारी मुलं त्यांना आव्हान देत बोलत होती. अपमानकारक भाषा वापरत होती. गावात त्यांच्या समोर कोण बोलत नव्हते, आवाज वाढवून कोण बोलत नव्हते. पण आज त्यांचीच मुलं त्यांना एखाद्या दुश्मनासारखी वाटत होती. उद्या आपल्या जमिनीचा लिलाव! उद्या लिलावाच्या ठिकाणी या मुलांनी माझा अपमान केला तर? गावात माझी काय इज्जत राहील? या विचारात त्यांचे डोकेच गरगरायला लागले. माडीवर त्यांची बंदूक खुंटीला टांगली होती. कपाटातील काडतूस काढले. थरथरत्या हातांनी त्यांनी बंदूक खुंटीवरून खाली घेतली.

क्षणभर डोळे मिटले.

आपण काय केले? कशासाठी त्या नागरी पतसंस्थेत गेलो? त्या जोशींच्या गोड बोलण्यानं व समाजासाठी काम करण्याच्या ओढीनं त्यात गेलो. कळत-नकळत आपण अनेक चुका केल्या. जोशी व्यवस्थापकांचे ऐकत गेलो. तो म्हणेल तसे करत गेलो. अभ्यास केला नाही, कधी काही वाचले नाही आणि आपण पुरते अडकलो. काय दोष आपला? काय दोष त्या संचालकांचा? त्यांनी आपल्यावर विश्वास ठेवला, सह्या केल्या; काय अपराध त्यांचा? आज त्यांच्यावर कुऱ्हाड कोसळली. आपल्यामुळे त्यांचा संसार मोडला. त्यांची मालमत्ता विकली जाणार. उद्या समाजात कोणत्या तोंडानं आपण जाणार? स्वत:ची मुलं जिथं वाटेल ते बोलायला लागली, तिथं बाकीचे काय बोलतील?

या सर्व विचाराने त्यांच्या मनात थैमान घातले. त्यांचं पूर्ण अंग घामानं भिजून निघाले. ते एकदम त्या तंद्रीतून जागे झाले. त्यांनी बंदुकीकडे पाहिले, एकवार सर्व घराकडे पाहिले. "लक्ष्मी, मला माफ कर— मी तुला मागे सोडून मी जातोय!" बायकोला उद्देशून म्हणाले. त्या बिचारीला काय माहीत! बंदुकीत काडतूस टाकलं आणि बंदुकीचा दस्ता खाली ठेवला. नळी गळ्याजवळ टेकवली रात्रीचे दोन वाजले होते. भयानक अंधार, नीरव शांतता, सारा गाव झोपला होता. त्यांना माहीत नव्हतं की, पुढच्या क्षणी काय होणार... आणि गोळीचा आवाज रात्रीचा अंधार व शांतता चिरत साऱ्या गावाचा थरकाप उडवत बंडोपंताच्या डोक्याच्या चिंधड्या करून विरून गेला.

सारा गाव खडबडून जागं झालं. पळापळ झाली. कोणालाच काही कळेना. घरचे माडीकडे धावले आणि रक्ताच्या थारोळ्यात पडलेला बंडोपंतांचा तो देह पाहून त्यांच्या पत्नीनं हंबरडा फोडला. शेजारी गोळा झाले. बातमी हळूहळू गावात पसरली आणि सारा गाव देशमुखांच्या वाड्याबाहेर जमला. तात्यांनाही निरोप पाठवला. ते आले आणि त्यांनी पाहिले.

"अरे, हेच तुझ्या मनात कालपासून पिंगा घालत होते? म्हणून मला बोलावलेस? पंगतीला बसवलेस? जेवलो, गप्पा मारल्या व एकटाच टाकून गेलास? वाईट केलंस. बाळांनो, आता घ्या हो जमीन-जुमला नावावर करून. तुम्ही मोकळे झालात आता. जमीन-जुमला घ्या, विका, पैसे घ्या व आईला इथं एकटीला मरायला सोडून बायकांच्या कुशीत सुखाने झोपायला जा."

मुलं काहीही बोलली नाहीत.

दुसऱ्या दिवशी सर्व वर्तमानपत्रांत 'गंगानगर पतसंस्थेच्या चेअरमनची

आत्महत्या' ही मोठी बातमी अगदी ठळक अक्षरांत झळकली. संचालकांना वाईट वाटले.

ही आत्महत्या होती, की हत्या? सहकारातील कायद्याने, सहकारातील भ्रष्टाचाराने आणि जोशीसारख्यांनी केलेली ही हत्याच होती. सहनशीलतेच्या मन:स्थितीपलीकडे ज्या वेळी एखाद्याची मन:स्थिती जाते, त्या वेळी तो मृत्यू जवळ करतो. कारण त्याला या सर्वांतून मुक्तता पाहिजे असते. सुटायला हवे असते.

गंगानगर पतसंस्थेच्या या सर्व प्रकरणाचा हा पहिला बळी होय. सहकार क्षेत्रातील या जिल्ह्यातील हा पहिला बळी होय. लोभाच्या जीवनाचा हा अंतच झाला. आर्थिक, सामाजिक व व्यक्तिगत दर्जा सुधारावा, वाढवावा व उंच व्हावा म्हणून जो सहकार रुजवला व वाढवला; त्याची फळे अशी जर मिळत गेली, तर तो सहकाराचा वटवृक्ष पाहिजेच कशाला?

पण त्याला जबाबदार सहकार नाही; तर तो राबवणारे सर्व जण आहेत. पाण्यासाठी विहीर काढली आणि त्यात उडी मारून आत्महत्याच करायचं ठरवलं; तर तो दोष विहिरीचा नाही, ना ती विहीर काढणाऱ्याचा. कोणत्याही बाबीचा आपण कसा उपयोग करून घेतो, त्यावर ती बाब शाप की वरदान ठरते. प्रकृती व विकृती यात जो फरक आहे, तोच फरक आज सर्व क्षेत्रांत आहे. त्यामुळेच प्रत्येक बाबतीत संस्कृती बिघडत चालली आहे.

सहकाराचा हा मंत्र अत्यंत चांगला, भाग्याचा मार्ग आहे. पण त्याला विकृतीचं ग्रहण लागलं, ते सरता सरत नाही; तर ते पूर्ण सहकारालाच गिळून टाकणारं आहे.

गंगानगर पतसंस्थेच्या संचालकांनी या आत्महत्येची काय दखल घ्यायची ती घेतली. त्यांनीच नाही, पण राज्यातील सहकारातील सर्व कार्यकर्त्यांनी या घटनेची दखल घेतली पाहिजे आणि आपल्यात व संस्थेत सुधारणा करण्याचा नुसता प्रयत्न नव्हे, तर त्या निक्षून कराव्यात. नाही तर अनेकांवर आत्महत्या करण्याची वेळ येईल. पण गेंड्याची कातडी असल्याने त्यांच्यावर परिणाम नाही. 'सापडल्याशिवाय चोर नाही' या उक्तीप्रमाणे सर्व जण आज आव आणून वावरत आहेत.

●

शिवापूर जिल्हा मध्यवर्ती सहकारी बँकेच्या प्रत्येक संचालकावर कोट्यावधी रुपये वसुलीची जबाबदारी निश्चित झाल्यावर काही संचालक कोर्टात धावले.

आता कोर्टात केस गेली म्हटल्यावर, ती किती दिवस चालते; कळत नाही. त्या आदेशाला स्थगिती मिळाली. कोर्टापुढे संचालकांतर्फे वकिलांनी एक महत्त्वाचा मुद्दा मांडला.

"बँक हा व्यवसाय आहे आणि व्यवसाय म्हटलं की 'रिस्क' ही घ्यावीच लागते. ठेवीदारांचा पैसा गुंतवला नाही, कर्जाच्या रूपात दिला नाही; तर बँकच चालवू शकत नाही. ही 'रिस्क' कमी कशी करायची, हे संचालकांनी पाहावयाचं असते. तसेच कर्जदारांची पूर्ण मालमत्ता, जामीनदारांची पूर्ण मालमत्ता विकून जर पैसे आले नाहीत; तरच संचालकांवर जबाबदारी निश्चित करायला पाहिजे. सहकार खात्यातील लोक ना कायदा पाहत, ना बँकिंग! एखाद्या संस्थेची बिघडलेली परिस्थिती आणखी कशी बिघडवता येईल, याचाच विचार करतात. तेव्हा संचालकांवर जी जबाबदारी निश्चित केली, आहे तो आदेश रद्द करावा."

कोर्टाने हे वरील म्हणणे मान्य केले आणि स्थगिती दिली. त्यामुळे संचालकांना दिलासा मिळाला. याच निकालावर गंगानगर पतसंस्थेची केस चालली, त्यांनाही स्थगिती मिळाली. संचालकांनी नि:श्वास टाकला.

गंगानगर नागरी सहकारी पतसंस्थेतील आता बरेच अधिकारी-कर्मचारी कमी झाले होते. सर्व शाखा बंद पडल्या होत्या. सर्व दफ्तर मुख्य कार्यालयात आणून टाकलं होतं. हाताच्या बोटांवर मोजण्यासारखे कर्मचारी व एक-दोन अधिकारी शिल्लक होते. त्यांनाही पगार वेळेवर मिळत नव्हता. वसुली काही आलीच तर प्रथम प्रशासक आपला पगार काढून, मग इतरांना वाटत होता. या संस्थेचे भवितव्य असे काहीच उरले नव्हते.

जिल्हा बँकेच्या कर्मचाऱ्यांमध्येसुद्धा कपात करण्यात आली. कपात केलेले कर्मचारी व संघटना कोर्टात गेले. वसूल थांबला होता. पण कर्मचाऱ्यांनी नामी युक्ती काढली. त्यांनी अधिकारी व कर्मचारी यांचे गट तयार केले आणि संचालकांच्या दारात; तसेच मोठे कर्जदार, कारखाने, सूतगिरणी यांचे चेअरमन यांच्या घरासमोर भजन म्हणत बसायचे, असे त्यांनी ठरवले. पहिल्याच वेळी चेअरमन यांच्या दारात सकाळी आठ वाजता एक तुकडी पोहोचली आणि सुरुवात केली. लोकांना वाटले, कोणी तरी असतील. चेअरमन बाहेर आले. त्यांनी 'काय?' विचारले, पण कोणी बोलेनाच. तेव्हा त्यांची मुलं, गल्लीतील लोक आले. चेअरमन पुढे झाले,

"काय तमाशा आहे?"

“तमाशा नाही साहेब, भजन आहे.”

“माझ्या दारात?”

“मग कुणाच्या दारात जायचं साहेब?”

“आता माझा संबंध नाही बँकेशी.”

“नाही कसा? जे केले, ते कुणी निस्तरायचे?”

“तुम्हीही सामील आहातच की.”

“आम्ही नोकर आहोत.”

—आणि भजन सुरू. मग पोलिसांना बोलावून त्यांना हटवले. असे प्रत्येकाच्या दारासमोर जाऊन त्यांनी एक महिना भजनात घालवला. सकाळी ऑफीसच्या अगोदर व ऑफीस सुटल्यानंतर.

काही ठिकाणी वसुलीसाठी शेकडो कर्मचारी सहकारी साखर कारखान्यावर धडकले. काही ठिकाणी साखर कारखाना कर्मचारी आणि बँकेचे कर्मचारी यांच्यात हाणामाऱ्या झाल्या. पोलीस यायचे आणि त्या दोघांना घेऊन जायचे.

एकदा तर कर्मचाऱ्यांनी कमालच केली. सुट्टीच्या दिवशी चेअरमन, मंत्री व आमदार, खासदार यांच्या दारात बूट पॉलिश, न्हाव्याची धोपटी घेऊन, भाजी विकायला घेऊन कर्मचारी रांगेने बसायचे. करमणूक तर व्हायचीच, पण ही भलती नामी युक्ती पाहून लोक थक्क व्हायचे. जिल्ह्यातील लोकांसाठी हा चर्चेचा एक विषय झाला होता.

गंगानगर नागरी पतसंस्थेची परिस्थिती लक्षात घेता, प्रशासकाने शासनाला अहवाल पाठवला. त्या अहवालामध्ये कोर्टाचे दिलेले आदेश, कर्मचारी नसल्याने काय करावे, कसे कठीण काम आहे, वसुली पूर्णत: थांबली आहे, अशा स्थितीत लिक्विडेटर— अवसायक नेमणे कसे गरजेचे आहे, ते त्यामध्ये लिहिले होते.

या अहवालावर विचार करून शासनाने लिक्विडेटर तत्काळ नेमायचे आदेश काढले. लिक्विडेटर म्हणून आता असलेला प्रशासकच होता. ‘अवसायक’ नेमल्याचे कळताच सर्व ठेवीदार परत एकवटले आणि त्यांनी सहकार खात्यावर मोठा मोर्चा नेला. ‘तुम्ही पतसंस्था संपवता; पण आमच्या ठेवींची रक्कम कोण देणार?’ अशा प्रश्नांचा भडिमार केला. पण काहींनी कोर्टात जाऊन खात्याच्या या आदेशाला ‘स्टे’ मिळवला.

स्टे मिळवला; पण ठेवीदारांचे पैसे जोपर्यंत परत करता येत नाहीत

तोपर्यंत या पतसंस्थेवर 'अवसायक' नेमू नये, वसुलीसाठी तत्काळ प्रयत्न करावेत आणि संबंधितांवर कारवाई करावी, असा आदेश दिला.

कोर्टाच्या आदेशाने गंगानगर पतसंस्थेचे संचालक, काही अधिकारी व जोशी परत धास्तावले. जोशींनी त्यांच्या विश्वासातील दोन अधिकारी बोलावून घेतले, त्यांच्याशी चर्चा केली.

"काय करायचं आता?"

"साहेब, तुम्हीच सांगा आता— काय करायचं? कंटाळलोय आम्ही."

"अरे, कोण नाही कंटाळलंय? पण करायचं काय?"

"काही तरी करा आणि हे शुक्लकाष्ट कायमचं नष्ट करा."

बराच वेळ चर्चा झाली. काही सुचेना. एकदम साक्षात्कार झाल्यासारखे जोशी ताड्कन उठले.

"काही नाही, आता आर या पार!"

"म्हणजे?"

"आता पुरावेच नष्ट करू या."

"ते कसे."

"हे बघा, सर्व रेकॉर्ड आता मुख्य कार्यालयात आहे."

"बरं, मग?"

"कार्यालयालाच आग लावू या."

"साहेब, कसं शक्य आहे?"

"आहे शक्य."

"कसे?"

"हं बघा— आता पतसंस्थेचे कार्यालय कधी तरी प्रशासक आल्यावर उघडतं. तो चार-चार दिवस येत पण नाही. एकच शिपाई असतो."

"बरं, मग?"

"रविवारी कोणीही नसतं. वॉचमन बंद केला आहे, त्यामुळे रविवारी रात्री बारा वाजता आत घुसायचे."

"आणि कुलूप?"

"कुलुपाची चावी माझ्याकडे आहे."

"वा वा! मग झाले तर."

"रॉकेलचे दोन कॅन आणा, बरोबर रात्री बारा वाजता."

"ठीक आहे साहेब."

रविवारचा दिवस उगवला. जोशी अस्वस्थ होता. 'स्वत:च्या हातानं उभी केलेली संस्था आता स्वत:च जाळून राख करण्याची वेळ माझ्यावर आली आहे; पण त्याला इलाज नाही.' हा विचार त्याच्या डोक्यात वारंवार येत होता. रात्र झाली. आदल्या दिवशी घरातील पत्नी व मुलांना त्याने जिल्ह्याच्या ठिकाणी असलेल्या बंगल्यात पोहोचवले होते.

ठरल्याप्रमाणे तिघंही पतसंस्थेच्या आवारात कानोसा घेत दाखल झाले. जोशींनी थरथरत्या हातांनी दरवाजा उघडला. सर्वांनी रेकॉर्ड एकत्र केले. रेकॉर्ड असलेल्या रूमवर व इतर ठिकाणी दोन कॅन रॉकेल ओतले. लांबच्या लांब कापडाची एक पट्टी त्यांनी बरोबर आणली होती. ती त्यांनी रॉकेल ओतलेल्या ठिकाणापासून दरवाज्यापर्यंत आणली आणि सर्व बाहेर आले. दरवाजा ओढला व फटीतून ती पट्टी पेटवली. लगेच दरवाजा ओढला, कुलूप लावले अन् पळत सुटले. ते निर्जन ठिकाणी आले. तेथून ते जोशींच्या बंगल्यात आले.

इकडे त्यांचे काम झाले होते. मध्यरात्र, सर्व सामसूम... एका बाजूला असलेल्या त्या भव्य पतसंस्थेच्या इमारतीने मात्र पेट घेतला. पहाटे-पहाटे फिरायला येणाऱ्या काही लोकांनी पोलिसांकडे फोन केले आणि सारा तालुका खडबडून जागा झाला, पतसंस्थेच्या दिशेने पळत सुटला.

जोशी पळत येत होता. सर्व संचालक आले. जोशी आणि अधिकारी आले. कर्मचारी आले. प्रशासकांना बोलावले. तुफान गर्दी झाली होती. अजूनही इमारत जळत होती. जोशींनी इमारत जळलेली व जळत असताना पाहिली. त्यांना अत्यंत वाईट वाटले. त्यांच्या डोळ्यांतून आसवं गळू लागली. ते पाहून काही लोक त्यांच्याकडे बघून संतापले.

"कशाला रडतोस रे नालायका? हे सगळं तुझ्यामुळे झालंय आणि आता आम्हाला रडून दाखवतोस? वाट तू लावलीस या पतसंस्थेची."

"हाणा रेऽ हाणा यालाऽऽ"

—आणि लोकांनी जोशीला मारायला सुरुवात केली. लाथा-बुक्क्यांनी त्याला लोकांनी तुडविले. पोलीस आले, त्यांनी लोकांना बाजूला केले. पण तोपर्यंत लोकांच्या मारापुढे जोशी टिकला नाही. जोशीचा गतप्राण देह संस्थेच्या दारात ठेवला.

पंचनामा करत असतानाच अर्धवट जळालेला, 'गंगानगर नागरी सहकारी पतसंस्था मर्या. गंगानगर', हा बोर्ड धाड्कन जोशींच्या शरीरावर पडला.

गंगानगर पतसंस्था जोशींनी काढली; आता जोशींच्या बरोबर ती पण बुडाली. पतसंस्थेच्या इमारतीची झालेली राख जोशी पाहू शकला नाही. जोशींची मात्र पतसंस्थेबरोबर राख झाली.

"अखेर तात्या, 'गुड बाय सहकार' अशी म्हणायची वेळ आता सर्वांवर आली म्हणायची."

"शेतकऱ्यांच्या उन्नतीसाठी सुरू केलेल्या सहकाराची अवस्था... त्यांच्याच पोरांनी व शेतकऱ्यांच्या पोरांनी दुर्दशा केली, हे मात्र खरे. भविष्यात हा सहकार टिकतोय की संपतोय, हेच समजणे कठीण हो अण्णा."

"अहो तात्या, कठीण कसले? धुऊन-पुसून खाणार व वर ढेकर देत, हेच म्हणतील— अरे, इथेच होता तो सहकार, गेला कुठे?"

"अहो अण्णा, म्हणूनच म्हणतोय— पूर्वजांनी सहकार रुजवला आणि पोरांनी कुजवला."

"त्यांच्या पोरांनी व इतर स्वार्थी पुढाऱ्यांनी 'सहकाराची ऐशी की तैशी' करून टाकली. पण काही म्हणा तात्या, सहकारातील ही एक धगधगीत सत्यकथाच संपूर्ण लोकांपुढे आली, हे मात्र खरे."

"धगधगीत सत्य कसले; सहकार सडलाय सगळा... 'गँग्रीन' झालंय 'गँग्रीन', तात्या!"

आणि या गंभीर प्रसंगीही सर्व जण हसत-हसत घरी परतले...

—०—०—